TẠP CHÍ VIÊN GIÁC
SỐ 260 - 4/2024

Viên Giác

TẠP CHÍ CỦA NGƯỜI VIỆT TỴ NẠN VÀ PHẬT TỬ VIỆT NAM TẠI CỘNG HÒA LIÊN BANG ĐỨC
Zeitschrift der vietnamesischen Flüchtlinge und Buddhisten in der Bundesrepublik Deutschland

CHỦ TRƯƠNG (HERAUSGEBER)
Congregation d. Vereinigten Vietn. Buddh. Kirche (gem.) e. V.
Karlsruher Str.6 - 30519
Hannover - Deutschland

QUẢN LÝ TÒA SOẠN
Thị Tâm Ngô Văn Phát

CHỦ NHIỆM SÁNG LẬP
Hòa Thượng Thích Như Điển

CHỦ BÚT
Nguyên Đạo

KỸ THUẬT
Nguyên Đạo – Quảng Hạnh Tuệ

BAN BIÊN TẬP & CỘNG TÁC VIÊN

* **Đức:** HT. Thích Như Điển - Tích Cốc Ngô Văn Phát - Nguyên Đạo – Từ Hùng Trần Phong Lưu - Dr. Trương Ngọc Thanh - Trần Đan Hà - Đỗ Trường - Lương Nguyên Hiền - Nguyễn Quý Đại - Nguyên Hạnh HTD – Hương Cau – Hoa Lan Thiện Giới - Thi Thi Hồng Ngọc – Phương Quỳnh - Dr. Văn Công Trâm - Tịnh Ý - Quỳnh Hoa – Trần Thế Thi – Hoàng Quân – Đại Nguyên Nguyễn Quý Đại.
* **Pháp:** Dr. Hoang Phong Nguyễn Đức Tiến – Chúc Thanh
* **Thụy Sĩ:** TT. Thích Như Tú – Trần Thị Nhật Hưng - Song Thư LTH – Lưu An Vũ Ngọc Ruẩn.
* **Bỉ:** Nguyên Trí Hồ Thanh Trước.
* **Ý:** Huỳnh Ngọc Nga - TS. Elena Pucillo Trương & Trương Văn Dân.
* **Hoa Kỳ:** Tuệ Nga – Họa Sĩ ViVi Võ Hùng Kiệt & Cát Đơn Sa – Diễm Châu – Lâm Minh Anh – thylanthao – Nguyên Minh Nguyễn Minh Tiến – Dr. Bạch Xuân Phẻ.
* **Canada:** Dr. Thái Công Tụng – GS. Trần Gia Phụng – DVM Nguyễn Thượng Chánh.
* **Úc Châu:** TT. Thích Nguyên Tạng – Dr. Lâm Như Tạng – Quảng Trực Trần Viết Dung.
* Và chư Tôn đức Tăng Ni, Cư sĩ Phật tử cũng như văn, thi, họa sĩ… tán đồng chủ trương của Viên Giác.

CÙNG SỰ CỘNG TÁC CỦA (Mitwirkung von)
Hội Phật Tử VNTN tại Cộng Hòa Liên Bang Đức
Vereinigung der Buddhistische-Vietnamflüchtlinge i. d. BRD

TÒA SOẠN
Chùa/Pagode Viên Giác
Karlsruher Str. 6 - 30519 Hannover
Tel. 0511 - 87 96 30 . Fax : 0511 - 87 941 200
Website: https://www.viengiac.info
Email Chùa: todinh@viengiac.info
Email văn phòng: pagodevg2020@gmail.com
Email kỹ thuật: baoviengiac@yahoo.de
Email bài vở: chubut.viengiac@gmail.com

* Tạp chí Viên Giác phát hành mỗi hai tháng vào những tháng chẵn. Viên Giác bảo tồn và phát huy truyền thống Văn Hóa Phật Giáo và Dân Tộc Việt Nam ở hải ngoại, không có tính thương mại. Mọi hỷ cúng và ủng hộ để phụ giúp trang trải các chi phí ấn loát, điều hành, bưu phí… chúng tôi xin đón nhận và chân thành cảm tạ.
* Ngoài số ấn bản in trên giấy mỗi kỳ, Tạp chí Viên Giác còn phát hành trên mạng toàn cầu Amazon và phổ biến rộng rãi trên các trang mạng Phật Giáo lớn trên thế giới.
* Ủng hộ hiện kim cho Tạp chí Viên Giác, khi có yêu cầu chúng tôi sẽ gởi đến quý vị biên nhận để làm đơn xin quân bình thuế lương bổng, lợi tức hằng năm ở sở thuế.
* Nội dung bài viết hay quảng cáo thuê đăng trên Tạp chí Viên Giác không nhất thiết là quan điểm hay chủ trương của Ban Biên Tập. Các tác giả hay những cơ sở thuê đăng quảng cáo chịu trách nhiệm về nội dung hay bản quyền trích dẫn theo quy định tác quyền (copyright).

Trương mục ngân hàng:
Congr. d. Verein Vietn. Buddh. Kirche Abteilung i.d. Sparkasse Hannover Konto Nr. 910 4030 66
BIC: SPKHDE2HXXX.   IBAN: DE40 2505 0180 0910 4030 66

MỤC LỤC số 260

3 Thư Tòa Soạn

• Kính Mừng Phật Đản PL. 2568
5 Tuyên Bố Chung New Zealand của Đại Hội Tăng Già Phật Giáo Thế Giới (WBSC)
6 Tiểu khúc Phật Đản | Kleine Ode an Buddhas Geburt | A little song of Vesak (Tuệ Sỹ) - [VN, DE & EN]
7 Huyền Thoại Đản Sanh (Thích Nữ Tịnh Quang)
10 Tham Luận WBSC: Phục Hồi Môi Trường Để Cùng Tồn Tại (Thích Như Điển) - [VN & EN]
13 Hãy Làm Một Cuộc Cách Mạng (Đạt Lai Lạt Ma, Hoang Phong)
20 Thuở niên thiếu của Ngài Luangta Maha Boowa (Bhikkhu Dick Silaratano - Thích Nữ Giác Anh dịch)

• 30.04.1975-2024 | 49 Năm Nhìn Lại
24 Trở Lại Vấn Đề Gọi Tên Cuộc Chiến (Trần Gia Phụng)
30 Chuyến Xe Đò Phun Lửa (Tràm Cà Mau)
34 Tượng Phật Bà Quốc Cấm (Từ Hùng)
39 Tưởng Niệm Quốc Hận (Tích Cốc Ngô Văn Phát)
41 Những Vì Sao Lấp Lánh Trong Đêm Đen (Nguyên Hạnh HTD)
45 Tiếng Gọi Của Biển Khơi (Hoa Lan)

• Phật Giáo & Tuổi Trẻ
51 Cái Ác Của Lòng Đố Kỵ - Die Bosheit der Eifersucht (Tịnh Ý giới thiệu) - [VN & DE]
55 Gia đình mình là con Phật (Thi Thi Hồng Ngọc)
57 Cha Con & Cái Duyên Phật Pháp (Đồng Thiện)

• Truyện ngắn – Sáng tác Văn Học
58 Chuyện Nhỏ Tại Xóm Ga Nhỏ (Nguyễn Thị Thanh Thủy)
61 Những Truyện Ngắn & Rất Ngắn (Huỳnh Ngọc Nga)
63 Hạt Cát Lẻ Loi (Trần Thị Hương Cau)
68 Nghĩa Tình Hai Chữ Thủy Chung (Song Thư TTH)
72 Từ Cậu Bé Chăn Trâu Đến Tiến Sĩ Kinh Tế (Nhật Hưng)

• Tin Tức – Thông Báo
75 Trang Y Học & Đời Sống (Bs. Văn Công Trâm phụ trách)
77 Tin Hoạt động Gây Quỹ Xây dựng Học viện Viên Giác
78 Tin Sinh Hoạt Cộng Đồng (Đại Nguyên phụ trách)
80 Tin Thế Giới – Tin Việt Nam (Quảng Trực phụ trách)
85 Hộp Thư Viên Giác – Phân Ưu
86 Phương Danh Cúng Dường

• Thơ
22 Ngôi Nhà Của Chúng Ta (Tịnh Bình)
23 Thơ chữ Hán Nguyễn Du (Thích Như Điển dịch)
24 Bốn Mươi Chín Năm Nhìn Lại (Phùng Quân)
33 Miền Trầm Hương (Diệu Minh Tuệ Nga)
50 Phải Chi (Nguyễn Chí Trung)
76 Về Lại Tháng Tư (Thu Hoài)
79 Chân Dung Mẹ (Nguyễn An Bình)
84 Đi Nhặt Hạnh Lành (Tùy Anh)
84 Chùa Lá Sen (Tôn Nữ Mỹ Hạnh)
85 Gió Loạn (Nguyễn Minh Hoàng)

85 • Phân Ưu, Cáo Phó

Bìa: Họa sĩ Đình Khải
Hình minh họa: Cát Đơn Sa, Lương Nguyên Hiền, U. Ostlaender
Ấn loát: Gutenberg Beuys Feindruckerei GmbH
* VG số 261 sẽ phát hành vào 6/24. Hạn chót nhận bài là 10.05.24.

THƯ TÒA SOẠN

Hội Đồng Tăng Già Thế Giới (World Buddhist Sangha Council - WBSC) được thành lập tại thủ đô Colombo của Tích Lan vào năm 1966. Lúc bấy giờ Việt Nam chúng ta có Hòa Thượng (HT) Thích Tâm Châu sang tham dự và kể từ đó Ngài là thành viên sáng lập của tổ chức này. Đến năm 1969, Đại Hội khoáng đại lần thứ 2 (General Conference) đã được tổ chức tại chùa Vĩnh Nghiêm Sài Gòn do quý Ngài: HT Thích Tâm Châu, HT Thích Tâm Giác và HT Thích Thanh Kiểm đứng ra đăng cai tổ chức. Về phía chính quyền lúc ấy có Tổng Thống Nguyễn Văn Thiệu và Nội Các của chính phủ đến tham dự Lễ Khai Mạc tại chùa Vĩnh Nghiêm (xem thêm trang nhà của WBSC có đăng tải hình ảnh đầy đủ).

Như chúng ta biết, sự kiện Bồ Tát Thích Quảng Đức tự thiêu vào ngày 20 tháng 4 năm Quý Mão tại Sài Gòn để vận động cho tự do và bình đẳng giữa các Tôn Giáo đương thời đã làm cho thế giới rúng động và ngưỡng mộ với Phật Giáo Việt Nam. Ngày 1 tháng 11 năm 1963 quân đội đứng lên lật đổ chế độ độc tài gia đình trị Ngô Đình Diệm. Cuối năm 1963, đầu năm 1964 các tổ chức và tông phái Phật Giáo đã nhóm họp tại chùa Xá Lợi ở Sài Gòn để thành lập Giáo Hội Phật Giáo Việt Nam Thống Nhất với bản Hiến Chương đầy trí tuệ và từ bi mà chúng ta vẫn đang sử dụng ở trong và ngoài nước mãi cho đến ngày hôm nay.

HT Thích Tâm Châu đảm nhiệm vai trò Viện Trưởng Viện Hóa Đạo đầu tiên của Giáo Hội Phật Giáo Việt Nam Thống Nhất được hai năm thì đến năm 1966 hai Giáo Hội Ấn Quang và Việt Nam Quốc Tự lại tách rời và hoạt động song hành với nhau; một trụ sở đặt tại chùa Ấn Quang 243 Sư Vạn Hạnh Sài Gòn và một trụ sở đặt tại chùa Giác Minh và Vĩnh Nghiêm, sau này là Việt Nam Quốc Tự. Sau ngày 30.4.1975 HT Thích Tâm Châu đã ra ngoại quốc và Giáo Hội này còn tồn tại rất ít ở Hải Ngoại; nhất là sau khi HT Thích Tâm Châu viên tịch. Chỉ còn Giáo Hội Phật Giáo Việt Nam Thống Nhất Ấn Quang vẫn còn kiên trì hoạt động ở trong cũng như ngoài nước cho đến ngày hôm nay.

Có lẽ vì lý do trên mà phía Giáo Hội Phật Giáo Việt Nam Thống Nhất Ấn Quang thuở ấy (1969) không thấy vị tôn túc nào tham dự Đại Hội Khoáng Đại lần thứ 2 của WBSC tại chùa Vĩnh Nghiêm ở Sài Gòn. Sau năm 1975 Quý HT ở Pháp như HT Thích Huyền Vi, HT Thích Thiền Định, HT Thích Minh Lễ, HT Thích Minh Tâm đã gia nhập vào WBSC, trụ sở đóng tại Đài Loan. Đến năm 1989 nhân Đại Hội Khoáng Đại tại Đài Bắc Đài Loan, HT Thích Thiền Định đã đề nghị đơn vị Đức Quốc chúng tôi nên tổ chức Đại Hội Ban Chấp Hành (Executive Community Meeting) và chùa Viên Giác Hannover đảm nhận việc này. Vào mùa hè năm 1991 Giáo Hội Phật Giáo Việt Nam Thống Nhất, Chi Bộ Đức Quốc đã đứng ra đảm trách tổ chức Đại Hội trong 4 ngày và đã được Bộ Nội Vụ Cộng Hòa Liên Bang Đức tài trợ các phương tiện tổ chức. Năm đó đã có Quý Ngài Trưởng Lão Ngộ Minh, Liễu Trung (Đài Loan); HT Giác Quang (Hồng Kông); HT Thích Tâm Châu (Canada); HT Thích Mãn Giác (Hoa Kỳ); HT Thích Huyền Vi, HT Thích Thiền Định, HT Thích Minh Lễ, HT Thích Minh Tâm (Pháp) cùng chư Tôn Đức đại diện hơn 20 nước thành viên đã có mặt tại Hannover. Đây là một vinh dự cho Phật Giáo Việt Nam tại Đức nói riêng và Âu Châu nói chung.

Đại Hội WBSC lần thứ 11 năm 2024 này là Đại Hội Khoáng Đại do HT Thích Phước Ấn, Viện chủ chùa Quan Âm Sơn tại Auckland, Tân Tây Lan đăng cai tổ chức từ ngày 2 đến ngày 6 tháng 3 năm 2024 với 35 quốc gia đại biểu tham dự, gồm gần 400 Tăng Ni và hơn 250 Phật Tử các nơi về phó hội. Nội dung của Đại Hội Khoáng Đại kỳ này đề cập đến môi sinh, môi trường theo nhãn quan Phật Giáo. Đặc biệt lần này Đại hội đã bầu lại thành phần lãnh đạo của Hội Đồng Tăng Già Thế Giới, vì HT Chủ Tịch Liễu Trung đã vãng sanh cách đây 2 năm, đồng thời bổ sung thêm nhân sự cho tổ chức. Nhiệm kỳ mới năm năm (2024-2029) do HT Huệ Hùng hiện trú tại Singapore và Indonesia làm Chủ Tịch với hai vị Phó Chủ Tịch đặc trách Hoa Văn, Anh Văn cùng với 27 vị Phó Chủ Tịch trên thế giới. Nhiều Phân Ban của tổ chức cũng đã được thông qua. Đây là một Đại Hội Khoáng Đại vô cùng quan trọng và kết quả thật đáng tán thán, vì thành phần lãnh đạo đa phần là những vị trung niên. Về phía Việt Nam có HT Thích Bảo Lạc, Thượng Tọa (TT) Thích Nguyên Tạng, TT Thích Phước Tấn (Úc); HT Thích Trí Tuệ, HT Thích Thiện Long, TT Thích Thường Tịnh, Ni Trưởng Thích Nữ Như Hoa (Hoa Kỳ). Bên Âu Châu có HT Thích Như Điển, TT Thích Hạnh Bảo và TT Thích Hạnh Định đã về Tân Tây Lan tham dự. Ngoài ra còn một số Quý Tăng Ni từ Việt Nam đến phó hội nữa.

Cần nói thêm, WBSC là một tổ chức của Tăng Già Phật Giáo trên toàn thế giới, đủ mọi truyền thống, tông phái; nhưng chỉ có Tăng Ni là thành viên, còn Phật Tử Cư Sĩ ở vai trò hộ trì Tam Bảo. Trên bình diện Phật Giáo Quốc Tế còn có tổ chức World Buddhist Fellowship (Liên Hữu Phật Giáo Thế Giới) trụ sở đóng tại Thái Lan; thành viên của Hội này là những vị Vua, Quốc Vương, Thái tử, Công chúa, Thủ Tướng của các nước Phật Giáo cùng với chư Tăng Ni sinh hoạt chung trong các Đại Hội cũng như lễ hội lớn như Vesak tại Liên Hiệp Quốc hay ở tại các nước thành viên như Thái Lan, Việt Nam v.v…

Nói về các Phật sự PGVN thời gian qua chúng ta có một sự kiện quan trọng. Vào chiều ngày 17 tháng 3 năm 2024 vừa qua, Hội Đồng Hoằng Pháp của Giáo Hội Phật Giáo Việt Nam Thống Nhất đã cung thỉnh Chư Tăng Ni và Phật tử từ nhiều châu lục cùng vân tập về Tu Viện Đại Bi thuộc vùng Garden Grove, nam California Hoa Kỳ, để tổ chức lễ tuần bách nhật cho cố Trưởng Lão HT Thích Tuệ Sỹ cũng như tuần chung thất cho Cố Đại Lão HT Thích Thắng Hoan. Nội dung của buổi lễ nhằm cung tuyên tiểu sử, tán thán công hạnh của hai Ngài, nhất là sự nghiệp phiên dịch Thanh Văn Tạng thuộc Tam Tạng Thánh Điển, đợt 1 đã hoàn thành được 29 tập. Trong tương lai gần Hội Ấn Hành Đại Tạng Kinh Việt Nam sẽ chuẩn bị in ấn Thanh Văn Tạng đợt 2 gồm 11 tập nữa. HT Thích Tuệ Sỹ đã ra đi, nhưng Giáo Hội, đặc biệt là Ủy Ban Phiên dịch Tam Tạng vẫn tiếp tục làm việc theo như di huấn của Ngài đã để lại.

Thuở đương thời khi đề cập đến vấn đề của Giáo Hội Phật Giáo Việt Nam Thống Nhất ở trong cũng như ngoài nước có quá nhiều sự phân tán về nội bộ cũng như các danh xưng v.v… HT Tuệ Sỹ đã từ tốn khuyên rằng: "Hãy làm những gì mình đang có thể thực hiện được, đặc biệt chú trọng hai lãnh vực Văn Hóa Phật Giáo và Giáo Dục; còn chuyện phân hóa thì ở thời nào cũng có". Đúng là như vậy, Phật Giáo giống như một cây đại thụ nhiều cành lá. Tuy sinh ra từ cùng một cây, nhưng cành nào hút được nhựa sống để nuôi thân mình thì còn tồn tại; còn cành lá nào không làm vậy thì tự nó sẽ khô héo theo thời gian, năm tháng thôi. Nếu ta nhìn về phương diện các Đảng Phái chính trị, ở những nước tự do, ví dụ như ở Đức có Đảng SPD (Đảng Dân Chủ Xã Hội) thì cũng có Dân Chủ Xã Hội thân tả mà cũng có Dân Chủ Xã Hội thân hữu; nhưng họ vẫn là Dân Chủ Xã Hội và cùng làm việc chung. Không ai bảo rằng phải thay đổi chủ trương và quan điểm, lập trường mới sinh hoạt chung trong một Đảng được. Riêng người Việt Nam mình thì hơi khác, nếu ai không giống mình thì cứ chụp mũ trước và tự cho rằng mình mới là người đúng, còn tất cả những kẻ khác đều sai lầm cả. Không biết đến bao giờ chúng ta mới bỏ được thói quen tiêu cực đó!

Ngày 30 tháng 4 lần thứ 49 sắp trở về với người Việt ly hương cũng như người Việt trong nước. Bao nhiêu nước mắt đã đổ xuống vì sự tồn tại của quê hương cũng chỉ vì hai chữ Tự Do. Vì không thể sống với chế độ độc tài đảng trị của cộng sản; nên chúng ta mới chạy sang ngoại quốc để tỵ nạn. Hai chữ tỵ nạn ấy theo định nghĩa ghi trong *Công ước Tỵ nạn 1951 (The 1951 Refugee Convention) của Liên Hợp Quốc* là: „Tỵ nạn do bị ngược đãi vì những lý do tôn giáo, chính trị hay phân biệt chủng tộc". Nếu không phải là 1 trong 3 lý do này thì là tỵ nạn kinh tế. Ở khắp thế giới này trong hiện tại kinh tế đang gặp nhiều khó khăn, mà người tỵ nạn Việt Nam đi, về nước thoải mái, không bị theo dõi, bắt bớ, giam cầm v.v… mặc dầu chúng ta có quốc tịch Mỹ, Úc. Đức, Nhật v.v… Điều này không phù hợp với lý do và mục đích xin tỵ nạn của chúng ta trước đây tại các nước sở tại. Chúng tôi mong rằng chúng ta nên suy nghĩ lại và trân quý ý nghĩa đích thực hai chữ "Tỵ nạn" mà các quốc gia Tây phương đã dành cho người Việt Nam tỵ nạn của chúng ta bấy lâu nay.

Sau khi Đạo Hữu Nguyên Trí Phù Vân Chủ Bút báo Viên Giác mất, số báo tháng 12 năm 2023 và tháng 2 năm 2024 Đạo Hữu Nguyên Đạo trong vai trò tân Chủ bút đã có vài thay đổi và đã có một số vị độc giả của báo đề nghị là nên giữ lại lá cờ Quốc Gia cũng như chữ "Tỵ nạn"; nên kể từ số báo 260 này, bìa báo Viên Giác sẽ in thêm lá cờ Quốc Gia Việt Nam, song hành với lá cờ Phật Giáo Thế Giới, nhằm xác định rõ thêm thế đứng chính trị và vai trò văn hóa Phật Giáo của một tờ báo Đạo đã tồn tại 45 năm ở hải ngoại. Toàn Ban Biên Tập chúng tôi xin chân thành cảm ơn những ý kiến của Quý độc giả và thân hữu xa gần đã góp ý trong tinh thần xây dựng với Ban Biên Tập trong thời gian vừa qua.

Cuối cùng xin nguyện cầu Tam Bảo gia hộ cho toàn thể quý Đạo hữu, quý Phật tử gần xa luôn được an vui trong cuộc sống hằng ngày. Xin kính mời tất cả quý Đồng hương và Phật tử cùng về Tổ Đình Viên Giác tại Hannover vào ngày 25 tháng 5 năm 2024 để tham dự Đại lễ Phật Đản cũng như *Lễ Đặt Viên Đá Xây Dựng Học Viện Phật Giáo Viên Giác.* Xin cầu nguyện công trình này sớm được thành tựu. Đây sẽ là một dấu ấn vô cùng quan trọng, ghi dấu bước trưởng thành và sự góp mặt của Phật Giáo Việt Nam tại nước Đức nói riêng và ở hải ngoại nói chung vào kho tàng văn hóa của nhân loại.

Nam Mô Hoan Hỷ Tạng Bồ Tát Ma Ha Tát.

Ban Biên Tập Báo Viên Giác

Tuyên Bố Chung New Zealand của
Đại hội lần thứ 11

HỘI ĐỒNG TĂNG GIÀ PHẬT GIÁO THẾ GIỚI

Vào ngày 5 tháng 3 năm 2024

Tăng đoàn khắp nơi trên thế giới tề tựu về Nam Bán Cầu, cùng nhau tạo nên nhân duyên sinh hài hòa; Đây là Đại hội Phật giáo thế giới lần đầu tiên ở Auckland; Ý thức về việc cùng tồn tại sự bình đẳng của mọi chúng sinh.

Đại hội lần thứ 11 của Hội đồng Tăng Già Phật giáo Thế giới tại Auckland, New Zealand từ ngày 3 đến ngày 5 tháng 3 năm 2024 với sự tham dự của 497 đại biểu Tăng đoàn Phật giáo và quan sát viên từ khắp nơi trên thế giới. Trong Đại hội, các đại biểu đã đạt được sự đồng thuận sau khi thảo luận về chủ đề đại hội và đưa ra tuyên bố chung như sau.

Mở đầu:

Thế giới ngày nay, con người đang phải đối mặt với những thách thức nghiêm trọng như biến đổi khí hậu, ô nhiễm môi trường, khoảng cách giàu nghèo, phân biệt chủng tộc, xung đột chiến tranh và các vấn đề khác. Các hệ thống xã hội và môi trường mà con người dựa vào để tồn tại lành mạnh, có xu hướng xấu đi. Những thay đổi này đang đe dọa nghiêm trọng đến sự tồn tại và phát triển của con người.

Là một trong ba tôn giáo lớn của thế giới, Phật giáo chủ trương lý tưởng từ bi, bình đẳng và bao dung, cung cấp nguồn tư tưởng quan trọng để giải quyết các thách thức và đóng vai trò tạo nên vận mạng chung của nhân loại.

1/ Trở về với thiên nhiên

Theo Phật giáo, con người là một phần của môi trường tự nhiên và có mối quan hệ mật thiết với nhau. Đạo Phật nói về đạo lý nhân quả. Sự gây thiệt hại của con người đối với môi trường thiên nhiên cuối cùng sẽ trở lại gây hại cho chính bản thân họ.

Vì vậy, với tư cách là những người lãnh đạo tu tập trong cộng đồng Phật giáo, Tăng đoàn chúng ta nên kêu gọi Phật tử trên thế giới nêu gương quay về với thiên nhiên, tôn trọng thiên nhiên, yêu thích thiên nhiên và sống hòa hợp với thiên nhiên.

2/ Chung sống hài hòa

Lời dạy của Đức Phật về "sự đồng nhất của chúng sinh và hoàn cảnh bên ngoài" trong nhiều kinh cho thấy Phật giáo tin vào vận mệnh chung của con người và thiên nhiên. Do đó, rất rõ ràng rằng lý tưởng chung sống hài hòa giữa con người và thiên nhiên luôn được Phật giáo chủ trương. Những lý tưởng từ bi, bình đẳng và bất bạo động của Phật giáo có thể hướng dẫn con người tôn trọng thiên nhiên, yêu thiên nhiên và chung sống hài hòa với thiên nhiên.

Ảnh: Internet

Chúng tôi kêu gọi Phật tử mọi giới trên thế giới tích cực thực hành lý tưởng chung sống hài hòa, thúc đẩy sự hiểu biết và bao dung giữa các nền văn hóa, tôn giáo và chủng tộc, phản đối chiến tranh, bảo tồn môi trường tự nhiên mà chúng ta đang phụ thuộc vào để sinh tồn, xây dựng vận mệnh chung của nhân loại, và nỗ lực đạt được cõi Tịnh độ trên hành tinh này.

3/ Hành động thiết thực

Để hiện thực hóa mục tiêu quay về với thiên nhiên và chung sống hòa hợp, chúng tôi kêu gọi Phật tử trên thế giới thực hiện những điều sau:

a) Tích cực tuyên truyền và thực hành lý tưởng Phật giáo trong đối thoại về môi trường, bảo tồn trái đất, tăng cường trao đổi và hợp tác, chia sẻ kinh nghiệm thực tiễn trong đối thoại về môi trường, đồng thời cùng nhau nâng cao năng lực và trình độ trong công tác đối thoại về môi trường.

b) Ủng hộ tinh thần từ bi, bình đẳng và bao dung, đồng thời thúc đẩy trao đổi và hợp tác giữa các nền văn hóa, tôn giáo và chủng tộc khác nhau.

c) Tích cực tham gia các hoạt động phúc lợi xã hội, giúp đỡ các đối tượng có hoàn cảnh khó khăn, góp phần xây dựng mái nhà tươi đẹp, nơi con người và thiên nhiên cùng tồn tại hài hòa.

Chúng ta hãy chung tay và cùng nhau xây dựng một thế giới tốt đẹp hơn!

Cầu nguyện hết thảy chúng sinh được giải thoát mọi đau khổ và đạt được an lạc hạnh phúc.

Anh-Hoa ngữ: Dr.Chen-Huang Cheng
Việt dịch: Thích Nguyên Tạng
Nguồn : quangduc.com

Tuệ Sỹ

TIỂU KHÚC PHẬT ĐẢN

**Kleine Ode an Buddhas Geburt |
A little song of Vesak**

Sông Hằng một dải trôi mau;
Vận đời đôi ngã bạc đầu Vương gia.
Tuyết sơn phất ngọn trăng già,
Bóng Người thăm thẳm vượt qua chín tầng.
Cho hay Bồ tát hậu thân,
Chày kình chưa chuyển tiếng vần đã xa.
Sườn non một bóng Đạo già
Trầm tư năm tháng bên bờ tử sinh.
Nhìn Sao mà ngỏ sự tình:
Ai người Đại Giác cho mình quy y?
Năm chầy đá ngủ lòng khe;
Lưng trời cánh hạc đi về hoàng hôn.

Trăng gầy nửa mảnh soi thềm,
U ơ tiếng Trẻ, êm đềm Vương cung.
Sao trời thưa nhặt mông lung;
Mấy ai thấu rõ cho cùng nghiệp duyên.
Khói mơ quấn quýt hương nguyền,
Hợp tan là lẽ ưu phiền đấy thôi.

Vườn Hồng khóa nẻo phỉnh phờ,
Cùng trong cõi Mộng chia bờ khổ đau.

Thời gian vỗ cánh ngang đầu;
Sinh, già, bịnh, chết, tránh đâu vận cùng.
Khổ đau là khối tình chung,
Ai nâng cõi Thế qua bùn tử sinh?

Kleine Ode an Buddhas Geburt

Der Ganges fließt schnell dahin;
Das Schicksal des Lebens führt zu getrennten Wegen,
der Fürst ergraut.
Schneebedeckte Berge, der alte Mond weht leicht,
Der Schatten einer Person durchquert neun Ebenen, tief und weit.
Von einem Bodhisattva-Nachkommen wird erzählt,
Der Schlag des Glockenspiels klingt fern, kaum ist es erwähnt.
Am Bergesrand steht die Silhouette eines alten Weisen,
Jahrelang in Gedanken versunken, am Ufer von Leben und Sterben.
Er blickt zu den Sternen, um sein Herz zu offenbaren:
Wer ist der Erleuchtete, der uns die Zuflucht gewähren kann?
Jahrelang schlummern die Steine im Herzen der Schlucht;
Am Himmel ziehen Kraniche heimwärts in der Dämmerung.

Der schmale Mond beleuchtet sanft die Stufen,
Leises Kinderlachen, friedlich in des Königs Hallen.
Sterne am Himmel, spärlich und ungewiss;
Wer kann wirklich die Tiefe des Schicksals erfassen?
Rauch von Träumen windet sich um duftende Gebete,
In Vereinigung und Trennung liegt Kummer, so ist das Leben.

Der Garten falscher Freuden, in trügerischem Rosa,
kann nicht länger täuschen.
Gemeinsam im Reich der Träume teilen wir Leid und Schmerz.

Die Zeit schlägt ihre Flügel über unseren Köpfen;
Geburt, Alter, Krankheit, Tod - dem Schicksal kann niemand entfliehen.
Leid ist das gemeinsame Los der Liebe,
Wer hebt die Welt empor, durch den Schlamm von Tod und Leben?

Mỹ Đình übersetzt in Deutsch

A LITTLE SONG OF VESAK

The Ganges River flows running fast, as life is impermanent
Dancing between the destinies of life whitened the hair of the Royal Highness*
The snow-topped Himalayan mountain waved to the moon with its summit
As the image of the new-born Boddhisattva passed over the highest heaven,
touching the abode of gods
The truth is that the last existence of the Boddhisattva had not yet been announced,
But the whole world was shaking
The sound was heard afar
Even as the drum had not been struck
Reciting the Sutra has yet to transform, though its essence has echoed through mountains and rivers
On the side of a mountain,
An old recluse was meditating upon the meaning of existence, on the verge of life-and-death
Looking deep at the star, He, the old recluse
The Awakened One
Said let us take refuge
Time continued passing, as pebbles were sleeping in the bed of the brook,
and life was coming to its end,
A stork flew to the end of day through the twilight of the sunset.

The half slim moon still shone on the royal terrace
The lullaby to the holy-baby was resounding peace to the royal palace
As stars here are sparse and massive in the immense sky,
Who comes to see through the karma among relations?
The smoke of dreams is winding around the incense of prayer
Uniting and separating is but a sense of sorrow.
The rose garden was deceivingly closed to all,
as those in the same dreamy world differentiated the terrain of suffering
The time is passing, flapping its wings overhead
Birth, old age, sickness, death, is inevitably the end of life
Suffering is the common share of affection
Who is to lift the human realm over the muddle of life and death?

There was a prophecy that the prince would leave home for a holy life and attain the supreme enlightenment, otherwise he would be a great emperor. Worry about the prophecy was whitening the hair of the father-king.

Translated into English by Phe Bach

Thích Nữ Tịnh Quang

Huyền thoại đản sanh

Mỗi con người là một huyền thoại. Chúng ta ai ai cũng có huyền thoại khi còn trong trứng nước cho đến khi mở mắt chào đời; những chuyện li kỳ về mỗi người khi sinh ra đều được đấng sinh thành ghi nhớ và kể lại như là một điềm lạ về sự chào đời của đứa con thân yêu dù rất nhỏ nhoi, và đôi khi chúng ta bẵng quên mất khi đời sống quá ư bận rộn mệt nhoài…

Cũng thế, các vĩ nhân và thánh nhơn xuất hiện trên thế gian này đều có những huyền thoại vĩ đại hơn chúng ta, đặc trưng của những huyền thoại hoặc sinh hay tử được lưu truyền từ đời này sang đời khác, bằng khẩu truyền, bằng thiên hùng ca hay bút ký… Những câu chuyện huyền thoại xoay xung quanh cuộc đời của các vĩ nhân như là một sự minh chứng đối với sự hiện hữu tuyệt vời của họ trong một mốc son lịch sử và được truyền tụng cho đến bây giờ.

Là một con người trên tất cả con người, là một vĩ nhân trên tất cả vĩ nhân, cuộc đời của Đức Thích Ca Mâu Ni gắn liền với một huyền thoại tuyệt đẹp, phi phàm và đầy thi vị nhất; khi vừa mới mở mắt chào đời Người đã nhẹ nhàng bước trên bảy đóa hoa sen, tay phải chỉ lên trời, tay trái trỏ xuống đất và dõng dạc tuyên ngôn: "Ta là Đấng cao quí duy nhất trong thiên hạ" (I alone am the World-Honored One). Biết bao thế kỷ tang thương, cuộc dâu bể đổi dời, huyền thoại về sự ra đời của Ngài như vẳng nghe mới hôm nao đây bên những trang kinh tưởng chừng như chưa ráo mực.

Tương truyền, vào một đêm Hoàng hậu Mahamaya mộng thấy con voi trắng sáu ngà từ cõi trời bay xuống trong tiếng nhạc vang lừng, quỳ xuống bên chân Hoàng hậu, con voi dâng cho bà một cành sen hồng được mang từ cái vòi của nó. Thức giấc, Hoàng hậu thấy cảm giác dễ chịu và khoan khoái với những mùi hương lạ thơm ngát căn phòng, và bà biết rằng mình đã thụ thai Thái tử Siddhartha.

Vào một buổi sáng trời trong xanh, nắng đẹp, chim chóc vui hót, Hoàng hậu Mahamaya đi dạo chơi trong vườn Lumbini, một khu vườn xinh đẹp thuộc thành Kapilavatthu, một lúc bà thấy mệt và vịn tay phải vào cành cây vô ưu (ashoka tree) đang nở đầy hoa thì hạ sinh thái tử. Thái tử Siddhartha được sinh ra từ hông bên phải, ngay lúc ấy ngài đứng dậy đi bảy bước, dưới chân Ngài nở bảy đóa sen, một tay chỉ trời một tay chỉ đất mà nói rằng: "Thiên thượng thiên hạ duy ngã độc tôn."

Hơn hai mươi lăm thế kỷ trôi qua, biết bao giấy mực luận bàn về huyền thoại này; sự đản sinh của Đức Phật đã trở thành đề tài muôn thuở cho các nhà nghiên cứu bình luận, là chủ đề gây tranh cãi nhiều nhất từ xưa tới nay; bên cạnh đó nó cũng là tiền đề gây hứng thú nhất cho các nhà Phật học và thi nhân kim cổ.

Không ít các nhà phân tích Phật học cho rằng bảy đóa sen kia là tượng trưng cho bảy phần Bồ đề (hay Thất giác chi) một trong Ba mươi bảy phẩm trợ đạo-là phương pháp tối yếu để giúp cho người học đạo và tu đạo thể nhập được giác ngộ, hoặc là yếu nghĩa của Tam Thừa Tứ quả, và cũng không ít người cho rằng bước sen thứ bảy là sự giải thoát hoàn toàn từ sáu bước sen trước, như là sự vượt thoát sáu cõi luân hồi. Một số nhà bình luận khác thì cho rằng con số 7 là con số triết học thuần túy của Ấn Độ, với ý nghĩa không gian có bốn (đông, tây, nam, bắc), thời gian có ba (quá khứ, hiện tại và tương lai); Thái tử đi trên bảy đóa sen tượng trưng cho sự vượt thoát về ý niệm của không gian và thời gian. Ngài sinh từ hông phải là biểu thị cho bản thể tuyệt đối vô nhiễm và câu tuyên ngôn: "Ta là Đấng cao quí nhất trong thiên hạ" là sự xác tín về Phật tính-vốn ẩn tàng trong mỗi chúng sinh... tất cả khía cạnh lý giải đều có ý nghĩa nhất quán mặc dù trên hình thức có đôi chút dị biệt, đó là sự giác ngộ về Chân tâm Phật tính xuyên qua truyền thuyết Đản sinh này.

Tuy nhiên các học giả Đông Tây đứng trên lập trường khách quan thì cho rằng bảy bước hoa sen là sự đại diện cho bảy phương hướng: Đông, Tây, Nam, Bắc, Trên, Dưới và Tại đây (east, west, north, south, up, down and here). Và một tay chỉ trời một tay chỉ đất là một điềm lành báo hiệu sự hiện hữu của một vị Cứu tinh cho cõi Thiên Nhơn-nối kết giữa trời và đất, giữa thiên đường và trần gian bụi bặm, và câu tuyên ngôn: "Ta là đấng tôn quý nhất trong thiên hạ" theo quan điểm Phật giáo Phát triển là một cách nói khác để xác quyết về tính giác hằng hữu trong không gian vô cùng và thời gian vô tận bên trong mỗi chúng sinh.

Bên cạnh đó không ít các bình luận gia ngoại đạo cho rằng huyền thoại đản sinh của Đức Thích Tôn được vay mượn từ huyền thoại chào đời của Thần Indra-vị thần cổ của Ấn Độ giáo vốn được truyền tụng ở trong văn học Rig Veda. Thần Indra cũng sinh ra từ bên hông của mẹ, và khi vị thần này chào đời thì có những hiện tượng lạ xảy ra như là nhật thực, trái đất vang động, núi non trời đất lung lay, và tất cả các vị thần khác đều sợ hãi sự phẫn nộ của thần Indra…, một trong những thi kệ của Rig Vedic cũng ca ngợi vị thần này: "Ồ Indra, sự khéo léo của người giống như bậc thầy của các Thiên chủ và loài người…". Đặc biệt khi vừa ra đời thần Indra nói rằng ông ta sẽ là đấng thừa hành những sứ mệnh vĩ đại. Cũng có một số Học giả khác cho rằng truyền thuyết Đản sinh của Đức Phật không ít thì nhiều có ảnh hưởng truyền thuyết Hy Lạp, khoảng thời gian sau khi Đại đế Alexander cai trị vùng Đông Á vào năm 334 BCE, và có một sự hòa nhập đáng kể về tư tưởng và nghệ thuật giữa Phật giáo và Hy Lạp. Một số khác thì đinh ninh rằng câu chuyện Đản sinh là được "nâng lên" từ câu chuyện ra đời của chúa Jesu khi những nhà thương buôn Phật giáo trở về từ Trung Đông… Tất cả sự tranh cãi này không ngoài mục đích là đánh tan thần tượng thần thánh hóa Đức Phật.

Dù vậy không ai có thể chối bỏ được hình tượng hoa sen-một biểu tượng cho trí tuệ trong nghệ thuật Phật giáo, hoa sen còn đại diện cho sự tinh khiết và thanh cao của tâm linh. Bên cạnh đó bảy bước hoa sen của Đức Phật chỉ cho bảy hướng: Đông, Tây, Bắc, Nam, Trên, Dưới và Tại đây thì không tương đồng với bất kỳ huyền thoại nào khác. Đức Phật ra đời trong một bối cảnh xã hội Ấn Độ đầy phức tạp; mặc dù trong giai đoạn này thế lực chính thống của Bà La Môn giáo đã đến thời kỳ suy yếu; thay vào đó sáu phái Triết học và bảy mươi hai tà kiến với nhiều lập trường triết thuyết tranh nhau hùng cứ bốn hướng đông, tây, nam, bắc và khu vực thượng lưu và hạ Lưu sông Hằng. Sự ra đời của Ngài như để dàn xếp và thống nhất các học thuyết tư tưởng bằng sự giác ngộ thực tại duyên khởi, và chỉ có Đức Thích Tôn mới làm được cuộc cách mạng lịch sử của các trào lưu tư tưởng đương thời. Và cho đến hôm nay, giáo lý giải thoát này vẫn mãi hiện hữu mầu nhiệm giữa lòng trời đất bao la, xuyên qua bốn phương đông, tây, nam và bắc của quả địa cầu này.

Ngoài bảy bước hoa sen, huyền thoại Đản sinh với câu tuyên ngôn: "Ta là Đấng cao quí nhất trong thiên hạ" đã làm chấn động và gây xôn xao cho tất cả người nghe với tất cả thành phần trong xã hội. Câu tuyên ngôn này có mâu thuẫn chăng khi lập trường của Phật giáo là Vô ngã (anatma hoặc nontheism)? Chúng ta không thể lý giải theo quan niệm "tự tôn" với một trẻ vừa sơ sinh chưa có ý thức phân biệt. Tất cả các nhà Phân tích đều đồng

quan điểm rằng cái "Ta" trong câu nói trên như là một sự xác tín về Chân ngã-Phật tính vốn chi phối và điều động sự hiện hữu của thế giới. Cái "Ta" này biểu hiện dưới hình thái con Người-chính là Thượng đế tôn quí nhất trong thiên hạ, nhưng con người đã bỏ quên để rồi lang thang tìm cầu một Thượng đế xa xôi, vô vọng và rồi tự chuốc thêm vọng tưởng khổ đau! Một cách khác, câu nói này cũng là lời tuyên cáo rằng chỉ có Đức Phật mới là Đấng Thượng đế duy nhất bao hàm Trí tuệ và Từ bi viên mãn, Kokkali nói: "Trí tuệ của Đức Phật rộng lớn như biển khơi, và Thánh linh của Ngài là đầy đủ đức đại từ bi. Đức Phật không có hình thái cụ thể nhưng thể hiện chính mình trong sự hoàn thiện và dẫn dắt chúng ta bằng cả tấm lòng từ bi của ngài" (Buddha's Wisdom is broad as the ocean and His Spirit is full of great compassion. Buddha has no form but manifests Himself in Exquisiteness and leads us with His whole heart of Compassion)[1]. Do đó sự thị hiện của Đức Phật không ngoài mục đích tạo dựng một thế giới của tình yêu thương và hòa bình trên căn bản của tuệ giác vô ngã vị tha.

Mỗi Tôn giáo đều gắn liền với huyền thoại của Đấng giáo chủ của chính nó để được trải dài theo thời gian như một sự linh thiêng và huyền bí; cũng như những nhân vật nổi tiếng trên thế giới đều có huyền thoại của riêng mình, như huyền thoại nhà sáng lập Đế chế Mông Cổ Thành Cát Tư Hãn, huyền thoại nhà lãnh đạo chính trị cuộc cách mạng Pháp Napoleon, huyền thoại nữ hoàng Ai Cập Nefertiti, huyền thoại thiên tài âm nhạc Mozart, huyền thoại họa sĩ nổi tiếng Van Gogh, Huyền thoại thi sĩ Nguyễn Du, gần đây chúng ta có huyền thoại minh tinh điện ảnh Marilyn Monroe, huyền thoại bóng đá với chân sút "phù thủy" Maradona, huyền thoại vua nhạc Pop Michael Jackson… tất cả họ đã đi vào dòng thời gian bất tuyệt xuyên qua huyền thoại của chính mình. Các bậc chí sĩ thánh nhân thì có những huyền thoại phi phàm lãng tử không thể suy lường, như huyền thoại Trang Tử nhập vào bướm, Lý Bạch ôm trăng mà chết, Đức Jesu chịu đóng đinh trên cây Thập tự, Đức Bồ Đề Đạt Ma quảy một chiếc hài đi về Thiên Trúc… Trên tất cả huyền thoại, huyền thoại của Đức Phật Thích Ca Mâu Ni giàu chất thi ca và nghệ thuật nhất: sinh giữa rừng hoa, thành đạo dưới gốc cây, thuyết pháp giữa rừng cây và nhập diệt cũng giữa núi rừng tĩnh mặc; điều này đã nói lên rằng chỉ có Đấng Điều ngự Thế Tôn mới thoát khỏi được ngôi nhà Tam giới, ngục tù của vô minh và ảo tưởng.

Không hình ảnh nào tuyệt đẹp và thi vị hơn hình ảnh đản sinh của Đức Thích Tôn nhẹ nhàng bước trên bảy đóa hoa sen; không có lời nói nào tạo nên sự sửng sốt và bàng hoàng muôn thuở như tuyên ngôn: "Ta là đấng tôn quý duy nhất trong thiên hạ." Như là một công án, câu nói nầy là một lời thôi thúc cho mọi người tìm hiểu học thuyết Phật Đà, và "đến để mà thấy". Huyền thoại đản sinh như là mệnh đề dẫn nhập hay nhất cho toàn bộ nội dung chi tiết của Giáo pháp Phật Đà băng qua trên mọi ngôn từ và lý luận giả tạo của trần gian. ∎

---

[1] The Teaching of Buddha", Bukkyo Dendo Kokkali (Buddhist Promotion Foundation)

HT. Thích Như Điển

THAM LUẬN:

Phục Hồi Môi Trường Để Cùng Tồn Tại
Environmental Restoration for Harmonious Coexistence

Ghi chú của Ban Biên Tập Viên Giác:

Hội Đồng Tăng Già Phật Giáo Thế Giới (The World Buddhist Sangha Council, viết tắt là WBSC) được thành lập vào tháng 5 năm 1966 tại Thủ đô Colombo, Tích Lan, với tiêu chỉ gồm 4 điểm sau: (1) Khuyến khích siết chặt tình hữu nghị giữa Tăng già (Promoting better relationship amongst the Sangha); (2) Đẩy mạnh các hoạt động hoằng dương Chánh Pháp (Promoting Dhammaduta activities); (3) Tăng thêm tình hữu nghị giữa hàng Tăng sĩ xuất gia và Phật tử tại gia (Promoting a cordial relationship between the laity and Sangha): (4) Tán thành, ủng hộ mọi hoạt động về tự do và hòa bình cho thế giới qua đóng góp của Tăng già (Upholding of freedom and peace in the World through the Sangha). Hiện nay HĐTGPGTG quy tụ 54 quốc gia thành viên trên toàn thế giới có trụ sở đặt tại Đài Loan. Bắt đầu từ năm 2018 Hòa Thượng Thích Như Điển được Đại Hội cung thỉnh vào Pháp vị *Phó Chủ Tịch Hội Tăng Già Phật Giáo Thế Giới*.

HT Như Điển phát biểu ở Đại hội WBSC năm 2018 tại Penang Malaysia

Nam Mô Bổn Sư Thích Ca Mâu Ni Phật
Kính thưa Quý Vị,

Lần nầy Hội Đồng Tăng Già Thế Giới (World Buddhist Sangha Council) thảo luận về đề tài Environment Restoration for Harmonious Co-Existence (Phục Hồi Môi Trường Để Cùng Tồn Tại). Dựa vào đề tài này, chúng tôi xin gửi đến quý vị quan điểm của mình như sau.

Đạo Phật là đạo lấy từ bi và trí tuệ làm phương châm cho cuộc sống hằng ngày, từ quá khứ cho đến ngày nay không có gì thay đổi. Nếu có thay đổi, thì đó là do lòng người cũng như không gian và hoàn cảnh khác nhau, nên mới có những việc xảy ra bất như ý trên quả địa cầu nầy.

Thế giới của chư Thiên ở các cõi Trời chắc là môi trường vẫn còn tốt, nên chưa thấy sách vở hay kinh điển nào đề cập đến là nên cần phải phục hồi lại môi trường ở những cõi ấy. Những cõi của các vị A La Hán, các vị Bồ Tát ở mười phương vô biên thế giới chắc cũng không cần phải phục hồi về môi trường để sinh sống, vì những vị nầy đã giải thoát sanh tử và không bị môi trường xung quanh mình chi phối. Riêng cõi người và những cõi bên dưới như: địa ngục, ngạ quỷ và súc sanh chắc chắn cần phải bảo vệ nhiều hơn, mới mong môi trường xung quanh sạch sẽ được.

Đức Phật của chúng ta thường dạy rằng: Ở cõi người là cõi dễ tu thành Phật, thành Bồ Tát, thành A La Hán nhất. Nhưng đồng thời ở cõi nầy nếu chúng ta không biết tu tập, không biết làm lành lánh dữ thì cũng dễ bị đọa lạc vào những cõi bên dưới, với nhiều đau khổ hơn con người của chúng ta hiện đang sinh sống trên quả địa cầu nầy.

Đọc kinh sách Phật Giáo, chúng ta thấy rằng ở vào thời quá khứ xa xưa, cõi nầy vốn thanh tịnh, và con người không phải làm lụng vất vả như ngày hôm nay để có cái ăn, cái mặc, bởi vì tất cả đều do sự ước muốn của con người mà đồ ăn uống sẽ tự hiện ra để cho chúng ta sử dụng. Nhưng con người vốn do lòng tham không giới hạn, nên những ham muốn đó, khiến chúng ta bị sa lầy trong sanh tử, quên đường về lại Thiên cung, vì thần thông không còn nữa. Tất cả đều do chúng ta tạo ra và tham, sân, si chính là những độc tố giết hại tâm ta cũng như môi trường sống chung quanh của chúng ta. Thêm vào đó, sự ngờ vực, nghi kỵ, lòng cố chấp, vị kỷ, v.v… đã làm cho sự nhận thức của chúng ta bị hoen ố, nên càng ngày càng lún sâu vào con đường tội lỗi.

Nhìn lại từ thế kỷ thứ 18 đến thế kỷ thứ 21 nầy chúng ta thấy những gì đã và đang xảy ra chung quanh mình? Đầu tiên là dân số gia tăng chóng mặt. Sự sinh sản không giới hạn ở nhiều châu lục, khiến cho nạn đói càng ngày càng tăng, trẻ thơ không có đủ sữa để uống, áo quần không đủ mặc để đi đến trường. Sự thất học khiến cho con người cùng quẫn, sinh ra những tệ nạn khác của xã hội như: cướp bóc, giết người, buôn bán ma túy, v.v... Điều đó dẫn đến hệ lụy là tất cả sinh hoạt mưu sinh của con người đều cốt làm sao lợi nhuận được tăng cao, mà chưa bao giờ quan tâm đến sức khỏe và sự sống chết của người khác.

Trong lãnh vực hoạt động sản xuất cũng như thế. Nghĩa là con người không tập trung vào việc bảo vệ cây cối, rừng núi thiên nhiên, bằng cách chăm sóc và trồng cây xanh để giữ gìn môi trường thiên nhiên tốt đẹp. Ngược lại, con người chỉ nhắm vào mục đích gia tăng lợi nhuận mà khai thác vô tội vạ việc chặt phá cây cối để canh tác, lấy gỗ khiến cho môi trường ngày càng tồi tệ, mà hậu quả là lũ lụt, hạn hán càng lúc càng hung hãn để dẫn đến tình trạng nhiều dòng sông cạn nước, những cánh đồng không còn cây cỏ xanh tươi, động vật chết chóc, tuyệt chủng.

Trong lãnh vực công kỹ nghệ, những nhà máy sản xuất mọc lên khắp nơi, dùng nước thải không xử lý cho chảy ra ao, hồ, sông, biển khiến cho môi trường nước bị nhiễm độc làm cho không biết bao nhiêu động vật đang sinh sống nơi ấy bị chết ngạt, thậm chí có nơi con người còn vớt lên để nấu ăn, tiêu thụ. Hệ quả theo sau là con người bị bệnh tật, chết chóc…, thuốc thang không đầy đủ để có thể cứu giải những khổ nạn này. Còn nữa, tình trạng các bao rác bằng ni lông thả đầy vào những dòng sông, vào biển cả, khiến cho những sinh vật đang sinh sống tại đó ăn nhầm hay bị vướng mắc khiến cho chúng không thể sống và sinh trưởng nữa. Sự sinh tồn nơi biển cả cũng có nguy cơ càng ngày càng giảm thiểu nhiều hơn qua việc đánh bắt tinh vi của con người. Vậy mà cũng không đáp ứng đủ với nhu cầu tiêu thụ của con người.

Từ lòng đất, trữ lượng khí đốt, dầu thô cũng bị con người đào xới, sử dụng không giới hạn. Rồi một ngày nào đó, lòng đất sẽ trống rỗng, khiến cho động đất xảy ra với cường độ mãnh liệt và sóng thần sẽ tràn ngập đó đây và con người sẽ đi vào chỗ diệt vong như kinh Phật đã từng cho biết. Từ đó thế giới khác sẽ được thành lập. Khi tuổi thọ của con người trên quả địa cầu nầy càng giảm đi là lúc chúng ta phải biết rằng đạo đức và phước báo của con người ngày càng cạn kiệt, mà một trong những nhân duyên đưa đến thảm trạng này là người xuất gia không hành trì giới luật một cách miên mật, người tại gia không giữ tròn Ngũ giới và Thập Thiện. Đây chính là nguyên nhân vậy. Đã rõ nguyên nhân rồi thì chính chúng ta phải khắc phục hậu quả và khắc phục như thế nào thì chúng ta phải bắt đầu lại từ đầu.

Tiền tài, sắc đẹp, danh vọng, địa vị, v.v… là những thứ khiến chúng ta dễ bị say đắm và dễ bị rơi vào cạm bẫy để chúng tự làm chủ, còn chúng ta thì bị nô lệ. Một ngày nào đó chúng ta không tự biết mình là ai và chúng ta có mặt ở thế giới nầy để làm gì. Nếu sống mà không có mục đích thì việc sống ấy có giá trị gì chăng? Vậy chúng ta phải bắt đầu từ đâu đây? Chúng ta phải trở về với những lời dạy nguyên thủy của Đức Phật và chư vị Thánh Tăng, bởi lẽ không ai trong chúng ta tự biết vì sao chúng ta bị mắc phải vào những sai lầm như thế. Chỉ bằng cách là giáo dục con người từ thuở ấu thơ và dần lên trưởng thành bằng chất liệu từ bi và trí tuệ của Phật Giáo thì chắc chắn một điều, thế giới nầy sẽ đổi thay và môi trường sống chung quanh chúng ta cũng sẽ thay đổi. Nếu không giữ giới, thực hành hạnh lợi tha thì đừng trông mong gì môi trường chung quanh chúng ta được tốt hơn.

Bài viết nầy chỉ mong đóng góp một phần nhỏ vào chủ trương của WBSC qua ý tưởng của chúng tôi, với ước mong rằng tất cả chúng ta, trời và người, cùng bao nhiêu sinh vật khác đang chung sống trên thế giới nầy đều được ân triêm lợi lạc, để tất cả chúng sanh được sống hòa bình với nhau trong một môi trường sạch sẽ thì Tịnh Độ chính là bây giờ và ở đây vậy.

Cầu mong những nỗ lực chung của tất cả chúng ta sẽ dẫn đến một thế giới an bình, nơi tất cả chúng sinh cùng sống trong hài hòa và vẻ đẹp của Trái đất được bảo tồn cho nhiều thế hệ tương lai."

Kính nguyện tất cả luôn được an vui. ∎

ENGLISH

Most Venerable Thich Nhu Dien

Restoring the Environment for Harmonious Coexistence

Namo Shakyamuni Buddha

Dear Respected Members,

The World Buddhist Sangha Council will convene to address the matter of 'Environmental Restoration for Harmonious Co-Existence' at a future time. We would like to express our opinions on this crucial matter in a courteous manner, as outlined below.

Buddhism is a religious belief system that emphasizes compassion and wisdom as fundamental elements for managing one's daily life. This has remained unchanged from the past to the present. Any alterations that occur are a direct result of shifts in individuals' sentiments as well as variations in environments and conditions. Consequently, unfavorable occurrences transpire on our planet, known as Earth.

The environment of the Devas / Gods in the Heavenly Realms is expected to retain a favorable environment; hence, no scriptures or sacred books mention the necessity for environmental repair in those realms. Similarly, the realms of the Arhats and Bodhisattvas in the endless worlds in all directions are unlikely to require environmental rehabilitation to survive. These entities have transcended the cycle of birth and death and are unaffected by their surroundings. In contrast, the human and lower realms, such as hell, hungry ghosts, and animal realms, surely require further protection in order to maintain a clean and healthy environment.

According to our Buddha's teachings, the human realm is considered the most advantageous for attaining Buddhahood, Bodhisattvahood, and Arhatship. Nevertheless, in this terrestrial domain, if we neglect to rigorously cultivate virtuous actions and abstain from malevolent deeds, we run the perilous possibility of descending into inferior realms, where suffering surpasses the magnitude of our present human experience on Earth.

According to Buddhist teachings, the world was essentially pure in ancient times, and mankind did not have to work as hard for food and clothing as they do now. Everything was manifested based on human wishes and desires; food and drink would materialize, ready for ingestion. However, due to our insatiable greed, these cravings have caused us to become trapped in the never-ending cycle of life and death, forgetting how to return to the heavenly regions as our spiritual energies wane. We created this reality for ourselves, where greed, anger, and ignorance are poisons that destroy both our minds and the environment in which we live. Doubt, suspicion, bigotry, and selfishness have tarnished our perception, leading us down the wrong path.

Upon reflection, what observations can we make regarding the events occurring in our surroundings during the 18th and 19th centuries, followed by the 20th century, and presently in the 21st century? To begin with, the population is growing rapidly. The uncontrolled proliferation across continents has led to an increase in famine, when children are deprived of an adequate supply of milk and suitable school clothing. The lack of knowledge, including illiteracy and limited access to healthcare, perpetuates poverty, which in turn gives rise to various societal ills such as theft, homicide, drug trade, and other activities driven by profit-seeking and a disregard for the welfare of others. As long as the profit remains at a high level, it seems to be satisfactory. Meanwhile, the individuals in our vicinity exist without awareness or concern for each other's survival.

The production scenario mirrors these challenges as forestry enterprises fail to cultivate or safeguard dense forests. Instead, they are felled to enhance agricultural revenue. Nevertheless, the fact remains that this phenomenon significantly contributes to the occurrence of floods, droughts, and several other natural calamities. Rivers experience desiccation, fields lose their verdant greenery, and a significant number of animals perish, with some species facing extinction. Meanwhile, humanity persists in its unwavering aspiration to explore and subjugate uncharted territories, driven by individual avarice.

In the industrial sector, there is a proliferation of manufacturing facilities. These companies are releasing untreated wastewater into bodies of water such as ponds, lakes, rivers, and seas. This pollution is leading to the death of various aquatic species. Subsequently, individuals retrieve them in order to prepare and consume them. The ensuing challenge lies in the fact that humans experience illness and mortality... There is a shortage of drugs available to treat these illnesses. A substantial quantity of plastic waste is disposed of in rivers and oceans, ensnaring and immobilizing the species inhabiting these areas, thus impeding their survival and growth. The sustainability of marine life is increasingly threatened as a result of sophisticated human fishing techniques, while the supply is insufficient to fulfill the growing demand for consumption.

Humans exploited the unrestricted access to subsurface reserves of natural gas and crude oil. Eventually, the world will become devoid of life, resulting in highly intense earthquakes, widespread tsunamis, and the ultimate extinction of humanity, as foretold in the Buddhist scriptures. Subsequently, a distinct realm will materialize. As the human lifespan declines, it is crucial to acknowledge the diminishing human morality and blessings. One contributing factor to this tragedy is the lack of diligent adherence to precepts by monastics and the failure of lay people to follow the Five Precepts and Ten Virtues. This is the underlying cause. Once the cause is identified, we must address the ramifications and design a solution, which necessitates a complete restart.

Money, beauty, fame, status, etc., and prestige are allurements that readily entice us, leading us into traps where they control us and we become simple dependents. There may come a time when we lose sight of our identity and purpose in the world. What value does a life have if it lacks a significant goal? So where should we start our journey? The answer is to reconnect with the Buddha's and the Sangha's core teachings. Nobody would engage in wrongdoing unless someone informed them of their mistakes. The idea is to start educating people at an early age and promote their growth through the humanitarian and wise teachings of Buddhism. It is evident that with such an approach, not only will our world change, but the environment around us will also improve. Expecting an improvement in our surroundings would be fruitless unless we committed to ethical conduct and an attitude of selflessness. If we do not keep the precepts and practice the virtue of benefiting others, we cannot expect the environment around us to be better.

This article represents a humble contribution that aligns with the objectives of the WBSC and reflects my own views. I earnestly hope that every entity on this planet—humans, deities, and the varied array of other beings who inhabit our space—falls into an abundance of tranquility and contentment, unaffected by external situations. My desire is for all aware creatures to cohabit peacefully in a clean environment, as the Pure Land manifests on Earth at this very moment, precisely in this state of unity and purity. It is here and now.

May our collective efforts lead to a world where all beings coexist harmoniously, and the beauty of the Earth is preserved for countless generations to come.

Sincerely wishing everyone everlasting peace and joy. ∎

ĐỨC ĐẠT LAI LẠT MA
-
SOFIA STRIL-REVER
HOANG PHONG
chuyển ngữ

HÃY LÀM MỘT CUỘC CÁCH MẠNG!

LỜI KÊU GỌI TUỔI TRẺ CỦA ĐỨC ĐẠT LAI LẠT MA

Ananda Viet Foundation
2018

Chương 1: Tôi đặt hết lòng tin nơi các bạn.
Chương 2: Hãy biến mình thành những con người bất khuất vì hòa bình.
Chương 3: Cuộc cách mạng từ bi.
Chương 4: Các bạn có thể làm được gì cho thế giới.
Chương 5: Thế giới từ bi là có thật.
Tuyên Ngôn Về Trách Nhiệm Toàn Cầu.

LỜI GIỚI THIỆU CỦA NGƯỜI CHUYỂN NGỮ

Phật giáo không phải là chỉ để dành riêng cho những người lớn tuổi chuẩn bị cho cái chết của mình, mà còn mở ra một chân trời mới cho tuổi trẻ. Giáo Huấn của Đức Phật không phải là những lời cầu khẩn và van xin mà là lý tưởng, bổn phận và hành động, giúp con người và nhất là tuổi trẻ biến cải cuộc đời mình, bảo vệ sự sống và sự tồn vong của cả hành tinh này.

Bà Sofia Stril-Rever, văn sĩ, chuyên gia tiếng Phạn, Tây Tạng học..., là đệ tử của Đức Đạt-lai Lạt-ma, đã góp nhặt những lời ghi chép trong một cuộc phỏng vấn mà Ngài đã dành riêng cho mình, thành một quyển sách nhỏ mang tựa: "HÃY LÀM MỘT CUỘC CÁCH MẠNG! Lời kêu gọi tuổi trẻ của Đức Đạt-lai Lạt-ma". Quyển sách bắt đầu thành hình ngay sau buổi phỏng vấn diễn ra tại Bodhgaya (Bồ-đề Đạo tràng) ngày 3 tháng giêng năm 2017, hoàn tất ngày 2 tháng 10 tại Dharamsala trên miền Bắc Ấn Độ, nơi lưu vong của Đức Đạt-lai Lạt-ma và sau cùng đã được xuất bản tại Pháp ngày 26 tháng 1, 2017 vừa qua.

Quyển sách thật trong sáng, ngập tràn lòng từ bi này của một người tu hành lớn tuổi viết là để dành riêng cho thế hệ trẻ, thế nhưng cũng có thể

làm xúc động cả những con tim chai đá và khô cằn của những người kém trẻ trung hơn. Quyển sách gồm năm chương, và trong mỗi chương bà Sofia Stril-Rever trích ra một đoạn ngắn để đưa lên trang mạng của bà.

Bures-Sur-Yvette, 24.12.17
Hoang Phong

Chương 1
TÔI ĐẶT HẾT LÒNG TIN NƠI CÁC BẠN

Hỡi các anh chị em thân mến, hỡi những người bạn trẻ của tôi!

Các bạn sinh ra vào đầu thiên niên kỷ thứ ba này. Các bạn quả là tuổi trẻ của thế giới. Thế kỷ này chưa được hai mươi tuổi, do đó còn rất trẻ, trẻ như chính các bạn hôm nay. Thế giới sẽ lớn lên cùng các bạn, và sẽ trở thành đúng với những gì mà các bạn đang tạo ra cho nó.

Sở dĩ tôi đưa ra những lời kêu gọi này vì tôi đã từng theo dõi các bạn và đặt hết lòng tin nơi các bạn. Từ nhiều năm nay tôi vẫn luôn dành ưu tiên trong việc tiếp xúc với các bạn, dù là trên đất Ấn, hay trong các dịp du hành tại các xứ sở xa xôi, dù là ở Âu Châu, Hoa kỳ, Gia Nã Đại, Úc Châu hay Nhật Bản. Qua các cuộc trao đổi đó, tôi đã đạt được một niềm tin thật vững chắc là thế hệ của các bạn sẽ có đủ khả năng biến thế kỷ mới sinh này thành một thế kỷ của hòa bình và hợp tác. Các bạn thừa sức hòa giải nhân loại đang rách nát này với chính nó và cả với môi trường thiên nhiên.

Các bạn là hiện thân của một sự đổi mới đang bị bủa vây bởi những cảnh u tối của một thế giới già nua, những sự hỗn loạn đầy mờ ám, đau thương và nước mắt. Các bạn là các chiến sĩ tiên phong trước một đêm tối đầy hiểm nguy, hận thù, ích kỷ, hung bạo, tham lam và quá khích, tác hại đến cả sự sống trên địa cầu này. Thế nhưng tôi vẫn tin rằng tuổi trẻ của các bạn với tấm lòng quả cảm không hề nao núng, sẽ sớm san bằng mọi sự mờ ám lưu lại từ quá khứ.

Hỡi các bạn trẻ của tôi, các bạn là niềm hy vọng của tôi trước sự tồn vong của nhân loại. Tôi muốn cất tiếng thật cao và thật mạnh để các bạn đều nghe thấy thông điệp của tôi và hãy quan tâm đến nó. Tôi luôn tin vào tương lai, bởi vì tôi đoan chắc rằng các bạn sẽ biến nó trở nên thân thiện, công bằng và đoàn kết hơn.

Tôi nói chuyện với các bạn qua kinh nghiệm của bản thân tôi ở tuổi 82 này. Năm 16 tuổi *(đối với người Tây Tạng vừa sinh ra là đã được 1 tuổi - ghi chú trong sách)*, ngày 17 tháng 11 năm 1950, tôi mất hết tự do, không được ngồi lên chiếc ngai ở kinh đô Lhasa để nhận lãnh trọng trách tối thượng, trên cả hai phương diện thế tục và tín ngưỡng của xứ Tây Tạng. Năm 25 tuổi, vào tháng 3, 1959, tôi mất cả quê hương. Bằng vũ lực, quê hương tôi đã bị sáp nhập vào nước Cộng hòa Nhân dân Trung Quốc. Sinh năm 1935, tôi từng biết đến những nỗi đau thương của thế kỷ XX, một thế kỷ với những cuộc đại chiến đẫm máu nhất trong lịch sử. [Quả đáng tiếc], trí thông minh tuyệt vời của con người thay vì được sử dụng vào việc phục vụ, yêu thương và bảo vệ sự sống, thì lại bị lèo lái để hủy diệt sự sống, bằng một thứ vũ lực mà chính mặt trời cũng phải vay mượn để tạo ra sức mạnh cho mình *(ý nói trí thông minh của con người đã bị lợi dụng để sáng chế ra bom hạt nhân)*. Các bạn sinh ra trong một thế giới mà các kho vũ khí hạt nhân của một số cường quốc nguyên tử có thể hủy diệt đồng loạt hàng chục hành tinh như thế này.

Ông bà và cha mẹ các bạn từng biết đến các cuộc đại chiến thế giới và vô số các cuộc xung đột khác, thiêu đốt và làm ngập máu thế giới của

Hình: Đức Đạt Lai Lạt Ma viếng thăm Chùa Viên Giác vào năm 2013

chúng ta, khiến 231 triệu người đã bị thiệt mạng trong thế kỷ vừa qua. Một cơn sóng thần hung hãn chưa từng thấy đã cuốn trôi cả nhân loại. Cơn sóng đó được nuôi dưỡng bởi các thứ chủ nghĩa quốc gia thật khắc nghiệt, sự kỳ thị chủng tộc, bài Do Thái (anti-semitism) và sự nhồi sọ ý thức hệ. Tôi từng sống trong thời đại xảy ra thảm họa holocaust *(thảm họa thiêu người tập thể)* gây ra bởi chủ nghĩa phát xít tại Âu Châu, với trận hỏa hoạn hạt nhân tại Nhật Bản, với chiến tranh lạnh, với các cuộc thảm sát thường dân tại Triều Tiên, Việt Nam, Kampuchea, với cuộc Cách mạng Văn hóa và nạn đói kém làm thiệt mạng 70 triệu người tại Trung Quốc và Tây Tạng.

Các bạn và cả tôi đều trông thấy xứ Afghanistan và vùng Trung Đông bốc cháy trong lửa đỏ, gây ra bởi những cuộc xung đột đang tàn phá những xứ sở mà trước kia từng là chiếc nôi của [nền văn minh] nhân loại. Hôm nay lại hiện lên với chúng ta từ Địa Trung Hải hình ảnh thây người lềnh bềnh trên sóng, thây của trẻ thơ, vị thành niên, phụ nữ và cả đàn ông, họ là những người đã mang sinh mạng mình thách đố một lần cuối cùng với sự sống còn, với hy vọng rồi đây sẽ có phương tiện giúp đỡ những người thân sống sót.

Các bạn và tôi cùng chứng kiến sự sụp đổ của hệ thống môi sinh trên Địa cầu. Sự đa dạng sinh học (biodiversity) đang sút giảm ở mức độ kinh hoàng, cứ mỗi 20 phút lại có một loài thực vật hay động vật bị tuyệt chủng. Chúng ta đang chứng kiến nạn phá rừng hàng loạt tại các vùng Amazon, xé nát lá phổi cuối cùng của hành tinh này. Chúng ta đang chứng kiến hiện tượng acid hóa trong tất cả các đại dương, sự hóa trắng của các mảng san hô *(san hô chết hàng loạt)*, các tảng băng ở Bắc cực và Nam cực tan thành nước. Ở mức độ thứ ba là xứ Tây Tạng, nơi mà 46.000 băng hà đang hết tuyết, khiến nguồn nước của các con sông lớn của toàn thể Á Châu bị khô cạn, thế nhưng nguồn nước ấy cũng là nguồn sống của một tỷ rưỡi người trong các vùng chung quanh.

Các bạn thừa biết những chuyện trên đây. Thật vậy các bạn sinh ra và lớn lên trong cơn lốc của các sự tàn phá mang tầm cỡ của cả hành tinh này: chiến tranh, khủng bố, phung phí tài nguyên thiên nhiên.

Âu Châu là tấm gương hòa bình cho toàn thế giới

Nếu nói theo các người bạn Anglo-saxon của chúng ta *(Anglo-saxon là những người gốc Đức, di trú sang hòn đảo Anh Quốc ngày nay từ thế kỷ thứ V trước khi nơi này được Ki-tô giáo hóa từ thế kỷ thứ VII, sau đó dần dần họ trở thành dân địa phương của nước Anh ngày nay)* các bạn không nên để cho các "ý nghĩ bệnh hoạn về một thế giới xấu xa" tràn ngập tâm hồn mình *(quan điểm này là dựa vào một giả thuyết thuộc lãnh vực văn hóa của giáo sư George Gerbner (1919-2008) cho rằng những hình ảnh hung bạo trên các màn hình sẽ dự phần đưa đến các hành động hung bạo, sự nơm nớp lo sợ và các cảm tính không an toàn trên thực tế - ghi chú trong sách).* Điều này có thể khiến các bạn bị tràn ngập bởi thất vọng, không ý thức được rằng tinh thần yêu chuộng hòa bình cũng có thể nảy nở được bằng cách ý thức về giá trị của các thể chế dân chủ và nhân quyền. Vâng, sự hòa giải có thể thực hiện được, các bạn ạ! Các bạn cứ nhìn vào nước Đức và nước Pháp thì sẽ rõ. Khoảng hai mươi cuộc xung đột đã từng xảy ra giữa hai nước này từ thế kỷ XVI, sự man rợ trong hai trận thế chiến vừa qua đã được đẩy đến mức độ tột đỉnh. Vào các năm 1914 và 1939, các đoàn xe nối đuôi nhau đưa các đoàn lính trẻ ra trận. Họ ở vào lứa tuổi của các bạn đấy, không một chút ý niệm gì về những sự tàn bạo đang chờ đợi mình nơi chiến tuyến, trong các hầm hố ngập bùn hay trong các trại giam [tù binh] thật kinh hoàng. Cả một thế hệ trẻ bị tàn sát, biết bao nhiêu gia đình phải chịu cảnh tang tóc, hàng triệu trẻ mồ côi, xứ sở tan hoang, cả một nền văn minh ngã gục.

Thế nhưng nơi xứ sở của những kẻ hiếu chiến ngày xưa, nguyện vọng hòa bình đã loại bỏ được chủ nghĩa quốc gia theo kiểu "xung phong ra trận tuyến". Konrad Adenauer *(1876-1967, nguyên thủ quốc gia của Đức)* và Robert Schuman *(1886-1963, nguyên thủ quốc gia của Pháp)* là các nhà lãnh đạo thấy xa, một lòng vì tình huynh đệ và sự đoàn kết đã cùng nhau xây dựng Liên minh Âu châu. Sau họ các nhà chính trị khác đã tiếp tục công trình hòa giải đó để hàn gắn lại những vết thương của cả hai dân tộc từng chịu đựng những cảnh tang thương.

Trường hợp của Âu châu đã mang lại cho tôi cả một niềm hy vọng đối với thế hệ của các bạn. Sự hăng say vì hòa bình đang bùng lên thật phù hợp với hiện thực của thế kỷ mới mẻ này. Quả là một phong trào thật cần thiết khi chủ nghĩa quốc gia trong một số các nước thành viên [của Liên minh Âu châu] vẫn chưa biết dừng lại là gì. Thiết nghĩ các bạn cũng đã nhận thấy, hiện nay nhiều nơi đã bắt chước theo mô hình của Âu châu, và nhờ đó nhiều tổ chức đã được hình thành khắp nơi trên toàn thế giới *(chẳng hạn như Liên bang Nam Phi, ASEAN (Đông Nam Á), ALENA, MERCASUR, AEA, CARICOM (Bắc Mỹ và Nam Mỹ)... Danh sách đầy đủ trên trang mạng www.wikipedia.org/wiki/Liste_d%27organisations_internationales - ghi chú trong sách).* Các bạn nên cải thiện thêm các tổ chức này để đưa đến các hình thức hợp tác sâu rộng hơn, nhằm tránh bớt các nguy cơ xung đột có thể xảy ra, và để nêu cao các giá trị dân chủ và tự do căn bản đang bị chà đạp tại những nơi vô-luật-pháp trên khắp các lục địa. Tôi khuyên các bạn nên phát động lý tưởng của mô hình Liên minh Âu châu trên toàn thế giới.

Hỡi những người trẻ của Phi châu, các bạn hãy thiết lập Liên minh Phi châu liên kết các quốc gia trên lục địa rộng lớn của các bạn. Hỡi những người trẻ của Gia Nã Đại và các công dân nước Mỹ *(trong nguyên bản là chữ Étatsuniens, một thuật ngữ dùng để chỉ người dân của Hiệp Chủng Quốc Mỹ/American)*. Hỡi những người trẻ trong các nước Châu Mỹ la-tinh *(Mễ-tây-cơ và các nước Trung và Nam Mỹ, nói các thứ tiếng có nguồn gốc La-mã chẳng hạn như các tiếng Tây Ban Nha và Bồ Đào Nha)* hãy thành lập Liên minh các nước Châu Mỹ La-tinh; và các người trẻ Châu Á hãy thành lập các Liên minh các nước Á Châu. Trên phương diện quốc tế các liên minh này sau khi đã được thành lập sẽ giúp cho Liên Hiệp Quốc mở đầu bản tuyên cáo thành lập tổ chức của mình bằng những dòng tuyệt đẹp: "Chúng ta, các dân tộc của Hiệp Chủng Quốc..."

Berlin, tháng 11 năm 1989: Tuổi trẻ, hòa bình và dân chủ

Tôi muốn chia sẻ cùng các bạn một kỷ niệm thật khó quên, xảy ra vào tháng 11 năm 1989. Có thể các bạn không còn nhớ *(vì còn quá trẻ)* là vào thời bấy giờ nước Đức bị chia cắt thành hai quốc gia thù nghịch nhau, phân cách bởi một bức tường bê tông, cao ba thước sáu và dài khoảng 150 thước mà người ta gọi là "Bức tường ô nhục". Với các chòi canh sừng sững bức tường này đã chia đôi một dân tộc và giữa các gia đình với nhau.

Vào đúng lúc đó tôi đang ở tại Bá-linh, hàng chục ngàn người trẻ biểu tình thật hăng say, với hai bàn tay không họ đã phá thủng Bức tường và hạ các ụ canh tiền tuyến từng ụ một, nhưng tuyệt nhiên không xảy ra một sự hung bạo nào. Toàn thế giới đã phải nín thở. Lịch sử đã xoay chiều trước sự nhiệt huyết của tuổi trẻ. Cả phía Tây lẫn phía Đông, thế hệ mới không chấp nhận sự kình chống ý thức hệ nữa mà chỉ quyết tâm thống nhất dân tộc Đức. Sự kết hợp đó sở dĩ được thành hình là nhờ vào chủ trương minh bạch *(glasnost/ngay thẳng và lương thiện)* do người bạn của tôi là Mikhaïl Gorbachev chủ xướng từ năm 1986, lúc đó ông đang lãnh đạo cựu Liên bang Sô-viết. Chính ông đã ra lệnh không được phép bắn vào những người trẻ tuổi và sau đó ông cũng cho biết thêm là Bức tường bị sụp đã tránh được cuộc Thế chiến thứ Ba.

Tôi vẫn nhớ mãi ngày hôm đó, với một ngọn nến trên tay và thật nhiều xúc động trong lòng tôi tiến đến dưới chân Bức tường sụp đổ. Đám đông vụt hoan hô, nhấc bổng và đặt tôi đứng trên một đống gạch vụn. Trong một thoáng thật lạ lùng, bỗng dưng tôi cảm thấy ngọn gió hòa bình và tự do đang thổi vào thế giới. Đám đông thúc giục tôi đưa ra một lời tuyên bố. Tôi liền khẳng định với họ là ngày hôm qua nào ai có thể tưởng tượng được Bức tường sẽ sụp đổ ngày hôm nay, thế nhưng đấy là một sự thật, [cũng vậy] xứ Tây Tạng [rồi đây] cũng sẽ tìm lại được sự tự do.

Biến cố trên đây đối với tôi càng mang nhiều ý nghĩa hơn nữa khi tôi nghĩ đến các cảnh đàn áp dã man không sao chịu đựng nổi đối với những người biểu tình ôn hòa tại Lhasa vào tháng ba cùng trong năm đó. Ba tháng sau, tức là vào tháng sáu, tại quảng trường Thiên An Môn ở Bắc Kinh sinh viên biểu tình bị xe tăng nghiền nát. Thế nhưng sự sụp đổ của Bức tường Bá-linh vào tháng 9 năm 1989 thì lại cho tôi thấy sự chiến thắng của tuổi trẻ và tinh thần phi-bạo-lực cũng có thể mang lại chiến thắng trước các chế độ độc tài nghiền nát tự do. Hôm nay khi hồi tưởng lại thì biến cố đó *(Bức tường sụp đổ)* hiện lên với tôi như những lời kết thúc của thế kỷ XX với những thảm kịch đau thương của nó. Những lời kết thúc ấy cũng chẳng khác gì như một tấm vải lọc gạn bỏ những vết thương của Thế chiến thứ Hai và báo trước sự chấm dứt của chế độ cộng sản tại các nước Đông Âu. Sự sụp đổ đó của các chế độ độc tài đã củng cố lòng tin của tôi đối với sự ý thức của tuổi trẻ trước các giá trị toàn cầu về dân chủ và sự đoàn kết. Các hậu quả lưu lại từ cuộc cách mạng đẫm máu năm 1917 *(Cộng sản Nga lên nắm chính quyền sau khi lật đổ Nga hoàng)* đã làm tê liệt định mệnh của Liên bang Sô viết suốt 70 năm dài, sự nổi dậy của tuổi trẻ yêu chuộng hòa bình đã quét sạch 70 năm đó mà không làm đổ một giọt máu nào.

Hãy làm sụp đổ những bức tường ô nhục cuối cùng!

Vào đầu thế kỷ XXI này, hỡi các bạn trẻ của các nước trên thế giới hãy xô sập các Bức tường ô nhục cuối cùng, kể cả các bức tường dựng lên bên trong tâm thức các bạn! Đấy là các bức tường của sự ích kỷ, của sự thu mình phía sau tập thể, của chủ nghĩa cá nhân, của sự ngạo mạn và tham lam... Tất cả mọi sự chia rẽ sẽ đi vào quá khứ. Những gì phân chia, loại trừ sẽ không thể nào cưỡng lại được trước sức mạnh hòa bình, hiện thân của thế hệ các bạn.

Trên phương diện thực hành, đôi khi cũng cần đến sự hung bạo. Chẳng qua vì người ta vẫn hy vọng nhờ sức mạnh sẽ giải quyết được mọi vấn đề nhanh chóng hơn. Thế nhưng các sự thành công đó cũng chỉ có thể thực hiện được bằng cách bất chấp đến quyền hạn và sự an vui của kẻ khác. Chính vì thế nên các vấn đề chỉ tạm thời bị bóp nghẹt, và trên thực tế thì vẫn còn nguyên, và nhất định chúng sẽ bùng lên trở lại. Lịch sử đã chứng minh điều đó trên phương diện quân sự: chiến thắng hay chiến bại tất cả cũng chẳng kéo dài được bao lâu. Điều đó cũng đúng với cuộc sống thường nhật của các bạn, kể cả trong lãnh vực gia đình hay bạn hữu *(thương ghét chẳng mấy hồi)*. Nếu không được che chở bởi các luận cứ vững chắc các bạn sẽ bị tràn ngập bởi sự giận dữ và hung bạo, và đấy cũng là các dấu hiệu của sự yếu đuối. Vậy hãy sử dụng trí thông minh giúp mình theo dõi các sự chuyển động bên trong tâm thức của chính mình. Trong lúc nổi nóng, các bạn bị chi phối bởi một thứ năng lực mù quáng phủ lấp khả năng tuyệt vời giúp mình phân biệt đâu là đúng đâu là sai. Một người bạn của tôi là nhà phân tâm học Aaron Beck cho tôi biết là trong lúc tức giận tất cả những gì tiêu cực mà mình gán cho bất cứ một người nào hay một vật gì, thì 90% chỉ đơn giản là các phóng tưởng tâm thần của mình mà thôi. Vậy hãy phân tích thật cẩn thận những gì hiện lên bên trong chính mình hầu không để cho chúng nhận chìm mình. Hiểu biết cũng có nghĩa là một sự vượt thoát nhằm mang lại sự an bình cho mình. Lý trí có thể giới hạn hoặc loại bỏ hoàn toàn sự giận dữ cũng như các sự hung hãn và bạo lực do nó tạo ra.

Điều chủ yếu hơn cả là các bạn phải luôn phân tích các động cơ thúc đẩy thật sâu kín của mình, của những kẻ chống đối mình và cả kẻ thù của mình. Đôi khi các bạn cũng khó tránh khỏi do dự trước bạo-lực và phi-bạo-lực. Thế nhưng các bạn cũng cần hiểu rằng một động cơ thúc đẩy tiêu cực luôn đưa đến một hành động gây tổn thương và tàn phá, kể cả trường hợp bề ngoài của hành động ấy mang tính cách nhân từ cũng vậy. Ngược lại nếu động cơ thúc đẩy chân thật và vị tha thì hành động tất sẽ phải là một hành động phi-bạo-lực và mang lại lợi ích. Duy nhất chỉ có lòng từ bi sáng suốt mới có thể bào chữa cho việc sử dụng bạo lực, trong trường hợp không còn một giải pháp nào khác hơn *(vì tình thương thật sâu xa mà đành phải làm như thế mà thôi).*

Người Tây Phương chủ trương một cách tiếp cận khác hẳn. Theo họ phi-bạo-lực và sự kháng cự ôn hòa chỉ thích hợp với văn hóa đông phương. Người Tây Phương có khuynh hướng nghiêng về hành động nhiều hơn, do đó họ chỉ muốn đạt được kết quả cụ thể và ngay tức khắc, dù là trong bất cứ hoàn cảnh nào. Cung cách hành xử đó dù mang lại hiệu quả trước mắt, thế nhưng trong lâu dài thì thường chỉ là một sự tàn phá, trái lại phi-bạo-lực dù đòi hỏi nhiều kiên nhẫn và quyết tâm nhưng sẽ luôn mang lại sự xây dựng. Sự sụp đổ của Bức tường Bá-linh và các phong trào giải phóng tại các nước Đông Âu là các bằng chứng cụ thể cho thấy tính cách xây dựng đó. Tôi cũng nhận thấy trong biến cố xảy ra vào mùa xuân năm 1989, các sinh viên Trung Quốc dù được sinh ra và lớn lên dưới ngọn roi của cộng sản, nhưng đã bùng lên và kháng cự trong ôn hòa, đó cũng là thái độ mà Mahatma Gandhi từng nêu cao. Họ luôn giữ vững cung cách hành xử ôn hòa dù phải đối đầu với sự tàn bạo và đàn áp. Thật vậy, bất chấp mọi hình thức nhồi sọ, tuổi trẻ vẫn bước theo con đường phi-bạo-lực.

Chiến tranh đã hoàn toàn lỗi thời

Phi-bạo-lực là một giải pháp thực tế trước các sự xung đột trong thời đại của chúng ta. Dù trước đây phải chịu cảnh chiến tranh trên quê hương tôi, và đã từ 60 năm nay công an dưới lệnh của Bắc Kinh không ngừng gieo rắc sự sợ hãi và bóp ngạt chưa từng thấy mọi sự tự do của người dân trên quê hương tôi, thế nhưng tôi vẫn cương quyết làm

kẻ xướng ngôn cho hòa bình thế giới *(một vị Phật không vì một quê hương mà vì nhân loại)*. Trong bất cứ một diễn đàn nào cũng vậy, tôi luôn giải thích cách phải làm thế nào để tạo ra các nguyên nhân và các điều kiện cần thiết hầu mang lại hòa bình, từ bên trong chính mình và cả chung quanh mình. Nếu không vững tin hòa bình là một thứ gì đó có thể thực hiện được thì tôi đưa ra những lời kêu gọi trên đây để làm gì?

Ngày nay chiến tranh đã hoàn toàn lỗi thời. Trên phương diện pháp lý cũng vậy, người ta không còn tuyên bố chiến tranh như trước đây nữa, hơn nữa trong một số quốc gia mỗi khi điều động quân sự cũng phải xin phép Quốc hội. Ý thức hệ cổ lỗ nêu cao sự hiếu chiến đã hoàn toàn lỗi thời, bất cứ một cuộc xung đột vũ trang nào cũng đều bị các đoàn biểu tình nổi lên chống đối tại các thủ đô lớn trên thế giới. Tôi sẽ rất vui mừng khi trông thấy các bạn cùng họp nhau hàng chục ngàn người để nêu cao sự hòa giải, tình huynh đệ và nhân quyền. Các cuộc vận động cứu trợ vì nhân đạo quy tụ được đông đảo các bạn đã mang lại hơi ấm cho con tim tôi. Nhờ kỹ thuật tin học, thế hệ của các bạn là thế hệ toàn cầu hóa đầu tiên. Vậy hãy sử dụng thật cẩn thận các mạng lưới thông tin nào có thể mang lại cho mình những sự ý thức đúng đắn, không nên vương vào những việc tìm tòi vô bổ trên mạng, hoặc các trò chơi trực tuyến khiến mình trở thành nghiện ngập, không thoát ra được nữa! Hãy chuyển cho nhau các tin tức độc lập và giá trị, phục vụ cho sự thật và đạo đức! Phải thật cảnh giác để không phổ biến các *fake news (trong nguyên bản là tiếng Anh, có nghĩa là: "tin bịa")*. Các bạn thuộc thế hệ "digital native" *("digital native" là thành ngữ tiếng Anh, chỉ định một thế hệ trẻ lớn lên cùng với sự phát triển của mạng lưới Internet)* do đó các bạn sinh ra với danh nghĩa là công dân của thế giới, bởi vì nền văn hóa kỹ thuật số không có một biên giới nào cả. Bên trong tâm thức các bạn, tất cả những người trẻ tuổi trong các quốc gia trên toàn thế giới chẳng phải đều là bạn hữu, đồng thuyền, đồng đội - nhưng không hề là những kẻ cạnh tranh, chống đối và thù nghịch với các bạn - hay sao? Thật vậy hiếu chiến là thành phần của tính khí con người *(hiếu chiến phát sinh từ bản năng sinh tồn, loại bỏ được các sự thúc đẩy của nó thì lòng từ bi sẽ tự động bùng lên biến mình thành một con người khác hẳn)*, thế nhưng những cảnh diệt chủng trong thế kỷ vừa qua đã đánh thức lương tâm của đàn anh các bạn. Bậc cha mẹ của các bạn cũng từng thốt lên: "Không bao giờ để xảy ra như thế nữa!". Và chính họ cũng đã chứng minh cho chúng ta thấy là các cuộc xung đột có thể dàn xếp được bằng đối thoại và phi-bạo-lực, bên trong một đại gia đình nhân loại.

Tất nhiên là các bạn có thể bác bỏ những lời tôi nói, đúng vậy dù chúng ta đã bước sang thế kỷ XXI nhưng các cuộc xung đột vẫn cứ tiếp diễn ào ạt và các cường quốc vẫn cứ cố tình giải quyết mọi khó khăn bằng sức mạnh. Thể chế quân sự vẫn còn hợp pháp, một số người vẫn chấp nhận chiến tranh, không chịu hiểu rằng đấy cũng chỉ là một tổ chức sát nhân. Một sự tẩy não tối đa nào đó đã không cho phép họ hiểu được là bất cứ một cuộc chiến tranh nào cũng đều kinh tởm như nhau. Đấy là sự nghịch lý trong thời đại chúng ta: dù chiến tranh không còn mang một ý nghĩa nào nữa trên phương diện pháp lý, thế nhưng các cuộc khủng hoảng và tàn sát vẫn cứ tiếp diễn. Các bạn là các tấm bia cho các cuộc mưu sát đẫm máu. Paris, tháng 11, 2015; Manchester, 22 tháng 5, 2017... Các biến cố ấy đã làm tôi thương tổn thật sâu xa, và cả con tim tôi phải rướm máu. Những người trẻ này sát hại những người trẻ khác! Không thể hình dung được! Cũng không thể chịu đựng được! Những kẻ hành xử hung hăng với các bạn không hề sinh ra là những kẻ khủng bố. Họ chỉ trở thành những kẻ khủng bố mà thôi, họ bị nhồi sọ bởi sự cuồng tín cổ lỗ và thô bạo, khiến họ tin rằng mình sẽ gặt hái được vinh quang bằng các hành động tàn phá, trừng phạt và khủng bố.

Mong rằng những thứ ấy sẽ không làm cho các bạn thất vọng! Bổn phận của các bạn là rút tỉa các bài học của quá khứ, đồng thời phát động chung quanh các bạn lòng khoan dung và sự đối thoại. Khi phải đối đầu với bạo lực mù quáng thì các bạn chớ sợ hãi, bởi vì sự sợ hãi sẽ tạo ra oán hận, giận dữ và thèm khát được trả thù. Hãy nhìn vào tấm gương của Thủ tướng Na Uy ngay sau cuộc khủng bố đẫm máu *(khủng bố xảy ra tại Oslo và đảo Uruya tháng 7, 2011 - ghi chú trong sách)*, đã tuyên bố rằng chính phủ mà mình đang lãnh đạo sẽ đáp lại sự hung bạo bằng dân chủ, sự cởi mở và lòng khoan dung. Hãy đè nén những mối hận thù huynh đệ vì đấy là cách giúp mình trở trở thành những con người kiến tạo hòa bình. Đã đến lúc mà thế hệ của các bạn vứt bỏ chiến tranh vào sọt rác của Lịch sử. Chắc hẳn các bạn vẫn còn nhớ những gì tôi từng nói với các bạn cách nay vài năm. *(hết Chương 1).* ■

THUỞ NIÊN THIẾU CỦA NGÀI LUANGTA

Maha Boowa
(1913 - 2011)

Nguyên tác:
Samana Luangta Maha Boowa
Tác giả:
Bhikkhu Dick Silaratano
Việt dịch:
TKN Thích Nữ Giác Anh

Định hướng của người xuất gia

Thân mẫu tôi là một phụ nữ tuyệt vời, bà rất nhẫn nại và thuần thành. Bà bảo trong số 16 người con, tôi là đứa trẻ quậy phá nhất từ hồi còn trong bụng mẹ. Có lúc nằm trong thai, tôi yên ắng đến độ tưởng như đã chết, có khi đánh đấm lung tung cũng tưởng chừng như sắp chết. Càng gần tới ngày sinh, tình trạng đó càng tệ hơn.

Trước kỳ sinh, cả hai cha mẹ tôi đều mơ giấc mơ lành. Cha tôi thấy được một con dao rất bén, cán dao bằng ngà voi, đựng trong vỏ bao bằng bạc. Ông lấy làm thích thú lắm.

Trái lại mẹ tôi mơ thấy nhận được đôi bông tai bằng vàng thật xinh xắn, đẹp đến độ chịu không nổi, bà lấy đeo ngay vào tai rồi hãnh diện ngắm mình trong gương. Càng ngắm, bà thấy đôi bông tai ấy càng xinh đẹp.

Ông nội tôi giải nghĩa hai giấc mộng ấy là cuộc đời tôi sẽ theo một trong hai hướng. Nếu tôi theo đường ác, tôi sẽ là tên tướng cướp đáng sợ nhất đương thời. Tánh khí sẽ rất hung hăng, không biết sợ một ai. Rất có thể tôi sẽ trở thành tên chúa đảng kinh khiếp và dã man, không dễ gì bị bắt sống hay còng tù được. Nhưng phải chui rúc trốn lánh trong rừng sâu hầu kháng cự lại chính quyền cho đến chết.

Còn theo hướng khác, nếu tôi chọn con đường đạo đức, thì thiện tâm của tôi không ai sánh được. Tôi sẽ xuất gia và trở thành ruộng phước của thế gian.

Khi lớn lên, tôi để ý hết thảy bạn bè lớn tuổi đều lập gia đình, nên tôi nghĩ tôi cũng muốn như thế. Ngày kia, có một người xem tướng đến nhà bạn tôi. Trong lúc chuyện vãn, bạn tôi tiết lộ anh ta muốn đi xuất gia làm một Tăng sĩ. Ông xem tướng liếc nhìn pha một chút khó chịu rồi đòi xem chỉ tay của anh ấy.

"Để tôi coi chỉ tay của chú xem chú mày có thật sự muốn đi tu không. Ồ, coi kìa, không cách nào chú đi tu được".

"Nhưng tôi thực sự muốn tu".

"Không thể nào, chú phải cưới vợ trước hẳn"

Tự dưng tôi muốn hỏi ông thầy bói ấy còn vận mệnh của tôi thì sao. Lúc đó tôi muốn lập gia đình, không có ý định xuất gia gì cả. Khi xòe bàn tay ra, ông già nắm lấy rồi giải thích: "Đây mới là người sắp đi xuất gia nè"

"Nhưng tôi muốn lập gia đình mà".

"Không thể được, con đường xuất gia của chú đã đến nơi rồi, không lâu chú sẽ đi tu thôi".

Mặt tôi ngơ ngác vì tôi không có ý định đi tu gì hết. Tôi lại muốn cưới vợ nữa.

Lúc đó thật ngỡ ngàng. Sau này mỗi lần nghĩ đến lấy vợ, có điều gì chướng ngại ngăn cản ý tưởng đó trong tôi. Thậm chí sau này khi xuất gia rồi, tôi còn gặp một chuyện sém làm tôi lung lay nữa là, cô bạn gái tôi quen trước đây đến chùa tìm, mới hay tôi vừa dời qua chỗ khác. Lúc đó nếu cô ấy gặp được tôi, thì thật không biết chuyện gì sẽ xảy ra…

Khi lớn lên, vì không ước mong đi tu nên phải tốn một thời gian để tôi đặt chú tâm vào chuyện đó. Khi lên hai mươi tuổi, tôi bị bệnh trầm trọng, bệnh nặng đến nỗi ba mẹ đều luôn ngồi sát bên giường để theo dõi. Triệu chứng của căn bệnh lúc đó đã đến hồi nguy kịch lắm rồi. Bỗng chợt trong lúc đó, quyết định đi tu hay không bỗng trỗi lên mạnh mẽ trong tâm. Tôi thấy thần chết đã gần kề. Lúc đó, tâm tôi dường như không muốn gì ở thế gian nữa.

Cha mẹ lo lắng ngồi sát bên, không dám nói điều gì. Mẹ tôi thường ngày hay nói nhiều, nhưng lúc đó chỉ ngồi khóc. Thậm chí ba cũng không kềm được nước mắt. Cả hai đều nghĩ đêm đó tôi ra đi. Nhìn cha mẹ khóc trong tuyệt vọng, tôi nguyện rằng nếu được qua cơn bệnh tôi sẽ vì cha mẹ mà xuất gia. Như chiều cảm được nguyện ước dõng mãnh của tôi, triệu chứng bệnh từ từ thuyên giảm. Cả sáng hôm đó bệnh còn nặng lắm, nhưng lạ thay, sau buổi trưa, đến buổi chiều, trời như chưa tối mà bệnh như đã gần hết, trong người thấy nhẹ như không còn mảy may bệnh gì nữa. Thay vì chết vào đêm hôm đó thì tôi được bình phục hoàn toàn.

Nhưng khi hết bệnh rồi, cường độ quyết tâm đó lần lần phai dần. Đạo đức trong tôi tự hỏi đã phát nguyện xuất gia sao lại chần chừ? Nhiều tháng phân vân trôi qua, có lúc tôi cũng thừa nhận sự sai trái đối với quyết tâm trước đây của tôi. Vì sao tôi chưa xuất gia? Tôi không còn con đường nào khác ngoài xuất gia nữa. Tôi phải tôn trọng lời phát nguyện của mình đối trước Thần chết. Thế rồi cuộc sống bắt đầu chuyển hướng cho việc xuất gia. Tôi đã sẵn sàng chấp nhận việc xuất gia là điều không thể tránh được. Tôi không cố tránh né chỉ chờ thuận duyên nữa thôi. Nhân duyên đến trong một buổi trò chuyện thân tình với mẹ. Cả hai cha mẹ đều cố thuyết phục cho tôi xuất gia. Cuối cùng những giọt nước mắt ấy của ông bà đã đưa tôi vào một quyết định làm thay đổi cả cuộc đời.

Cha tôi mong muốn tôi đi tu đến độ ông chỉ chực khóc. Thấy ông khóc, tôi đâm hoảng. Cha khóc thì không phải chuyện nhỏ nữa rồi. Tôi suy nghĩ về những giọt nước mắt của cha ba ngày liên tục trước khi quyết định. Đến tối ngày thứ ba, tôi đến bên mẹ báo với mẹ rằng tôi định xuất gia. Nhưng với điều kiện là có quyền xả áo nhà tu bất cứ lúc nào tôi không muốn tu nữa. Tôi xác định rõ nếu cấm ra đời thì tôi sẽ không xuất gia. Nhưng mẹ rất thông minh. Bà nói rằng thậm chí vừa mới làm lễ xuất gia trước mặt mọi người đó mà tôi có muốn ra đời lại thì bà cũng không cấm. Bà chỉ cần nhìn thấy tôi đứng đó trong bộ y vàng là bà mãn nguyện rồi, chỉ có vậy thôi. Dĩ nhiên, không ai khờ dại muốn xả y áo ngay trước mặt giới sư và đầy đủ bà con lối xóm tham dự cả. Mẹ vượt qua điều kiện đó của tôi một cách dễ dàng.

Sau khi xuất gia, tôi bắt đầu đọc cuộc đời đức Phật, tự dưng một niềm tin mạnh mẽ thức dậy trong tâm ngay lập tức. Đọc đến những chướng ngại của Phật trước khi giác ngộ giải thoát, tôi xúc động quá, vừa đọc nước mắt vừa lăn dài trên đôi má. Quán chiếu đại sự nhân duyên vì sao Đức Phật thành đạo, tâm tôi như được thấm nhuần, càng phát nguyện thiết tha được thoát ly sinh tử đau khổ.

Hướng đến mục tiêu đó, tôi quyết tâm học Phật Pháp cho đến nơi đến chốn để chuẩn bị áp dụng tu tập. Nghĩ như vậy, tôi lập nguyện học hết cấp 3 ngôn ngữ Pali. Sau khi đậu cấp 3 tiếng Pali rồi, sẽ đi vào con đường tu tập. Tôi hoàn toàn không định học thêm hay thi cao hơn nữa.

Khi lên Chiang Mai để thi, vô tình Ngài Ajaan Mun cũng đến chùa Wat Chedi Luang ở Chiang Mai vào ngay thời điểm đó. Vừa biết Ngài ở đó, tâm hồn tôi tràn ngập nỗi vui mừng. Sáng hôm đó, vừa mới đi khất thực về, một vị Tăng cho biết Ngài Ajaah Mun cũng đi khất thực cùng hướng và về cùng đường với tôi. Điều đó càng làm tôi hào hứng nôn nóng được diện kiến Ngài hơn nữa. Mặc dù không được trực diện gặp Ngài, nhưng dù chỉ thoáng thấy bóng dáng Ngài đi qua thôi, tôi cũng thỏa mãn lắm rồi.

Sáng hôm sau, trước lúc Ajaan Mun đi khất thực, tôi háo hức đi sớm hơn để quay về con đường Ngài sẽ đi qua. Tôi nép vào lề đường, mắt đau đáu trông chờ bóng dáng Ngài quay về. Khát khao được nhìn thấy Ngài lâu hơn, tôi tìm được một chỗ khuất, ẩn mình nơi đó để được trông Ngài lâu hơn và rõ hơn. Vừa trông thấy Ngài, cảm thọ một niềm tin tròn đầy dâng lên trong lòng. Tôi cảm giác rằng, từ bây giờ trở đi mình đã được chứng kiến một bậc A La Hán rồi, thì sẽ không phung phí kiếp người này nữa. Mặc dù không ai nói cho tôi biết Ngài là bậc A La Hán, nhưng tâm khảm tôi đã xác quyết điều đó ngay từ giây phút được thấy Ngài. Bỗng dưng, niềm phấn chấn mạnh mẽ trào dâng trong lòng làm tóc tôi như dựng đứng hết lên.

Thi đậu tiếng Pali xong, tôi quay lại Bangkok tính đi thẳng về miền quê để thực tập thiền như dự định. Nhưng khi xuống Bangkok, có một bậc Thượng Tọa bảo tôi nên ở lại đó. Thầy ấy sốt sắng khuyên tôi nên học thêm tiếng Pali. Tôi cố tìm cách từ chối, vì đậu lớp Pali vừa rồi, tức là những điều kiện tự tôi đặt ra cho bản thân đã đáp ứng xong. Không còn lý do gì để phải học thêm hay thi cao hơn nữa.

Bản tính tôi luôn tôn trọng sự thật. Đã phát nguyện là theo đuổi đến cùng không bỏ, cho dù cuộc sống này đối với tôi không đáng giá gì. Đối với tôi chuyện quan trọng bây giờ là tìm đường để tu. Thật may mắn làm sao, bỗng dưng Thượng Tọa đó được người ta thỉnh đi, tôi có cơ hội rời Bangkok khi Thầy ấy đi vắng. Nếu Thầy còn ở đó, tôi khó ra đi vì tôi rất kính trọng Thầy và còn mang ơn Thầy nhiều điều. Được cơ hội này rồi, đêm đó tôi quyết tâm phát nguyện cầu Phật Pháp gia hộ cho thấy điềm lành nào đó để dũng bước ra đi.

Sau thời Kinh, tôi phát nguyện nếu ý hướng chuyên tu được suông sẻ và như ý, xin cho thấy dấu hiệu bất thường nào đó trong lúc thiền quán hoặc trong chiêm bao. Nếu ước nguyện không thành, hay ra đi thất vọng xin gặp cảnh giải bày lý do. Còn ngược lại, nếu chuyến đi này viên mãn, nguyện xin được thấy một điềm lạ phi thường mầu nhiệm nào đó để bồi đắp thêm quyết tâm của tôi. Nghĩ vậy, tôi bắt đầu ngồi thiền. Ngồi một thời gian lâu rồi, mà tôi chưa thấy dấu hiệu gì cả, tôi xả thiền nghỉ ngơi.

Tuy nhiên, vừa thiêm thiếp mơ màng, bỗng dưng tôi thấy mình nhẹ nhàng bay bổng giữa cõi trời mênh mông. Xa xa phía dưới, mắt thấy ánh quang minh rực rỡ. Nhà cửa như hoàng cung, lung linh chiếu sáng như vàng ròng dưới ánh mặt trời. Tôi lướt qua lướt lại ba lần mới quay lại trái đất. Vừa quay về mặt đất, tôi tỉnh giấc, lúc đó là 4 giờ sáng. Tôi mau tỉnh dậy, cảm giác mãn nguyện và hoan hỷ tràn ngập trong tâm hồn, vì vừa mới thấy nhiều cảnh lạ lùng tuyệt diệu. Giấc mơ ấy khiến tôi vô cùng hạnh phúc và an lạc. Tôi biết rằng niềm hy vọng của tôi sẽ thành tựu viên mãn. Trước đây tôi chưa từng thấy cảnh tượng lạ lùng như thế bao giờ, nay lại trùng hợp một cách tuyệt diệu với ước nguyện của tôi. Tôi quá đỗi ngạc nhiên với giấc mơ đêm đó. Sáng sớm hôm sau, tôi đến xin cáo biệt Thầy Trụ Trì, Thầy đã hoan hỷ cho phép tôi ra đi.

Từ những giây phút thực hành đầu tiên, tôi đã đặt hết lòng tha thiết và quyết tâm vào con đường tu tập. Từ sau ngày xuất gia, tâm của tôi là như thế, không chập chờn, không quanh co. Đã có lập trường là cứ y như vậy mà làm. Hành trang trong túi nhỏ của tôi chỉ duy nhất là một quyển sách, đó là quyển Giới. Tôi tinh tấn hướng tâm đến chứng đắc viên mãn đạo quả. Tôi quyết bỏ tất cả, bỏ cả thân mạng này để đạt đến cứu cánh thoát ly khổ não. Tôi có cảm giác chắc chắn một đời này sẽ giải thoát. Tôi chỉ cầu nguyện được gặp một vị nào đó cho tôi biết chắc rằng, tu đạo, chứng quả và Niết Bàn là điều có thể chứng được. Cả đời tôi sẽ qui ngưỡng vị ấy và phụng sự Phật Pháp, không một chút luyến tiếc. Nếu có chết, cũng chết trong tu tập, không chết một cách hồ đồ.

Ước nguyện của tôi được thành tựu, sau này tôi có nhân duyên được hầu cận và theo học bậc đại sa môn Ajahn Mun. Cuộc đời tu hành, thực chứng và hoằng pháp độ sanh của tôi đã lật sang trang sử mới. Tôi sẽ kể các bạn nghe ở những chương sau…

Thuở thiếu thời của tôi là thế. Tôi chỉ có một điều chân thành gửi đến các bạn, đó là làm việc gì cũng vậy, tu học hay độ sanh, tất cả đều cần quyết tâm và dũng mãnh thực hành, vậy mới mau đến đích được, thưa các bạn. ∎

Trích tác phẩm *"Bậc Sa Môn Luangta Maha Boowa"*
TKN TN Giác Anh dịch Anh Việt

THƠ – Tịnh Bình

NGÔI NHÀ CỦA CHÚNG TA

Ta giam linh thể mình trong căn nhà tối
Ngôi nhà được kết tinh bằng triệu tỷ tế bào tứ đại
Lưu cữu hằng hà sa số kiếp
Và yêu cái gọi là tự ngã đến kiệt cùng
*

Đôi khi vài cơn chớp lóe
Rọi vào âm u mờ mịt vạn năm
Những đất nước gió lửa chờ ngày băng hoại
Mục rã chưa hỡi tự ngã không thấy nổi mình ?
*

Ngôi nhà của bạn
Ngôi nhà của tôi
Ngôi nhà của chúng ta
Bóng đêm kiêu mạn lấp đầy
Nhưng chỉ tồn tại sự trống rỗng vĩnh hằng
Không ai thấy…

THƠ CHỮ HÁN CỦA NGUYỄN DU

(xuất xứ: Thanh Hiên thi tập)
Thời kỳ làm quan ở Bắc Hà (1802-1804)

蝶死書中

芸窗曾幾染書香，
謝卻風流未是狂。
薄命有緣留簡籍，
殘魂無淚哭文章。
蠹魚易醒繁華夢，
螢火難灰錦繡腸。
聞道也應甘一死，
淫書猶勝為花忙

Âm Hán Việt:

Điệp tử thư trung

Vân song tằng kỷ nhiễm thư hương,
Tạ khước phong lưu vị thị cuồng.
Bạc mệnh hữu duyên lưu giản tịch,
Tàn hồn vô lệ khốc văn chương.
Đố ngư dị tỉnh phồn hoa mộng,
Huỳnh hoả nan hôi cẩm tú trường.
Văn đạo dã ưng cam nhất tử,
Dâm thư do thắng vị hoa mang.

Dịch nghĩa:

Bướm chết trong sách

Bao nhiêu lâu nay nhiễm hương thơm của sách trong thư phòng,
Từ bỏ cảnh phong lưu không thể cho là dại.
Mệnh tuy bạc, nhưng cũng phải có duyên mới lưu lại với sách,
Hồn tàn không có nước mắt mà khóc văn chương.
Con mọt sách dễ làm tỉnh mộng phồn hoa,
Lửa đom đóm khó đốt cháy tấm lòng gấm vóc.
Được nghe đạo lý rồi chết cũng cam,
Ham mê sách còn hơn đắm đuối vì hoa.

Nguồn: Thơ chữ Hán Nguyễn Du, Trần Văn Nhĩ, NXB Văn Nghệ, 2007

--

Dịch theo thể thơ lục bát:
Thích Như Điển

Bướm chết trong sách

Cỏ thơm chưa đượm sách kia
Xa rời quý phái chẳng lìa dại khôn
Duyên kia mệnh bạc chữ nầy
Hồn còn vương vấn, khóc tày văn chương
Mọt sách dễ tỉnh mộng trường
Lửa loài đom đóm, khó nương cõi lòng
Lý màu nghe hết, chết xong
Hoa còn chẳng sánh, sách vương tâm tình.

Tượng Đại thi hào Nguyễn Du tại Khu lưu niệm cụ thuộc làng Tiên Điền, xã Tiên Điền, huyện Nghi Xuân, tỉnh Hà Tĩnh.

30 tháng 4
1975-2024
BỐN MƯƠI CHÍN NĂM
NHÌN LẠI

Phùng Quân
BỐN MƯƠI CHÍN NĂM NHÌN LẠI

Nhìn chiếc tem thư luống ngậm ngùi
Thú vui ngày cũ thuở nào nguôi
Tháng Giêng ông-cháu còn đang Tết
Chỉ tháng Tư sau chạy lấy người .

(2024)

THÚ VUI NGÀY TẾT - Funs Of The TET - Les Rejouissances Du TET - 26-1-1975
NGÀY PHÁT HÀNH ĐẦU TIÊN - First Day Of Issue - Premier Jour D' Émission SAIGON

Trần Gia Phụng

TRỞ LẠI VẤN ĐỀ GỌI TÊN CUỘC CHIẾN

Cuộc chiến trên đất nước chúng ta chấm dứt đã gần nửa thế kỷ và được gọi bằng nhiều tên khác nhau. Bài nầy xin trở lại vấn đề gọi tên cuộc chiến để hiệu đính và bổ túc thêm bài trước cách đây khá lâu của cùng người viết.

1. HOÀN CẢNH LỊCH SỬ

Vào cuối thế chiến thứ hai (1939-1945) tại Á Châu, quân đội Nhật đảo chánh lật đổ nhà cầm quyền Pháp tại Đông Dương ngày 9-3-1945, tuyên bố trao trả độc lập cho ba nước Đông Dương. Học giả Trần Trọng Kim theo lời mời của vua Bảo Đại, thành lập chính phủ tại Huế ngày 17-4-1945. Khoảng ba tuần sau, Đức quốc xã đầu hàng đồng minh ngày 7-5-1945. Thế chiến thứ hai chấm dứt ở Âu Châu. Thủ tướng Anh, Tổng thống Hoa Kỳ và Tổng bí thư đảng cộng sản Liên Xô họp tại thị trấn Potsdam, ngoại ô Berlin (thủ đô Đức) để quyết định về tương lai Âu Châu.

Tại đây, Thủ tướng Anh, Tổng thống Hoa Kỳ cùng Quốc trưởng Trung Hoa Dân Quốc (không họp nhưng đồng ý qua truyền thanh) gởi cho Nhật tối hậu thư ngày 26-7-1945 (thường được gọi là tối hậu thư *Potsdam*), buộc Nhật phải đầu hàng đồng minh vô điều kiện, và giao việc giải giới quân đội Nhật ở Đông Dương cho quân đội Trung Hoa Dân Quốc ở bắc và cho quân đội Anh ở nam vĩ tuyến 16. (Vĩ tuyến nầy ngang thị trấn Tam Kỳ tỉnh Quảng Nam). Hơn nửa tháng sau, quân đội Nhật đầu hàng ngày 14-8-1945 và thế chiến thứ hai chấm dứt ở Á Châu.

Trong khi đó, tại Việt Nam, nhờ hợp tác với OSS (Office of Strategic Services), cơ quan tình báo Hoa Kỳ, Hồ Chí Minh sớm biết tin nầy, liền dùng Mặt trận Việt Minh nhanh tay cướp chính quyền vào gần cuối tháng 8-1945. [Việt Minh là tên gọi tắt của Việt Nam Độc Lập Đồng Minh Hội do Hồ Học Lãm thành lập năm 1936 tại Nam Kinh, Trung Hoa. (Chính Đạo, *Việt Nam niên biểu nhân vật chí*, Houston: Nxb. Văn Hóa, 1997, tr. 168). Hồ Chí Minh mạo nhận hội nầy và đổi thành Mặt trận Việt Nam Độc Lập Đồng Minh, ra mắt ngày 19-5-1941 tại Cao Bằng gồm các Hội là Hội công nhân cứu quốc, Hội nông dân cứu quốc, Hội văn hóa cứu quốc. Lúc đó, rất ít người biết Hồ Chí Minh và Việt Minh là cộng sản].

Bị áp lực, vua Bảo Đại thoái vị tại Huế ngày 30-

8-1945. Ba ngày sau, Hồ Chí Minh trình diện chính phủ Việt Minh tại Hà Nội ngày 2-9-1945, chứng tỏ Việt Nam sẵn có chính phủ trước khi quân Trung Hoa và quân Anh đến. Trong buổi lễ nầy, Hồ Chí Minh thề quyết liệt chống Pháp nếu Pháp trở lại Việt Nam. Tuy nhiên, khi quân Pháp theo quân Anh đến Sài Gòn, tái chiếm Nam kỳ, tiến ra Trung kỳ, và Bắc kỳ, thì Hồ Chí Minh cùng đảng cộng sản Đông Dương và nhà cầm quyền Việt Minh không chống Pháp, mà thỏa hiệp với Pháp, ký với Đại diện Pháp Hiệp định *Sơ bộ* ngày 6-3-1946 tại Hà Nội, thừa nhận việc Pháp đem quân vào Việt Nam. Hồ Chí Minh còn qua tận Paris ký *Tạm ước* (*Modus Vivendi*) ngày 14-9-1946, thuận để người Pháp tái hoạt động trên toàn cõi Việt Nam.

Quân Pháp đến Hà Nội đông đảo và đe dọa nhà cầm quyền Việt Minh. Không lẽ bỏ trốn thì quá xấu hổ trước dân chúng, Trung ương đảng Cộng sản Đông Dương họp tại Vạn Phúc (Hà Đông) trong hai ngày 18 và 19-12-1946, quyết định tuyên chiến với Pháp, nhưng ngay lúc đó Hồ Chí Minh cùng cán bộ cộng sản bỏ trốn khỏi Hà Nội.

2. CHẾ ĐỘ TỰ THỰC DÂN

Việt Minh thua chạy từ 1946 đến 1949. Vì chủ trương độc tôn quyền lực, tiêu diệt đối lập, Hồ Chí Minh và đảng cộng sản Đông Dương đẩy những người yêu nước không cộng sản, những đảng phái chính trị theo chủ nghĩa dân tộc, tìm cách kết hợp chung quanh cựu Hoàng Bảo Đại, chẳng đặng đừng liên kết với Pháp chống Việt Minh.

Dựa vào lực lượng nầy, cựu Hoàng Bảo Đại vận động thành lập chính thể Quốc Gia Việt Nam không cộng sản, ra mắt tại Sài Gòn vào tháng 6-1949. Lúc đó, trên đất nước Việt Nam, có hai chính phủ là Quốc Gia Việt Nam ở các thị trấn và vùng đồng bằng ven đô thị, còn Việt Nam Dân Chủ Cộng Hòa ở vùng rừng núi và đồng sâu.

Một sự kiện thuận lợi cho Hồ Chí Minh và Mặt trận Việt Minh là tại Trung Hoa, đảng cộng sản thành công và thành lập Cộng Hòa Nhân Dân Trung Hoa (CHND Trung Hoa) ngày 1-10-1949 do Mao Trạch Đông làm Chủ tịch và Châu Ân Lai làm Thủ tướng.

Vào đầu năm 1950, Hồ Chí Minh từ chiến khu Việt Bắc, bí mật đi cầu viện CHND Trung Hoa. Lúc đó Mao Trạch Đông và Châu Ân Lai công du Liên Xô để cảm ơn Liên Xô giúp đỡ trong nội chiến quốc-cộng ở Trung Hoa. Lưu Thiếu Kỳ xử lý công việc nhà nước CHND Trung Hoa. Hồ Chí Minh phải làm kiểm điểm trước Lưu Thiếu Kỳ. (Trần Đĩnh, *Đèn Cù*, California, Người Việt Books, 2000, tr. 161). Lưu Thiếu Kỳ gởi La Quý Ba qua làm Cố vấn cho Hồ Chí Minh. Về sau, có tài liệu tiết lộ rằng Lưu Thiếu Kỳ dặn La Quý Ba hãy giúp đỡ tối đa cho nhu cầu của Việt Minh, rồi CHND Trung Hoa sẽ đòi lại sau. (Qiang Zhai, *China & the Vietnam Wars 1950-1975*, The University of New Carolina Press, 2000. tr. 19).

Sau Bắc Kinh, nhờ sự thu xếp của các lãnh tụ CHND Trung Hoa, Hồ Chí Minh đi tiếp qua Moscow cầu viện Liên Xô. Khi gặp Hồ Chí Minh, lãnh tụ Liên Xô là Joseph Stalin ra lệnh Hồ Chí Minh đổi tên đảng cộng sản Đông Dương thành đảng Lao Động Việt Nam. Vì vậy, từ năm 1951, đảng cộng sản Đông Dương đổi thành đảng Lao Động Việt Nam. (Nguyễn Văn Trấn, *Viết cho Mẹ và Quốc hội*, California, Nxb. Văn Nghệ, 1995, tt. 149-150).

Nhờ sự giúp đỡ lớn lao về mọi mặt của CHND Trung Hoa và Liên Xô, Việt Minh thành công năm 1954. Hiệp định *Genève* ngày 20-7-1954 chia Việt Nam thành hai miền ở vĩ tuyến 17. Miền Bắc là Việt Nam Dân Chủ Cộng Hòa. Miền Nam là Quốc Gia Việt Nam.

Tại Bắc Việt Nam, Hồ Chí Minh và đảng Lao Động thi hành chính sách kinh tế chỉ huy, tổ chức cải cách ruộng đất long trời lở đất, tiêu diệt giới địa chủ, đưa cán bộ cộng sản làm chủ nông thôn, thực hiện cải tạo công thương nghiệp ở thành phố, đàn áp văn hóa (nổi tiếng nhứt là vụ *Nhân Văn Giai phẩm*), thi hành chính sách văn hóa giáo dục phục vụ chế độ, tập trung toàn bộ quyền lực và tài sản Bắc Việt Nam vào tay đảng Lao Động. Cách cai trị nầy làm cho nhà nước cộng sản giàu mạnh, nhưng dân chúng nghèo khó, ngày nay gọi là "*autocolonization*" (tạm dịch "tự thực dân" hoặc "thực dân nội địa"), nghĩa là nhà cầm quyền do người trong nước lập nên, độc tài, độc đoán, bóc lột dân chúng không khác gì chế độ thực dân ngoại lai.

3. VÌ CỘNG SẢN, HOA KỲ ĐƯA QUÂN VÀO NAM VIỆT NAM

Sau Hiệp định *Genève* (20-7-2954), tại Nam Việt Nam, Hoa Kỳ (Mỹ) thay Pháp trực tiếp viện trợ cho Quốc Gia Việt Nam. Lúc đầu, Hoa Kỳ chỉ gởi những Phái bộ cố vấn dân sự sang Nam Việt Nam. Năm sau (1955), Quốc Gia Việt Nam đổi thành Việt Nam Cộng Hòa, theo Tổng thống chế, tự do dân chủ tuy có phần hạn chế vì bị cộng sản quấy phá. Nam Việt Nam chủ trương nền kinh tế thị trường tự do. Nhờ thế, Nam Việt Nam nhanh chống phục hồi và phát triển.

Sự viện trợ của người Hoa Kỳ giúp Nam Việt Nam chẳng những làm cho Bắc Việt Nam lo ngại mà còn làm cho cả CHND Trung Hoa cũng không yên tâm. Lúc đó CHND Trung Hoa bị vây quanh ba mặt: 1) Bắc và Tây Bắc là Liên Xô, nước cộng sản bất đồng với CHND Trung Hoa. 2) Tây và Tây Nam là dãy Hy Mã Lạp Sơn cao ngất ngưởng, khó vượt qua. 3) Đông là Thái Bình Dương với hàng rào các đồng minh của Hoa Kỳ là Nam Triều Tiên (Nam Hàn), Nhật Bản, Trung Hoa Dân Quốc (Đài Loan). Hoa Kỳ còn đưa hạm đội vào eo biển Đài Loan.

Chỉ còn hướng Nam của CHND Trung Hoa là Bắc Việt Nam. Nếu Hoa Kỳ phong tỏa Bắc Việt Nam, thì Hoa Kỳ sẽ chận đứng luôn con đường xuống Đông Nam Á của CHND Trung Hoa. Vì vậy CHND Trung Hoa giúp Bắc Việt Nam chống Hoa Kỳ, nói là vì "tình đồng chí anh em", nhưng thật ra còn để bảo vệ mặt Nam của chính CHND Trung Hoa.

Trước khi Hiệp định *Genève* được ký kết ngày 20-7-1954, Châu Ân Lai, Thủ tướng CHND Trung Hoa, mời Hồ Chí Minh đến thị trấn Liễu Châu (Liuzhou), tỉnh Quảng Tây (Kwangsi) (Trung Hoa), họp từ 3 đến 5-7-1954. Tại đây, Chu Ân Lai thông báo cho Hồ Chí Minh biết là các cường quốc tham dự Hội nghị Genève theo mô thức Triều Tiên, đưa ra giải pháp chia hai Việt Nam ở vĩ tuyến 17, Việt Nam Dân Chủ Cộng Hòa ở phía Bắc, Quốc Gia Việt Nam ở phía Nam. Châu Ân Lai khuyên Hồ Chí Minh rằng trước khi tập kết ra bắc, Việt Minh nên cài người, chôn giấu võ khí ở lại Nam Việt Nam, trường kỳ mai phục, chuẩn bị lực lượng để tấn công Nam Việt Nam. (Tiền Giang, *Chu Ân Lai dữ Nhật Nội Ngõa hội nghị, Bắc Kinh*, Trung Cộng đảng sử xuất bản xã, Dương Danh Dy dịch: *Vai trò của Chu Ân Lai tại Genève năm 1954*, ch. 27. Nguồn: "Hội nghị Liễu Châu then chốt". diendan@diendan.org. Trích 1-2-2009).

Sau Hội nghị Liễu Châu, về lại mật khu ở Bắc Việt, Hồ Chí Minh lên án Hoa Kỳ (Mỹ) ngày 15-7-1954 (trước hiệp định *Genève*), một cách mạnh mẽ như sau: *"Mỹ chẳng những là kẻ thù của nhân dân thế giới mà Mỹ đang biến thành kẻ thù trực tiếp của nhân dân Việt Nam, Lào. Mũi nhọn của ta cũng như mũi nhọn của nhân dân thế giới đều chĩa vào Mỹ…"*. (*Hồ Chí Minh toàn tập*, tập 7, 1953-1955, Hà Nội: Nxb. Chính Trị Quốc Gia, 2000, tr. 313). Nhớ lại năm 1945, OSS của Mỹ đã giúp huấn luyện quân đội của Hồ Chí Minh. Nay Mỹ chưa đến Việt Nam mà Hồ Chí Minh vội vàng đả kích Mỹ, phải chăng chính là do lệnh của Châu Ân Lai tại hội nghị Liễu Châu?

Sau khi Việt Nam bị chia hai, vừa để khích động người Việt, vốn có tinh thần chống ngoại xâm, vừa để xin Liên Xô, CHND Trung Hoa và các nước cộng sản viện trợ để tấn công Nam Việt Nam, ngoài lý do *"giải phóng miền Nam"*, cộng sản đưa thêm chiêu bài *"chống Mỹ cứu nước"*, mà cho đến lúc đó Mỹ chỉ viện trợ giúp Nam Việt Nam, chưa đem quân vào Nam Việt Nam. Hoa Kỳ bắt đầu đưa bộ binh qua giúp Nam Việt Nam năm 1965 khi chiến sự càng ngày càng leo thang. Vậy phải nói là **vì được CHND Trung Hoa và Liên Xô hậu thuẫn, Bắc Việt Nam tấn công Nam Việt Nam, nên quân đội Hoa Kỳ (Mỹ) mới có mặt để giúp Nam Việt Nam.**

Như thế, các tên gọi cuộc chiến vừa qua là *"giải phóng dân tộc"*, *"giải phóng miền Nam"*, hoặc *"chống Mỹ cứu nước"* do cộng sản đưa ra, hoàn toàn không đúng với thực tế đã diễn ra trong cả hai cuộc chiến từ 1946 đến 1975.

4. HIỆP ĐỊNH *GENÈVE* KHÔNG QUY ĐỊNH TỔNG TUYỂN CỬ

Để tạo lý do tấn công Nam Việt Nam, từ giữa năm 1955 nhà cầm quyền Bắc Việt Nam nhiều lần đề nghị chính phủ Nam Việt Nam mở cuộc tổng tuyển cử để thống nhứt đất nước, mà Bắc Việt Nam cho rằng đã được quy định trong Hiệp định *Genève* ngày 20-7-1954. Thật ra Hiệp định nầy tên "khai sinh" là "Hiệp định đình chỉ chiến sự ở Việt Nam", có tính cách thuần túy quân sự, không có điều khoản nào quy định việc tổng tuyển cử để thống nhứt Việt Nam.

Giải pháp về một cuộc tổng tuyển cử để thống nhứt Việt Nam được đề nghị tại điều 7 của bản "Tuyên bố cuối cùng của hội nghị Genève 1954 về vấn đề lập lại hòa bình ở Đông Dương" ngày 21-7-1954, tức một ngày sau khi Hiệp định *Genève* được ký kết. Bản tuyên bố (declaration) không phải là Hiệp định, mà chỉ là lời kêu gọi của các nước tham dự Hội nghị Genève về các vấn đề liên quan đến các quốc gia ký kết hiệp định *Genève*.

Bản tuyên bố gồm 13 điều, trong đó điều 7 kêu gọi hai miền Nam và Bắc Việt Nam tổ chức tổng tuyển cử để thống nhứt đất nước ngày 20-7-1956. Vì chỉ là bản tuyên bố, nên Phái đoàn các nước không ký vào bản tuyên bố ngày 21-7-1954. Phái đoàn Quốc Gia Việt Nam không ký vào Hiệp định *Genève*, và không tham dự cuộc họp bàn về bản "Tuyên bố cuối cùng…".

Bản tuyên bố vốn chỉ là lời kêu gọi, không có chữ ký của đại biểu các phái đoàn, không có tính pháp lý để cưỡng hành, nghĩa là không bắt buộc các nước được kêu gọi phải thi hành. Vì vậy chính phủ Quốc Gia Việt Nam, rồi chính phủ Việt Nam Cộng Hòa không chấp nhận đề nghị của Bắc Việt Nam về chuyện tổng tuyển cử ghi trong bản tuyên bố là chuyện chẳng có gì sai trái với nguyên bản Hiệp định *Genève* ngày 20-7-1954.

Bắc Việt Nam dựa vào một bản tuyên bố mà chính Bắc Việt Nam không ký, để áp đặt Nam Việt Nam phải thi hành. Khi Nam Việt Nam không thi hành thì Bắc Việt Nam lại cho rằng Nam Việt Nam không tôn trọng Hiệp định *Genève*, và dựa vào lý do đó để tấn công Nam Việt Nam. Trong hoàn cảnh nầy, Nam Việt Nam ở thế tự vệ, bắt buộc phải chống đỡ, chứ Nam Việt Nam không khiêu khích, không khai chiến chống Bắc Việt Nam.

Có người lý luận rằng chữ "xâm lăng" dùng để chỉ nước nầy xâm chiếm nước khác, trong khi người Việt đánh nhau với người Việt, trên đất nước Việt, thì làm sao gọi là xâm lăng? Xin chú ý rằng tuy cùng là người Việt, cùng một đất nước Việt do Tổ tiên để lại, nhưng một Hội nghị quốc tế đã phân xử bằng Hiệp định *Genève* ngày 20-7-1954, chia hai Việt Nam ở vĩ tuyến 17, và ai ở đâu thì ở yên đó. Đại diện nhà nước Việt Nam Dân Chủ Cộng Hòa (Bắc Việt Nam) đã ký vào Hiệp định, tức chính thức thừa nhận quyết định phân xử nầy. Thế mà Bắc Việt Nam dùng du kích quấy phá, rồi đảng Lao Động họp đại hội, quyết định đưa quân tấn công Nam Việt Nam.

Xin nhấn mạnh đảng Lao Động chỉ là đảng chính trị của một nhóm người, không phải là quốc hội, hay quốc dân đại hội của Bắc Việt Nam. Tại sao đảng Lao Động có quyền quyết định việc Bắc Việt Nam tuyên chiến với Nam Việt Nam? Hơn nữa lý do được đưa ra lại không đúng sự thật quy định trong chính văn Hiệp định *Genève*. Như thế, nếu không gọi Bắc Việt Nam xâm lăng Nam Việt Nam, thì chỉ còn cách gọi là "ăn cướp", một thứ "vừa ăn cướp vừa la làng", mà Đông Kinh Nghĩa Thục đã mô tả là *"Cướp đêm là giặc, cướp ngày là quan"*.

5. KHÔNG PHẢI LÀ CHIẾN TRANH Ý THỨC HỆ

Bên cạnh các cách gọi tên cuộc chiến trên đây, lại có người cho rằng Hồ Chí Minh du nhập chủ nghĩa cộng sản vào Việt Nam, gây ra chiến tranh ý thức hệ giữa chủ nghĩa cộng sản với chủ nghĩa dân tộc. Đúng là Hồ Chí Minh gia nhập đảng cộng sản Pháp vào cuối năm 1920, được Đệ tam quốc tế

Vị trí đóng quân của quân đội CHND Trung Hoa ở Bắc Việt Nam. PLA = People Liberation Army = Nhân dân giải phóng quân (Nguồn: Xiaobing Li, A History of the Modern Chinese Army, The University Press of Kentucky, 2007, tr. 2.

cộng sản đào tạo tại Liên Xô năm 1923, rồi gởi qua Trung Hoa hoạt động gián điệp năm 1924, cung cấp tin tức cho Đệ tam quốc tế cộng sản.

Đệ tam quốc tế cộng sản chủ trương sẵn sàng yểm trợ các quốc gia bị các nước thực dân đô hộ, nổi lên đánh đuổi xâm lăng, giành độc lập, rồi gia nhập vào Đệ tam quốc tế cộng sản do Liên Xô lãnh đạo. Như thế, Đệ tam quốc tế cộng sản chẳng qua chỉ là công cụ phục vụ chủ trương đế quốc của Liên Xô qua hệ thống đảng cộng sản mà thôi.

Đảng Lao Động từ đảng cộng sản Đông Dương cải danh năm 1951, hoàn toàn khác biệt với các đảng phái dân tộc như Việt Nam Quốc Dân Đảng, Đại Việt Quốc Dân Đảng... Sự tranh chấp ý thức hệ giữa đảng Lao Động với các đảng phái chính trị dân tộc, không phải là chiến tranh ý thức hệ giữa Bắc Việt Nam và Nam Việt Nam.

Hơn nữa, Hiệp định *Genève* ngày 20-7-1954 gồm 6 chương 47 điều, không có điều khoản nào quy định việc tổng tuyển cử để thống nhứt đất nước. Trong Hiệp định nầy, từ điều 34 đến điều 46 chương VI quy định việc thành lập và hoạt động của một "Ủy ban quốc tế phụ trách giám sát và kiểm soát sự áp dụng Hiệp định đình chỉ chiến sự ở Việt Nam", thường được gọi là "Ủy hội quốc tế kiểm soát đình chiến". Nếu một bên vi phạm Hiệp định *Genève* thì bên kia khiếu nại với Ủy ban nầy, để Ủy ban tìm biện pháp giải quyết một cách hòa bình. Bắc Việt Nam tố cáo Nam Việt Nam vi phạm Hiệp định *Genève*, thì tại sao Bắc Việt Nam không khiếu nại trước Ủy hội quốc tế kiểm soát đình chiến, mà tự ý động binh tấn công Nam Việt Nam?

Xin nhắc lại ở đây, theo kế hoạch Liễu Châu, Bắc Việt Nam cài người ở lại Nam Việt Nam, chuẩn bị sẵn sàng và khởi động du kích chiến ngay từ 1954, và Bắc Việt Nam công khai quyết định tấn công Nam Việt Nam bằng võ lực tại đại hội đảng Lao Động năm 1960. Như thế rõ ràng Bắc Việt Nam đã vi phạm Hiệp định *Genève* ngay cả khi mới ký, rồi vu cáo Nam Việt Nam vi phạm để dùng làm lý cớ tấn công Nam Việt Nam. Vậy chiến tranh 1954-1975 là chiến tranh xâm lăng có dự mưu từ trước tại hội nghị Liễu Châu, không phải là "chiến tranh ý thức hệ".

6.- CŨNG CHẲNG PHẢI LÀ NỘI CHIẾN

Một số tác giả khác còn cho rằng đây là cuộc nội chiến Bắc-Nam giống như Trịnh Nguyễn phân tranh vào thế kỷ 17. Tuy nhiên, trong cả hai cuộc chiến từ 1946 đến 1975, cả Bắc Việt Nam lẫn Nam Việt Nam đều có người nước ngoài tham chiến, nên không thể gọi là nội chiến.

Trong chiến tranh 1946-1954, CHND Trung Hoa viện trợ cho cộng sản Việt Nam từ 1950. Thông qua con đường Trung Hoa, Liên Xô viện trợ cho Việt Minh cũng từ 1950. Về phía Quốc Gia Việt Nam có sự hợp tác của quân đội Liên Hiệp Pháp. Trong chiến tranh 1954-1975, Liên Xô gởi 3.000 người đến Bắc Việt Nam năm 1965, đa số là chuyên viên không quân, kỹ thuật phòng không và hỏa tiễn, lo việc lắp ráp các bệ đặt hỏa tiễn đất đối không, huấn luyện phi công Bắc Việt Nam lái các loại chiến đấu cơ MIG-21 và SU; và Liên Xô còn gởi nhiều chuyên gia về hải quân và các binh chủng khác. (http://www.russiatoday.ru/news/news/2019,"USSR"secret Vietnam soldiers speak out", 16-2-2008. Xem thêm bản tin đài RFA 29-2-2008 và BBC Vietnamese 19-11-2008).

Cộng Hòa Nhân Dân Trung Hoa đưa 320.000 quân qua bảo vệ Bắc Việt Nam, để đảng Lao Động kéo hết quân Bắc Việt Nam xuống tấn công Nam Việt Nam. Dưới đây là hai tài liệu về việc 320.000 quân CHND Trung Hoa qua trấn đóng và bảo vệ các tỉnh Bắc Việt Nam.

Vì Bắc Việt Nam được Liên Xô và CHND Trung Hoa hỗ trợ. Nam Việt Nam không thể một mình chống lại Bắc Việt Nam và khối cộng sản quốc tế, nên đành phải nhờ sự giúp đỡ của Hoa Kỳ. Hoa Kỳ đưa quân qua Nam Việt Nam năm 1965 và kêu gọi thêm một số quốc gia đồng minh giúp Nam Việt Nam như Thái Lan, Cộng Hòa Triều Tiên, Úc Đại Lợi, Philippines.

Như thế, ở cả hai phía đều có quân đội nước ngoài tham chiến, càng không thể gọi đây là cuộc nội chiến. Về phía Hoa Kỳ, vì Hoa Kỳ gởi quân tham chiến ở Việt Nam, nên người Hoa Kỳ thường gọi cuộc chiến 1954-1975 là "chiến tranh Việt Nam". Cách gọi nầy chỉ thích hợp với người Hoa Kỳ trong lịch sử Hoa Kỳ, nhưng không thích hợp với người Việt Nam về cách gọi tên cuộc chiến trên đất nước Việt Nam.

7. CHIẾN TRANH ỦY NHIỆM

Gần đây có dư luận gọi tên cuộc chiến 1954-1975 là chiến tranh ủy nhiệm giữa hai thế lực cộng sản quốc tế và tư bản quốc tế trong chiến tranh lạnh toàn cầu, thông qua hai miền Bắc Việt Nam và Nam Việt Nam. Nói rõ hơn, ý kiến nầy cho rằng hai miền Bắc Việt Nam và Nam Việt Nam đánh nhau là do hai khối cộng sản quốc tế và tư bản quốc tế ủy nhiệm.

Thực tế cho thấy rằng chiến tranh 1954-1975 xảy ra là do tham vọng thống trị và bành trướng của cộng sản Bắc Việt Nam. Vì tham vọng nầy, khi CHND Trung Hoa tuyên bố một cách sai trái ngày 4-9-1958 rằng Hoàng Sa và Trường Sa thuộc lãnh hải CHND Trung Hoa, thì Thủ tướng Bắc Việt Nam là Phạm Văn Đồng ký công hàm ngày 14-9-1958 công nhận Hoàng Sa và Trường Sa là của CHND Trung Hoa, vừa để trả ơn CHND Trung Hoa viện trợ từ 1950 đến 1954, vừa để xin CHND Trung Hoa tiếp tục viện trợ nhằm tấn công Nam Việt Nam. Sau khi nhượng đảo, nhượng biển và được CHND Trung Hoa bảo kê, đảng Lao Động họp Đại hội 3 tại Hà Nội từ 5-9 đến 10-9-1960, đưa ra hai mục tiêu là "xây dựng Bắc Việt Nam tiến lên xã hội chủ nghĩa và giải phóng miền Nam bằng võ lực", tức động binh tấn công Nam Việt Nam.

Có hai điểm đáng chú ý:

1) Thứ nhứt, Hồ Chí Minh qua Liên Xô cầu viện năm 1950. Stalin ủy nhiệm cho Mao Trạch Đông phụ trách viện trợ cho đảng cộng sản Đông Dương. (Trương Quảng Hoa, "Quốc sách trọng đại Trung Quốc viện trợ cho Việt Nam chống Pháp", đăng trong *Hồi ký những người trong cuộc, ghi chép thực về việc đoàn cố vấn quân sự Trung Quốc viện trợ Việt Nam chống Pháp*, một nhóm tác giả, Nxb. Lịch sử đảng cộng sản Trung Quốc, 2002, Trần Hữu Nghĩa, Dương Danh Dy dịch, đăng lại trong tạp chí *Truyền Thông* số 32-33, Montreal, 2003, tr. 45).

2) Thứ hai, trong cuộc chiến 1954-1975, Lê Duẩn tuyên bố rằng Bắc Việt Nam đánh Mỹ là "*ta*

đánh cho Liên Xô, đánh cho Trung Quốc". (Vũ Thư Hiên, *Đêm giữa ban ngày, hồi ký chính trị của một người không làm chính trị,* Nxb. Văn Nghệ, California, 1997, tr. 422).

Có thể vì hai điều nầy mà có người nghĩ rằng Liên Xô và CHND Trung Hoa ủy nhiệm cho Bắc Việt Nam tấn công Nam Việt Nam. Đặc biệt cộng sản Việt Nam luôn giấu giếm các hiệp ước ký kết với các nước cộng sản khác, nên rất khó biết có hay không có việc cộng sản quốc tế ủy nhiệm cho Bắc Việt Nam, và cũng khó biết cộng sản quốc tế ủy nhiệm những gì? Ủy nhiệm như thế nào? Những điều nầy chỉ có những đảng viên cao cấp đảng cộng sản Việt Nam, và gia đình họ có thể biết mà thôi.

Trong khi đó, Nam Việt Nam bị Bắc Việt Nam tấn công, nên Nam Việt Nam ở thế tự vệ, không lẽ ngồi chờ chết, nên phải chống trả ngoại xâm, chiến đấu để sống còn.

Do tất cả các lẽ trên, cuộc chiến ở Việt Nam từ 1954 đến 1975, nếu có ủy nhiệm thì đó là Liên Xô, CHND Trung Hoa ủy nhiệm cho Bắc Việt Nam trong hệ thống cộng sản quốc tế. Còn Nam Việt Nam? hoàn toàn không có chuyện ủy nhiệm từ bất cứ nước nào.

KẾT LUẬN

Tóm lại, chiến tranh vừa qua xảy ra trên đất nước chúng ta đã được gọi bằng nhiều tên khác nhau, với những ý nghĩa khác nhau. Cuộc chiến diễn ra liên tục từ 1946 đến 1975, trải qua hai giai đoạn từ 1946 đến 1954 và từ 1954 đến 1975, tổng cộng là 30 năm.

Ở Âu Châu, khi vua Edward III nước Anh đòi kiêm luôn vua nước Pháp thì xảy ra chiến tranh giữa hai nước, khi đánh khi nghỉ, không liên tục từ 1337 đến 1453 và được sử sách gọi là "Chiến tranh trăm năm" (Hundred Years' War). Vào đầu thế kỷ 17, cũng tại Âu Châu xảy ra chiến tranh giữa nhiều nước khác nhau vì nhiều lý do khác nhau, từ 1618 đến 1648, được mệnh danh là "Chiến tranh ba mươi năm" (Thirty Years' War). Các tài liệu sử học Âu châu đã dùng yếu tố thời gian để gọi những cuộc chiến phức tạp từ nhiều phía khác nhau.

Riêng hai cuộc chiến vừa qua trên đất nước chúng ta, dù đứng trên tư thế nào, hay lập trường chính trị nào, không ai có thể phủ nhận rằng yếu tố thời gian là mẫu số chung của cả các phía trong cuộc chiến. Dùng mẫu số chung để gọi tên cuộc chiến trên đất nước chúng ta, vừa đơn giản, vừa bao quát, vừa vô tư, không định kiến, vừa thích hợp với các bên tham chiến, mà không ai có thể cho rằng danh xưng nầy được một phía lâm chiến dùng để tuyên truyền chủ nghĩa, đả kích đối phương, hay để biện minh cho hành động của bất cứ bên nào, phía nào.

Vì vậy, bài nầy xin khép lại ở đây với đề nghị danh xưng cuộc chiến vừa qua trên đất nước thân yêu của chúng ta là **CHIẾN TRANH BA MƯƠI NĂM**, theo đúng thời gian từ 1946 đến 1975. □

TRẦN GIA PHỤNG
(Toronto, tháng 5-2023)

China admits 320,000 troops fought in Vietnam

HONG KONG (Reuter) — China has admitted for the first time that it sent more than 300,000 combat troops to Vietnam to fight against U.S. forces and their South Vietnamese allies.

The semi-official China News Service insignia.

Presidents Johnson and Nixon were wary of allowing U.S. aircraft to bomb too close to the Chinese border with North Vietnam for fear of involving the Chinese on a larger scale.

Nguồn ảnh: The Blade, Toledo, Ohio: 16-5-1989.
(Trích lại từ DCVOnline.net, 13-8-2012.)

Tràm Cà Mau

Chuyến Xe Đò Phun Lửa

Dẫn nhập:

Sau năm 1975, sau khi miền Bắc chiếm được toàn miền Nam, dân chúng thường nghe các cụm từ: nếp sống văn minh, ấm no hạnh phúc, bách chiến bách thắng, ba dòng thác cách mạng, bản chất và hiện tượng...

Dân Nam chưa hiểu, đem ra loạn bàn.

Chiếc xe sử dụng xăng dầu, được cách mạng sáng tạo cải đổi lại để chạy bằng than củi. Khói bốc mù, tàn lửa bay tung khắp không gian, làm thành một cái đuôi pháo bông cuồn cuộn lửa tung mịt mù đằng sau.

Trên mui xe chất đầy bao bị, quang gióng. Có thêm ba người ngồi co ro trên mui xe, họ lom khom cố bám vào nóc, cho khỏi rơi xóc xuống đường.

Dọc thân xe có bốn cái ghế dài, hai ghế bên ngoài, khách ngồi quay lưng ra đường. Hai ghế ở giữa, thì hành khách ngồi đâu lưng nhau. Chật như nêm, vai ép sát vai. Sàn xe bao bị lổn nhổn.

Đa số hành khách là đám đàn bà lam lũ, áo bà ba ngắn, quần đen, dáng bơ phờ hốc hác của một thời thiếu ăn trầm trọng. Người ta đi buôn, gọi họ là 'đi buôn lậu', nhưng thực sự chẳng có buôn bán chi cả. Mỗi người mang đi vài ba món hàng cầm tay. Mua về năm ba ký lương thực, đủ thứ linh tinh. Họ đang chạy gạo nuôi con. Mua đi bán lại năm ba cân thực phẩm, cá thịt, chuyển từ nơi này qua nơi khác, mà nhà nước tuyệt đối cấm không cho mang đi. Chính quyền đang thực hiện gắt gao việc ngăn sông cấm chợ.

Hình minh họa. Nguồn: Tuổi Trẻ online

Trên xe chỉ có năm sáu gã đàn ông, ba anh là bộ đội, mang áo quần lính màu phân ngựa, mặt mày xanh mét, gầy nhom, có vẻ ngơ ngác như bọn vịt con. Họ đội nón cối, đi dép râu, đầu cúi gầm, xấu hổ nghe các mụ đàn bà mỉa mai bêu rếu chế độ. Hai người khác, có dáng dấp của cán bộ nhà nước. Cũng nón cối, nhưng mặc áo trắng cụt tay, bỏ ra ngoài quần màu kaki Nam Định. Họ mang dép nhựa, loại tiêu chuẩn sang trọng của chế độ. Mặt mày gầy xương, cũng bủng beo, không giấu giếm được cái đói lâu năm trong chế độ tem phiếu của miền Bắc.

Một trong hai người đàn ông ốm đói, giống như là cán bộ nhà nước, là Hai Hô. Hắn giả trang làm cán bộ cộng sản, đang đi tìm mối vượt thoát ra biển. Hắn đi đường bằng giấy tờ giả mạo, do công an địa phương bán ra.

Khi chiếm trọn được miền Nam, thì *chính quyền miền Bắc toan tính áp dụng chế độ hà khắc độc đoán, khủng bố và kiểm soát đời sống, kiểm soát tư tưởng từng người dân, như đã áp dụng hai mươi năm dài ở bắc vĩ tuyến 17. Nhưng khó thi hành được, vì dân miền Nam đã quen với tự do, không biết nói dối để mưu cầu bình an. Nói thẳng ra mà không sợ sệt bị tù tội. Chính quyền không đủ sức để bắt bỏ tù cả hàng chục triệu người. Dân miền Nam đã quen ăn nói vong mạng, không dè dặt. Tới đâu thì tới. Đi đâu cũng nghe lời nói mỉa mai, bêu rếu cái chế độ độc đoán hủ lậu, và mọi người phải nói lời dối trá, trái với sự thực, để mưu cầu yên thân.

Có tiếng nhiều bà già lao nhao:

"Bây giờ bọn phản động chống phá cách mạng đông lắm. Chúng nó kháo nhau rằng: *Đả đảo Thiệu Kỳ, mua cái gì cũng có. Hoan hô Hồ Chí Minh, mua cái đinh cũng phải đăng ký'*. Thế mà công an ta làm việc tắc trách, không bắt nhốt chúng vô tù, giam cho mọt gông, bắt học tập để chín muồi ý thức cách mạng. Cũng chẳng buộc họ làm bản tự khai tự kiểm gì cả.

Bà khác hừ một tiếng, đáp lại: "Bắt chi được? Không lẽ bắt cả nước sao? Chỗ đâu mà nhốt cho đủ. Nhốt hết mọi người, thì cách mạng sống với ai?".

Có giọng trẻ trung lên tiếng: "Miền Bắc chúng ta xây dựng xã hội chủ nghĩa đã hai mươi mấy năm, thì phải giàu có ấm no lắm chứ? Nhưng lại có bọn phản động bảo mua gạo, mua thực phẩm phải xếp hàng cả ngày, xếp cục gạch giành chỗ? Tại sao lại phải ăn độn khoai sắn thay cơm?".

Ông Hai Hô lại ngứa miệng chen vô trả lời: "Các bà hỏi vớ vẩn. Miền Bắc chúng ta hạt gạo phải cắn làm tư, chi viện cho miền Nam đánh Mỹ. Thì tạm thời phải khoai sắn thay cơm".

Có tiếng đáp lại: "Ừ Ừ. Hạt gạo phải cắn làm tư, thì khi ăn nó mắc vô kẽ răng. Nên đói cho vẩu mỏ là phải. Thế mà các ông bà không biết ơn Bác đảng, còn mai mỉa. Trước đây có khi nào miền Nam chúng ta thiếu gạo? Mỗi nhà có gạo có từng tạ, chứ đâu phải là một phần tư hạt gạo thôi".

Khi cả xe bàn tán về đời sống và văn minh tiên tiến mà cán bộ miền Bắc thường khoe khoang. Một bà già giọng Hà Nội cũ khàn khàn góp chuyện: "Không biết chuyện có thật hay chăng, một anh cán bộ kể chuyện ở bên Liên Xô, người ta bắt lầm con bò giống đem xẻ thịt. Khi biết bị lầm, họ đem đống thịt đã xẻ vụn, cho vào máy, gài ngược số, thì đầu kia trả ra nguyên lại con như cũ.

Có tiếng đáp lại:" Có thật chứ, có thật đó. Ai không tin là phản động. Ngay cả sỏi đá cũng thành được cơm kia mà. Ta vô địch, bách chiến bách thắng. Xẻ dọc Trường Sơn đi cứu nước được, đuổi Mỹ chạy dài. Việc chi mà không làm được?".

Bà già Nam Kỳ nói tiếp câu chuyện:

"Chú tôi đi tập kết về, chê đường sá trong miền Nam chật chội, tróc lở ổ gà. Còn đường phố miền quê ngoài Bắc bề rộng cả mấy chục thước, bằng phẳng, trơn lu như lát gương. Đi bộ không cẩn thận thì trơn trượt té nhào dập mặt".

Một chị khác đáp lời: "Đúng, hoàn toàn đúng trên mặt tư tưởng và chính trị của cách mạng. Nhưng trên mặt kỹ thuật, thì tôi e rằng có điều hoang tưởng chăng?".

Ông cán bộ nói xen vô: "Này ,này, các đồng chí có phê bình và nhận định, thì hãy nhìn vào bản chất, chứ đừng nhìn hiện tượng nghe không!".

Giọng một bà rú lên to: "Cái hiện tượng nó to lớn quá, bao trùm hết, nên lộ rõ cái đuôi bản chất nghèo đói, hủ lậu ra, không che giấu được đâu. Ngụy biện, cũng không đứa ngu nào tin".

Bà khác bàn vô: "Các bà phải biết, đảng nói ấm no, là ấm no thực sự, đảng không bao giờ sai đấy nhé!".

Có giọng nói của bà già: "Đúng thế, đảng không bao giờ sai, chưa bao giờ sai, nhưng sửa đi sửa lại mãi, càng sửa thì càng... càng càng ... đến nỗi Bác phải lên đài lấy khăn tay chậm nước mắt và xin lỗi vì... không sai bao giờ".

Ông Hai Hô khoái quá, nói vào: "Bác là tối cao. Đếch cần xin lỗi ai cả. Cứ chuyện chính vô sản mà ghè cho chúng bá thở. Ai dám ho he?".

Người khác tiếp lời: "Chuyện chính vô sản là có quyền tuyệt đối. Nên bây giờ, phường khóm muốn tịch thu nhà ai, thì cứ tự tiện. Hốt gia chủ ném về vùng kinh tế mới, cho họ làm lại cuộc đời có tương lai trong nhân phẩm hơn".

Bà già giọng khàn nói: "Nhờ chuyên chính vô sản, nên cán bộ thuế vụ ập vô soát nhà chú em tôi. Bắt được mấy tủ áo quần cũ đang mặc. Hỏi áo quần đâu mà nhiều thế? Quy kết cho tội đầu cơ, tích trữ, mua đi bán lại, làm thương mãi. Bởi ngoài Bắc loan truyền rằng, dân trong Nam bị Mỹ Ngụy bóc lột tận xương tủy, mỗi nhà chỉ có một cái quần chung thôi. Ai đi ra đường mới được mặc, mọi người trong nhà phải ở truồng với nhau. Chén bát thì không có, phải ăn bằng muỗng dừa. Không biết lúc vô Nam, các đồng chí bộ đội nghĩ gì khi thấy vải vóc, áo quần, chén dĩa, đồ điện tử phơi bày khắp hè phố? Này này, hai ông cán bộ và mấy chú bộ đội ơi! Các chú nghĩ gì khi thấy miền Nam nghèo khổ rách rưới không? Bà em dâu tôi là cán bộ ngân hàng, từ Bắc vô tiếp thu miền Nam, ban đêm khi ngủ thì cởi truồng, vì sợ mòn quần. Mà nhớ nhá, người Bắc không có mặc quần lót. Vải đâu thừa mà may quần lót. Vì 'Một năm hai thước vải thô. Nếu đem may áo thì ... ló ra".

Có giọng khàn khàn, cười khà khà hỏi: "Sợ mòn quần, hay là để làm chuyện đó cho mau, cho dễ dàng? Có phải ấy là nếp sống mới, văn minh tiên tiến không?".

Một bà nào đó, cao giọng nói: "Ngày nay, phát huy tinh thần vô sản chuyên chính tuyệt đối. Nhà nước có quyền kiểm soát mọi sinh hoạt của nhân dân. Như trường hợp ông bà hàng xóm tôi, về quê ăn đám giỗ mấy ngày, trên đường trở lại, đường bị ngập, phải kiếm phương tiện khác, chậm mất vài hôm, về thấy nhà bị tịch thu, chính quyền đã cho người khác vô ở. Khiếu nại không được. Phải lang thang, mất luôn hộ khẩu. Trường hợp khác, một cô giáo, có khách là ông Hiệu trưởng cũ, đến nhà thăm lúc ban ngày, đang uống nước trà tại phòng khách, thì công an phường xô cửa ập vô, xét giấy tờ, và đòi xem tờ giá thú hợp lệ. Phân trần không được, bị công an bắt về đồn làm kiểm điểm. Ông Hiệu trưởng phản đối rằng, chúng tôi đâu phải là vợ chồng mà có hôn thú. Mà dù là vợ chồng đi nữa, thì hôn thú cũng không biết còn hay mất, và cất nơi đâu".

Một giọng miền Nghệ Tĩnh, nói xen vô: "Bắt làm kiểm điểm là đúng với chính sách. Cán bộ cũng như nhân dân không ai được hủ hóa. Hủ hóa là một trọng tội, làm mất đạo đức cách mạng".

Có tiếng đàn bà cắt ngang: "Lại đạo đức cách mạng! Tôi tưởng 'cái đó' là của người ta, họ muốn cho ai thì cho. Nhà nước muốn quản lý luôn cái đó của đàn bà chúng tôi ư?"

Tiếng nói khàn khàn trả lời: "Phải, quản lý hết tất cả. Quản lý từ bộ râu, đầu tóc, cọng lông. Tất tần tật. Ngay cả văn hóa đồi trụy, cũng phải kiểm soát và đốt hết, đốt sạch".

Một giọng đàn bà còn trẻ nói: "Tôi thấy cách mạng đốt luôn cả sách Khoa học kỹ thuật, Y khoa, Từ điển, và cả sách viết về chủ thuyết Các Mác nữa đó".

Ông cán bộ nói: "Đốt hết là đúng đường lối của cách mạng đó. Thà đốt lầm, chứ không thà bỏ sót. Phải triệt để kiểm soát và hướng dẫn sinh hoạt của nhân dân".

Người đàn bà trẻ nói tiếp theo:

"Loa phường ngày đêm ra rả kêu gọi sống theo 'nếp sống văn minh!' Có phải văn minh thời cách mạng, là nuôi heo trên nhà lầu chung cư, xới bồn hoa trồng rau muống, thức suốt đêm xếp hàng để sáng hôm sau mua thực phẩm, ngoài Bắc ăn con gà phải vặn cổ ban đêm và chôn lông phi tang, khách đến nhà chơi thì dòm vô mâm cơm xem họ ăn gì để đi báo cáo công an?".

Im lặng một lát, chị nói giọng Bắc Hà Nội cũ, nhìn mấy anh bộ đội và cán bộ hỏi lớn:

"Này các đồng chí cán bộ. Tôi nghe nhân dân ngoài Bắc ta có câu: '*Bắt phanh trần, phải phanh trần. Cho mai-ô mới được phần mai-ô*'. Có nghĩa là gì, xin các đồng chí giải thích giúp cho chúng tôi với, để thông suốt chủ trương và đường lối cách mạng. Ở miền Nam, chúng tôi ngu dốt, lạc hậu, xin đừng chấp, đừng cười".

Tiếng trầm trầm đáp lại: "Bọn phản động phản cách mạng đó mà!".

Cô gái trẻ hỏi: "Loa phường khóm, ong óng nói mỗi ngày, về ba dòng thác cách mạng. Này, các đồng chí bộ đội ngồi trên xe, đã học tập và thông suốt đường lối cách mạng. Xin cho tôi biết là ba dòng thác nào, ở đâu, tên gì, được không?".

Ba anh bộ đội bị hỏi bất ngờ, ngơ ngác nhìn nhau. Thì bà già đội khăn mỏ quạ cướp lời, và nói lớn giọng: "Ba dòng thác cách mạng ư, ai mà không biết? Đó là: Đói, Nghèo và Láo".

Một chị gạt ngang: "Không biết thì đừng nói, mà bị quy kết là phản động, bị lôi thôi với cách mạng. Ba dòng thác cách mạng đó, thứ nhất là cách mạng khoa học kỹ thuật, ấy là cái xương sống của chủ nghĩa xã hội...".

Chị chưa nói hết câu, thì bà già cắt ngang: "Ui, ui, đúng rồi. Có cách mạng khoa học kỹ thuật nên mới có xe chạy bằng than củi như bây giờ, và đèn điện, được thay bằng đèn dầu. Khoa học kỹ thuật mới, sản xuất kem đánh răng, nặn ra toàn cả bột trắng, xác đi một đường, nước đi một nẻo. Tiến bộ quá đi chứ?".

Ông Hai Hô ngồi yên, cúi đầu, nhăn răng cười, không dám góp thêm lời bình luận.

Giọng một chị trẻ tiếp theo: "Dòng thác thứ hai là quan hệ sản xuất phải không?".

Có tiếng đáp lại: "Đúng thế! Cách mạng quan hệ sản xuất. Ruộng của nông dân, công lao của nông dân. Bỏ công bỏ của, đổ mồ hôi ra làm ruộng, đến khi gặt hái, thì lúa là tài sản của nhà nước. Nhà nước thu mua hết, với giá rẻ mạt như cho không. Nông dân mỗi người chỉ được giữ lại mấy chục ký lúa, không đủ ăn để chờ đến mùa gặt sau. Nhiều nông dân uất ức quá, đốt luôn nhà và cả lúa gạo. Bị quy tội phản động. Bị quy tội phá hoại tài sản nhà nước. Dân nói rằng, lúa gạo do sức lao động của tui làm ra, thì là của tui, nhà của tui, thì tui đốt, tui không đốt nhà ai, không đốt lúa gạo của ai. Sao dám gọi là phá hoại tài sản nhân dân chứ? ".

Bà già đang nhai trầu góp lời: "Chính quyền địa phương thấy dân đua nhau làm liều. Cũng sợ phong trào lan rộng. Không dám cưỡng bức quá đáng. Rồi sau đó, nông dân bỏ ruộng hoang. Không ngu chi mà làm cho cực nhọc để thành quả bị cướp ngang xương".

Chiếc xe chạy chậm lại và dừng ở một trạm kiểm soát. Công an xét hỏi giấy tờ, lục soát các bao bị trong sàn xe, rồi bắt hạ những hàng hóa trên mui xe xuống để kiểm tra.

Có tiếng than thở của bà già: "Tui đem năm ký gạo cho lũ cháu ngoại ăn đỡ đói, mà cũng tịch thu sao? Buôn bán gì năm ký gạo? Tui đâu có đi buôn?".

Anh công an gằn giọng: "Buôn bán là thiếu đạo đức cách mạng. Phải tịch thu! Đừng có kêu ca chi cả".

Bà già đáp lại: "Tui đâu có phải là cách mạng, mà gọi là thiếu đạo đức cách mạng? Thương con thương cháu là thiếu đạo đức sao?".

Tiếng anh công an nói lớn: "Cái bao lác này của ai đây? Không ai nhận thì tịch thu đem vào đồn".

Sau một hồi lục soát kỹ càng, chậm chạp, có hai

chiếc xe sau trờ tới. Công an huýt còi, cho chiếc xe phun lửa chạy đi.

Bà cụ bị tịch thu năm cân gạo nhỏ bãi nước trầu, đưa hai ngón tay quẹt miệng, lầm bầm:

"Ngày xưa tui nuôi và che giấu cán bộ cộng sản trong nhà, bị tù như chơi. Thế mà không ngán. Nay chúng nó thành công rồi, quay lại cắn người dung túng chúng. Bọn phản phúc! Giải phóng cái gì? Giải phóng để khỏi bị ấm no hạnh phúc chăng? Mỹ Ngụy bị nhào, hốt hoảng trốn chạy, không kịp đem theo cái kìm, cái kẹp. Cách mạng ta lấy được, đem kềm kẹp nhân dân chặt hơn, kỹ hơn. Cái này gọi là chuyên chính vô sản đó".

Một chị trẻ nói: "Bà này ăn nói liều mạng. Bà có biết Bác Hồ có nói cách mạng sẽ xây dựng bằng mười ngày xưa không?".

Bà già đáp: "Có, có nhớ rõ. Ai sao thì tui không rõ. Phần tui thì đói bằng mười, rách bằng mười, bị hà hiếp áp bức bằng mười. Năm cân gạo đem cho cháu ngoại cũng bị tịch thu".

Bà ho một hồi, rồi hỏi: "Này mấy đồng chí cán bộ và bộ đội trên xe này. Tôi nghe bà con ngoài Bắc vô nói rằng, cà rem ở Hà Nội, ăn không hết, đem phơi, chất trong bao tạ cất trên giàn chuồng heo. Trộn với cám cho heo ăn. Có Không? Văn minh quá heng! Còn nghe nói thêm rằng máy lạnh chạy đầy đường".

Đồng chí cán bộ bây giờ lên tiếng: "Điều đó cũng không sai. Cách mạng thành công, để đưa thế giới tới đại đồng. Làm theo sức, hưởng theo nhu cầu, mọi người...".

Ông nói chưa hết câu, thì bị phang ngang bởi lời bà cụ: "Hưởng theo nhu cầu nên mọi người đều méo mặt. Tui nghe cách mạng dạy cho rằng: Khoai sắn bổ hơn nhân sâm, rau muống bổ hơn thịt bò. Đời sống tốt đẹp tươi vui".

Tiếng một chị còn trẻ, đang là giáo viên được 'thu dụng', nói: "Bà con có biết thi sĩ Chế Lan Viên không?".

"Có lẽ là anh em của ca sĩ Chế Linh chứ ai!"

"Không phải. Ông ấy là đại thi sĩ lừng danh đất Bắc. Xã hội chủ nghĩa vô cùng cao đẹp đáng sống, nên ông có làm mấy thơ như sau: 'Chọn thời mà sống chăng? /Anh sẽ chọn năm nào đấy nhỉ? /Cho tôi sinh ra giữa buổi Đảng dựng xây đời'".

Ba bốn người đồng thanh thốt lên: "Bỏ mẹ! Bỏ mẹ!". ∎

Tràm Cà Mau
Cuối năm 2023

THƠ - TUỆ NGA
MIỀN TRẦM HƯƠNG

Cây Đào sớm nay ra hoa
Bỗng dưng lại nhớ quê nhà ... rưng rưng,
Câu Thơ mấy chữ ngập ngừng
Đọc đi, đọc lại bâng khuâng gió chiều

Trời chiều nắng nhạt hắt hiu
Có điều gì nhớ, có điều gì quên !
Chiều qua, ngồi lặng, bên thềm
Cái Tâm bỏ ngỏ, Cái Quên bất ngờ !

Sáng nay, tỉnh giấc ngẩn ngơ,
Giọt sương nào đọng trên tờ hoa tiên
Lắng lòng, nghe tiếng Kinh Hiền
Đêm rằm trăng tỏ, Hoa Nghiêm sáng ngời

Đọc Kinh không tỉnh, ngủ ngồi,
Trong mơ lại thấy tươi ngời, Búp Sen
Vào Thơ, lại nhớ Mẹ Hiền
Kinh Chiều êm ả một miền trầm hương ...

Tuệ Nga

Từ Hùng

TƯỢNG PHẬT BÀ "QUỐC CẤM"

Lần đầu đến lễ Phật tại chùa Viên Giác (cũ) ở đường Eichelkamp, ngước lên bàn thờ, dưới chân tượng Phật Thích Ca, tôi đã nhìn thấy bức hình đức Phật Quan Âm Đông Hải đứng trên gáy đầu rồng đang di chuyển trên sóng biển. Tay phải Phật Bà duỗi dài, cầm nhành dương liễu và tay trái cầm tịnh bình, được trang trọng lộng trong khuôn kính. Được biết hình do một gia đình Phật tử vượt biên thành công, đem lên nhờ chùa khai quang và an trụ nơi bàn thờ, để hưởng hương khói nhà chùa một thời gian, rồi mới đem về tư gia thờ.

Hình rồng được vẽ rất tỉ mỉ, không có đường nét nào khác lạ, nên tôi vẫn nghĩ đó là Long vương Hộ Pháp, như bành Tượng mà vua Trời Đế Thích vẫn cỡi để đi phổ độ chúng sanh.

Nhưng về sau nghe giảng và đọc các chuyện cổ Phật giáo, tôi mới biết đó là một Ác Long mà Đức Quan Âm đã chế phục được. Như trong truyện Tàu, Phong Thần, Ngài Đại Trí Văn Thù Bồ Tát đã được Giáo chủ Xiển giáo Ngươn Thỉ Thiên Tôn thỉnh xuống để phá Tru Tiên trận do các ông tiên bên Triệt giáo lập ra để cản đường tiến của đoàn quân Võ Vương từ Tây Kỳ hướng về Triều Ca, hầu lật đổ Trụ Vương bạo ngược. Ngài Văn Thù chẳng những đã phá được trận mà còn hàng phục được Thanh Sư đạo nhân là ông tiên thủ trận, khiến vị đạo nhân này hiện nguyên hình là một con sư tử xanh và đã trở nên thuần thú đưa Ngài Văn Thù Đại Bồ Tát bay về cõi thành Tô-Ma-Na ở nước Phổ Môn.

Cũng như về sau Ngài Đại Hạnh Phổ Hiền Bồ Tát được mời phá trận Thập tiên và thuần phục được con voi trắng sáu ngà hiện thân của một đạo nhân thủ trận. Con bạch tượng nầy cũng đã theo đưa Ngài Đại Bồ Tát về cảnh giới Giải thoát của Đại Hạnh Phổ Hiền.

Trong kinh Đại Bảo Tích, phẩm Phật thuyết Nhập Thai Tạng: Đức Phật đã nói với Ngài Nan Đà về loại long thần nầy:

"… Thân ấy còn bị các thần bịnh bắt giữ đó là long thần, bát bộ thần và các quỉ thần ly mị. Các quỉ thần ấy làm bệnh hoạn, bức não thân tâm khó nói hết".

Lúc thiết kế chùa Viên Giác, tôi cũng muốn thêm vào công trình xây dựng một chút sơn thủy. Nhìn lại các ngôi chùa xưa khắp nơi, từ những ngôi chùa xây bên dòng sông hay trên núi cao để cách biệt với sự ồn ào náo nhiệt của làng xóm, qua Kinh đô tự (Angkor Wat), bên nước Campuchia, người xưa phải đào hai hồ nước lớn nằm hai bên con đường dẫn vào cổng chùa hay cái ao nhỏ phía trước ngôi chùa làng hoặc chiếc hồ sen bán nguyệt ở sau cổng Tam quan của các ngôi chùa xưa ngoài cố đô Huế, như hồ viên nguyệt ở chùa Từ Hiếu, cho đến hai chiếc hồ bê tông dài nằm hai bên lối vào ngọn đồi Phật bên Nhựt, như để khách thập phương gột rửa thân tâm trước khi vào cảnh giới Phật. Nên tôi đã cho đào và xây hồ nước tròn ngay nơi đầu trục chính của chánh điện, thể hiện tánh viên dung của tên chùa Viên Giác. Mới đầu định trồng sen, nhưng sen không mọc nổi trong hồ nước đóng băng vào mùa đông, dù là sen Nhựt Bổn. Sau chỉ trồng được bụi thủy trúc Papyrus đặt bên tượng Phật Bà đứng trên các tảng đá. Mãi mấy năm sau mới xây được một hòn non bộ nơi góc sân, giáp nối hội trường và đông đường, phía văn phòng.

Khi về viếng lại chùa Vĩnh Tràng ở tỉnh quê Mỹ Tho của tôi sau 30 năm rời xa đất nước. Chùa đã được khai quang sửa sang lại rất khang trang. Cây cao bụi rậm như vườn hoang bao quanh chùa xưa kia đã đổi thành khu nhà phố mới sầm uất. Con đường chạy qua trước cổng chùa đã được tráng nhựa mở rộng. Cổng chùa không phải Tam quan mà là hai cổng lâu nằm cách nhau khoảng mươi, mười lăm thước như mở hai lối ra vào. Hai cổ lâu trên hai đầu cổng đều có dựng tượng nhị vị Hòa Thượng: Vị bên tả, trên cổng mở thường xuyên cho khách Thập phương ra vào là cố Hòa Thượng Đức Lâm, Trụ trì từ năm 1849. Vị bên hữu là cố Hòa Thượng Chánh Hậu có công trùng tu và tôn tạo lại (1907).

Sau khi lễ Phật ở chánh điện, tôi nhởn nha đi qua sân sau ngắm hoa kiểng và hòn non bộ cổ kính. Nhưng hơi thất vọng khi nhìn tượng Phật Quan Âm trên bồn hồ sen bát giác đã được sơn phết sạch bóng mà đã làm mất đi vẻ cổ kính và che bớt đi đường nét điêu khắc thuở xưa. Ngài không đứng trên tòa sen như ở các chùa khác mà đứng trên đầu một con quái thú đủ sừng râu nanh vuốt như đầu rồng mà thân cá giống như hình tượng cá hóa long trên cuối các sóng nóc ngôi miếu cổ, ở góc Quân Y Viện Mỹ Tho, mà tôi đã nhìn thấy từ lúc nhỏ. Tình cờ một vị Thầy từ tòa chùa sau bước ra, tôi tiến qua chào và hỏi, Thầy đã giải thích: *"Đó là con thủy quái tượng trưng cho tất cả nỗi khổ trên đời, mà bồn nước chính là biển khổ. Đức*

Quan Âm đứng trên đầu con thủy quái, ý nói Ngài chế ngự tất cả nỗi khổ trên trần gian và cứu độ cho chúng sanh".

Hồi gần đây, xem tin thế giới trên Youtube chợt thấy hình con thủy quái trên sông Cửu Long, được ngư dân Hậu Giang đóng đáy bắt được hiện còn thả nuôi trong một bè cá lớn ở giáp ranh hai tỉnh Vĩnh Long - Cần Thơ. Đầu nó giống đầu cá Ngác (loại cá trê lớn vài kí-lô) có 2 râu mép dài như râu rồng, hàm dưới lại mọc thêm hàng ria răng cưa như hàng vi cá, rất giống hàm rồng. Nhưng cặp mắt lộ to đỏ ngầu, mình lại có nhiều vảy như vảy rồng (cá ngác cá trê mình da trơn), lại có nhiều sọc đen chạy dài song song khắp mình như chồn mướp. Kỳ ngạnh, kỳ lưng đều rất cứng nhọn và bén như dao, đừng để nó chém trúng. Cá trê, cá ngác chém phải, chỉ đau nhức một hai, còn nó chém trúng đau nhức gấp mười lần, lại có thể làm độc sưng tấy lâu ngày. Chủ bè còn cho biết nó rất mạnh nhảy cao cả thước, đã có lần vớt cá chuyển qua ngăn bè khác, thiếu bố trí cẩn thận một con đã nhảy thoát ra ngoài thiên nhiên. Những loại cá nổi tiếng mạnh khác chỉ mới phun nước bắn hạ mấy con côn trùng, chuồn chuồn bay đậu trên lau sậy gần bờ. Còn chúng ở ngoài sông có thể nhảy phóng lên cao bắt cả chim bay qua. Bấy lâu xem TV chỉ thấy mấy con chim Ác Là phóng ào xuống biển bắt cá. Nay mới nghe cá nhảy lên cao bắt chim! Ngư dân kỳ cựu trong vùng cho biết thêm, ông bà họ đã từng đánh bắt những con cá loại nầy nặng cả mấy chục kí-lô và theo truyền thuyết chúng thuộc loài thủy quái từ biển hồ bên Miên di chuyển sinh sống lần xuống các nhánh sông Tiền, sông Hậu, ngày càng lớn và sống rất lâu năm. Khi chúng to lớn nặng cả tạ là lúc chúng ra tới các cửa biển và sẽ hóa rồng. Do đó bảy cửa Tiền Giang và hai cửa Hậu Giang hợp thành chín cửa mà tổ tiên mình mới đặt tên cả con sông là Cửu Long. Nếu bên Tàu có những con cá chép vượt vũ môn để hóa rồng, thì bên Ta cũng có những con cá lớn mạnh bạo, hình thù quái lạ sống lâu năm trên sông Tiền, sông Hậu vượt ra các cửa biển để hóa thành rồng. Và dòng tư tưởng của các nhà điêu khắc Việt Nam vẫn theo đúng mạng mạch qua nhiều thời đại: Từ tượng Phật Bà ngự trên đầu thủy quái Cá hóa Long đến hình tượng Đức Quan Âm Đông Hải cỡi rồng, chỉ là sự biến thể liên tục từ sông ra biển.

Phần nghiên cứu của Nha ngư nghiệp, giống cá nầy đẻ trứng ở các doi cù lao, đầu cồn, cuối bãi, nơi các dòng nước chảy rẽ ra, nước đứng ổn định. Khi bầy cá con nở ra vẫn được mẹ nó bảo vệ, chúng cứ tung tăng bơi lội trên mặt nước gần bờ, mẹ chúng vẫn nằm canh bên dưới, khi có động hay một con cá lớn lởn vởn gần đó, lập tức mẹ nó trồi lên há to mồm, bầy cá con tự động chui vào, dĩ nhiên cũng còn những con nhỏ ham chơi, háu ăn chưa chịu về núp, mẹ chúng phải rướn mình theo đớp từng con cho hết, rồi ngậm miệng lặn xuống nằm chờ cho đến khi nguy cơ qua, cá mẹ mới phun bầy con ra như bầy cá ròng ròng được mẹ cá lóc bảo vệ nơi mé mương rạch, đồng ruộng nước miền Nam. Cho đến khi các chú cá con đủ lớn, tự sinh sống được, lần lần theo dòng nước lớn chảy về nguồn, tiến lên biển hồ, trong khi cá mẹ tách ra theo cuộc sống riêng. Theo năm tháng đám cá con lớn dần, dĩ nhiên dọc đường một số cá cũng bị những con lớn hơn ăn nuốt, chỉ những con mạnh, lanh lợi mới đến được biển hồ, chúng trưởng thành và sinh sống ở môi trường rộng lớn đó cho đến mùa sinh sản chúng mới quay về chốn cũ để đẻ trứng, hoàn thành một chu kỳ như giống cá hồi.

* *

Mặt khác Trier, thành phố xưa nhứt của nước Đức, từng là Rom phương Bắc của Đế quốc La Mã cùng với tiểu bang Rheinland-Pfalz chuẩn bị một lễ kỷ niệm 200 năm ngày sanh một triết gia lớn có ảnh hưởng lâu năm trên thế giới, đặc biệt là thế giới Cộng sản: Karl-Marx vào năm 2018 với các cuộc triển lãm quy mô lớn được hướng dẫn bởi những tổ chức công cộng mang tầm vóc bao quát cả quốc gia.

Hàng ngàn các nhà hành động từ các lãnh vực văn hóa, giáo dục đóng góp các chương trình. Từ các trường cao đẳng, Hí viện ở Trier lan qua các trung tâm liên lạc giao dịch, đến các trung tâm đào tạo, truyền thông và thực hiện các công trình văn học, nghệ thuật. Một khóa học thảo luận tập, dưới sự bảo trợ của Cơ quan Văn hóa Liên Hiệp Quốc (UNESCO), Ủy Ban Đức Quốc về Âm nhạc, Kịch trường và Thuyết trình, Ban lãnh đạo

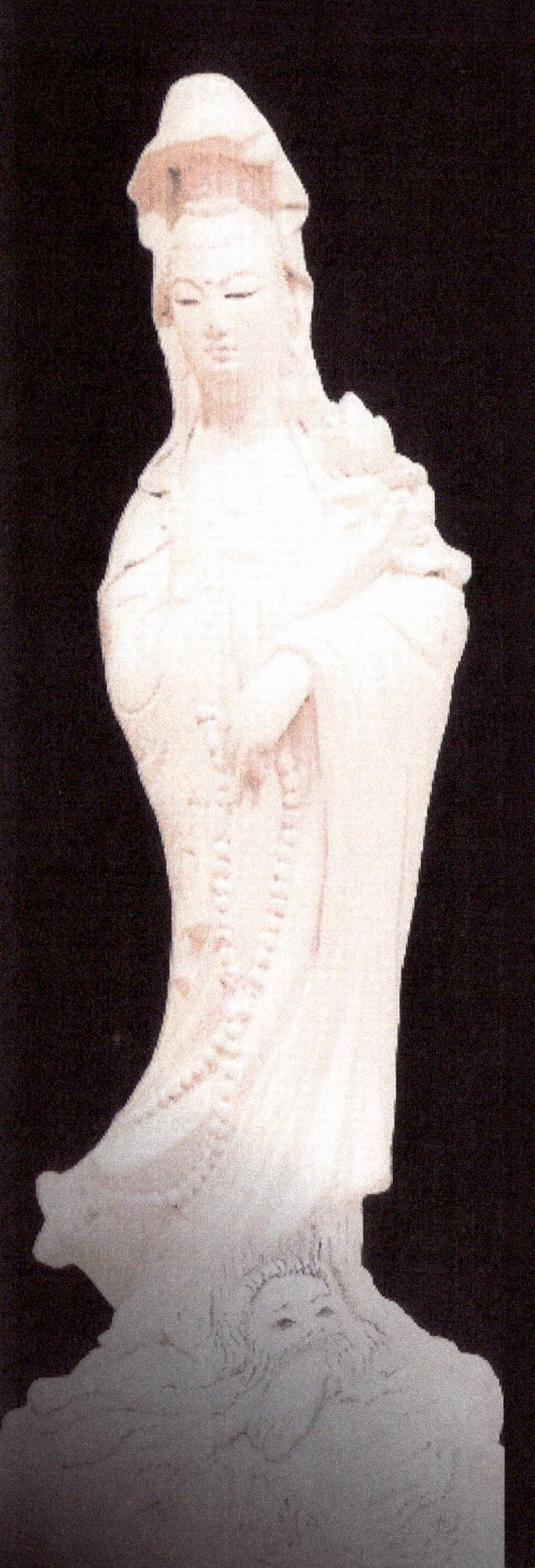

về thiết đặt và thực hiện nghệ thuật để giải rõ các phương diện khác nhau của đời sống và tác động Marx, cũng như những chất vấn, tranh cãi từ nhiều bộ môn Xã hội và Lao động. Hai cơ sở cộng tác quan trọng trong chương trình kỷ niệm là Bảo tàng viện Ngôi nhà sinh quán của Karl-Marx cũng tại trung tâm thành phố, như Bảo tàng viện ở Dom. Các hướng dẫn viên du lịch các thuyết trình viên hay hướng dẫn tham quan ở các Bảo tàng viện còn được phân công hay khuyến khích đi học tiếng Hoa dự định để tiếp đón hàng triệu du khách Trung Cộng đến „chiêm bái" ngôi nhà xây dựng từ thời đại Barockes và các chương trình kỷ niệm triết gia lừng danh thế giới nầy như cách nay ba mươi năm Thủ tướng Triệu Tử Dương đã đến đây "hành hương". Các nước theo chế độ Cộng sản còn lại cũng tham gia theo, đặc biệt Trung Cộng gửi tặng một pho tượng lớn màu nâu cao 5 mét và năm sáu bức tượng nhỏ hy vọng sẽ được đặt ở một nơi trang trọng ở quảng trường lớn nào đó. Nhưng nhiều dân chúng Trier đã phản đối dữ dội, vì chế độ Cộng sản đã tàn phá nhiều quốc gia và giết hại hàng nhiều triệu người trên khắp thế giới. Như xưa kia Giáo phận Giám Mục Trier tổ tiên của họ đã từng chối bỏ nhà báo kiêm tư tưởng gia lạc đàn phản loạn khi ông ta viết báo chống phá những chủ xưởng thợ và cho xuất bản quyển „Tư Bản luận". Thời đó các cuộc biểu tình dân chúng đã nổ ra dữ dội, đến mức nhà báo „tiến bộ" nầy phải bỏ chạy lên Köln. Các nhóm đả đảo cũng theo dõi đuổi theo, khiến ông ta phải lưu vong qua Pháp. Rồi thời gian sau cũng phải khăn gói đáp tàu sang Anh, sống ở Luân Đôn cho đến chết, mộ cũng còn chôn tại đó.

Chính nơi bản quán của ông, người dân lại chống ông kịch liệt nhứt, cho nên bức tượng mà nhà cầm quyền Trung Cộng tốn nhiều công của và kỳ vọng, chỉ được đặt vội bên vỉa hè đối diện ngôi nhà lịch sử, lại được bọc plastique màu đục, bao trùm kín mít cho đến ngày khai mạc triển lãm! Còn 6 bức tượng nhỏ màu nâu, đặt ngoài sân Bảo tàng viện nhỏ tại khu phố buôn bán, trở nên tụ điểm cho các trẻ con chạy chơi loắn xoắn, len lỏi quanh như cùng đồng bọn.

Sau mấy ngày triển lãm, chỉ loe hoe khách viếng thăm. Sự chuẩn bị cho hàng triệu khách Trung Cộng đến „Chiêm bái" Tổ Karl Marx cũng chờ đợi mòn mỏi. Ngày qua ngày, lâu lâu mới thấy một hai cặp thanh niên Tàu hay dăm ba người nói tiếng Hoa vào chụp hình quanh tượng hay trong phòng làm việc của Tổ. Nghe nói cũng có nhiều đoàn du lịch Trung Hoa sang nhưng họ bận thăm thú Berlin và các thành phố lớn hay viếng những thắng cảnh nổi tiếng của Đức. Có đến Trier đi nữa họ cũng quây quần ngắm Cổng Đen (Porta Nigra) của La Mã thời Thượng cổ! mà chẳng đoái hoài gì đến mục đích chính của chuyến du lịch nầy.

Trong khi ở Việt Nam nhà cầm quyền Cộng sản cũng theo đuổi, các đàn anh hay cha chú của tư tưởng nầy kích động bộ máy tuyên truyền, đến các Ban tuyên huấn và lãnh đạo các hội văn nghệ sĩ, họa sĩ, điêu khắc gia, nghệ nhân… Mọi người phải ráo riết phấn đấu cống hiến những tác phẩm để dâng Đảng mừng „Tổ". Trong khi dân Miền Nam đã chán mặt ba cái ông Râu rìa nầy (Marx, Ăng-gen, Lê-Nin) mà từ buổi đầu (1975) họ vì lạ và sợ mà phải lấm lét nhìn lên phông sân khấu hay sau bàn diễn giả trong các buổi học tập hay sinh hoạt từ phường khóm lên các hội trí thức cho tới các giới chức Đại học tại Hội trường, rạp Thống nhứt. Một anh họa sĩ lâu nay vẫn vẽ và tạc tượng theo truyền thống Việt Nam, anh âm thầm tạc tượng Đức Quan Âm theo cảm nghĩ riêng của mình. Khi hoàn tất anh giữ ở nhà để chiêm ngưỡng một thời gian, rồi mới đem lên chùa bên Gia Định dâng cúng. Thầy Thông Bửu ngắm bức tượng đẹp khẽ mỉm cười, hiểu ý tác giả. Thầy đúc ra nhiều bổn để phát hành. Các Phật tử nhìn tượng khúc khích cười với nhau rồi cùng xin thỉnh về thờ tại tư gia. Nhiều người xin rước tượng, đến mức Thầy phải đúc thêm, đúc thêm hai ba lần. Một số Phật tử thấy thiên hạ bu đông xin thỉnh, cũng bước lên xin rước tượng về nhà mà không nhìn kỹ phần đế tượng còn bọc giấy. Khi tháo giấy đưa tượng lên bàn thờ họ mới chợt phát hiện dưới chân Đức Quan Âm không còn con thủy quái nào nữa, mà đã thay vào bộ mặt ông Râu rìa mà lâu nay họ đã chán nhìn! Cả gia đình cùng xúm lại xem vừa thầm phục tài châm biếm của nhà nghệ sĩ, và cùng bàn tán về điềm báo của ông về việc tổ Karl Marx đã quy phục dưới chân Phật Bà thì ngày tàn của chế độ Cộng sản đã gần kề. Rồi không ngăn được tính ngồi lê, người mách lại cho láng giềng, kẻ thầm thì cho bạn bè. Việc phản động lớn như vậy làm sao ngăn được những cặp mắt cú vọ của Tổ Dân Phòng, làm sao tránh tới tai Phường Khóm. Lập tức Công an Phường rầm rộ tới khám xét chùa, tịch thu „tang vật" và mời Thầy lên Phường làm việc dù Thầy đã trả lời rằng:

"Cửa Chùa rộng mở, tín chủ nào muốn cúng Phật cứ bày phẩm vật lên bàn thờ, Phật tử nào muốn thỉnh tượng cứ rước đi. Ông Từ hay chú Tiểu chỉ giữ việc thắp nhang đèn, thỉnh chuông, không nhận diện ai cúng dường nhiều, ai thỉnh đi ít, vì Phật dạy, chúng sinh đều bình đẳng. Công an buộc Thầy phải ngưng ngay việc phổ biến bức tượng nầy. Nhưng tượng vẫn tiếp tục được đúc ra, vì vẫn còn nhiều người tìm đến chùa xin "thỉnh Chui". Do đó sau bao nhiêu rắc rối và bị hăm dọa đủ điều, Thầy được mời lên tận công an Gia Định *làm việc nghiêm túc* cả ngày. Lính đưa Thầy vào văn phòng Xếp lớn, họ mời Thầy ngồi, Xếp mở lời về „tội lỗi tư tưởng và hành vi phản động …" nhưng Thầy vẫn bình thản, thong thả lần lượt thọng tay xuống kéo hai chân lên ngồi xếp bằng theo lối Thiền tọa trên ghế. Xếp Công an nóng mặt đứng chồm dậy, chỉ tay qua bàn quát lớn: „ Anh… Anh thầy có biết cách ngồi „văn minh không vậy?" [1]. Thầy từ tốn

---

[1] Các anh bộ đội CS. miền Bắc từng vượt dãy Trường sơn, băng rừng lướt bụi và các dân quân nằm vùng từ chiến khu D vào Sài Gòn hay từ miệt Năm Căn Cà Mau lên thành đã quen lội ruộng vẫn chuyên ngồi chồm hổm trong mọi sinh hoạt ở nhà riêng cũng như trong khắp nơi công cộng. Họ vẫn tiếp tục ngồi chồm hổm trên ghế, trên sạp, trên bộ ván mà dân miền Nam gọi là ngồi kiểu nước lụt. Nay đã chiếm được các thành phố văn minh họ phải rán học theo người văn

đáp lời: "Đây là kiểu ngồi **an tịnh** nhứt trong nhà Phật. Ngồi như vậy tôi mới an, mà ông cũng an và vợ con ông ở nhà cũng an. Mọi người đều an! Nghe đến vợ con ở nhà, Xếp hơi hoảng, lặng người một lúc, rồi ngồi phịch xuống ghế, giọng hạ xuống theo cơn giận tụt dần, dù mặt mày còn đỏ. Thầy đã đánh đúng chữ **An** trong chức vụ Công an của xếp. Trong nỗi lo mới, không biết ông Thầy còn có phù phép gì đây. Mình ngồi trong cơ quan an ninh luôn có công an, súng ống bảo vệ, còn vợ con ở nhà, ai biết được *tai bay vạ gió, cỏ hòn xe cộ…* Xếp mở máy lại để tuyên truyền về chủ trương, chánh sách tôn giáo của Nhà nước. Lên gân cổ nói một hồi, coi bộ „Nói hết nỗi" nữa, lại thấy Thầy vẫn ngồi xếp bằng an nhiên tự tại, người cầm đầu ngành an ninh Gia Định lại phát tức, bấm chuông gọi lính áp tải Thầy xuống nhà giam nhốt lại. Bà con Phật tử trong vùng tới chiều rồi mà chưa thấy Thầy về, họ rủ nhau bới cơm nước, mang đến nhà giam xin vào thăm nuôi Thầy, vì cơm tù công an là đồ mặn Thầy không dùng được. Mới đầu họ la hét đuổi đi, nhưng bà con tụ tập mỗi lúc một đông nên họ bắt buộc nhận phần cơm chay rồi đuổi mọi người về.

Sáng sớm hôm sau bà con Phật tử lại tụ tập ngày càng đông, xin được vào thăm nuôi Thầy. Sở công an bắt đầu lo sợ vụ việc nổ lớn ra, chỉ làm bể mặt Đảng thêm và cũng sợ mất điểm với Trên. Họ bắt Thầy làm giấy cam kết rồi thả về. Nhưng họ vẫn bố trí Tổ Dân Phòng luân phiên kiểm soát chùa. Phật tử ra vào đều bị xét hỏi.

Thời gian sau, vụ việc lắng yên, một đàn anh kiến trúc của tôi, anh Nguyễn-Phúc Quỳnh-Thuyên, tác giả thiết kế và xây dựng chùa Đức Viên tại San José của Sư bà Đàm Lựu bên Mỹ, có dịp về thăm quê nhà và đã thỉnh được bức tượng quý hiếm nầy, đem được ra nước ngoài. Chúng ta hãy nghe anh kể:

"Tượng này tôi rước từ một chùa bên Gia Định, cao khoảng 40 cm. Tượng do anh họa sĩ tạc theo truyền thống Việt Nam: Đức Quan Âm, không trang sức diêm dúa như các tượng Tàu, vẫn theo mẫu các cô tiên, chỉ trang sức duy nhứt là tí thêu ren trên chiếc yếm ngực, chân bước tréo, tay cầm bông sen, tay kia lần chuỗi tràng hạt, tà áo bay trong gió rất duyên dáng. Ở các chùa cổ, tượng

---

minh Sài Gòn, nhưng cố lắm vẫn còn một số người khi ngồi ghế dù là ghế bọc nệm sang trọng chỉ thòng được một chân xuống ghế, còn chân kia vẫn cứ bó gối, đạp bàn chân chống lên nệm ghế.

Quan Âm thường được dựng giữa hồ sen, tượng trưng cho biển cả, đó là biển đời, biển khổ. Đức Quan Âm thường được tạc đứng trên đầu một con thủy quái (nhiều người nhầm là đầu rồng và nhiều nhà làm tượng ở Việt Nam cũng đúc tượng Ngài đứng trên đầu rồng, không đúng!). Con thủy quái tượng trưng cho tất cả nỗi khổ trên đời. Đức Quan Âm đứng trên đầu con thủy quái ý nói, Ngài chế ngự tất cả nỗi khổ trên trần gian để cứu khổ cho chúng sinh. Điểm đặc biệt của pho tượng này là anh họa sĩ tạc Ngài đứng trên đầu ông Marx râu ria có đủ cả nanh vuốt của con thủy quái: Marx là nỗi khổ của nhân loại trong thế kỷ 20 nhất là cho người miền Nam sau 75. Thầy Thông Bửu ở chùa này bị rất nhiều khó khăn bởi công an Gia Định, vì đã phổ biến bức tượng này, Thầy Thông Bửu đúc ra cho mọi người rước về nhà. Công an buộc thầy phải ngưng ngay việc phổ biến bức tượng. Thầy từng bị nhốt vì vẫn tiếp tục. Tôi nghe chuyện và nhờ người quen đưa đến gặp Thầy, thầy đưa tôi bức tượng thầy còn giấu trên trần chùa và dặn cẩn thận lúc mang đi, có thể gặp lôi thôi với công an phi trường TSN. Tôi nhờ đã học được nghề nắn tượng và đúc tượng lúc còn ở trường kiến trúc: lấy thạch cao đắp lên mặt ông Marx, trước khi đắp tôi phải bôi tí xà phòng để lúc về đây mình gõ ra dễ dàng. Công an cho qua. Nhưng còn kẹt mấy bó hương trầm trong va li:

"Trầm là quốc cấm, không thể đem ra nước ngoài!" Công an phán. Sau khi xòe ra 20 đô thì công an bảo lấy quần áo che đi. Đến cái chuông đồng bằng nắm tay. "Đồng cũng là quốc cấm, không được mang đi". Tôi bảo lại công an: "Tôi không cần chuông này đâu, ông cứ giữ lại. Thấy mình cùn quá, nó bảo „Thôi ông đi đi!".

Tôi nghĩ, đây là bức tượng hiếm, có thể là duy nhứt, đưa được ra ngoài VN, kỷ niệm chuyến về VN lần đầu tiên sau bao nhiêu năm".

Nhìn hình bức tượng quí nầy, ngoài giá trị nghệ thuật, chúng ta còn để ý đến niềm tin mà nhà điêu khắc muốn gửi đến mọi người rằng, ông tổ Karl Marx đã qui phục dưới chân Đức Quan Âm, thì sớm muộn gì các chế độ Cộng sản trên thế giới cũng sẽ tan rã hết.

Bây giờ Chiến Tranh Nga - Ukraine chưa biết sẽ đi đến đâu?

Từ Hùng

Tích Cốc Ngô Văn Phát

TƯỞNG NIỆM QUỐC HẬN
(30.04.1975–30.04.2024)

Tưởng Niệm Quốc Hận ngày 30.04, người dân miền Nam nghẹn ngào nhỏ lệ nhớ tới:
*Giặc cộng miền Bắc cưỡng chiếm miền Nam
Tù đày giết hại Quân Dân Cán Chính
Nước mất nhà tan, gia đình ly tán
Lưu lạc muôn phương nỗi hờn Vong Quốc!!!*

Mỗi lần, gần đến ngày 30.04, đảng Việt cộng đều tổ chức rầm rộ mừng ngày cướp được chính quyền miền Nam. Năm nay 2024, Nguyễn Phú Trọng, Tổng Bí Thư đảng đã kiêu mạn, tự hào tuyên bố: "Đất nước ta chưa bao giờ có được tiềm lực, vị thế và uy tín quốc tế như ngày nay".

Đúng rồi ông Trọng ơi! Vì sao? Vì trong quá trình dựng nước và giữ nước của Tổ Tiên ta trên bốn ngàn năm qua, có lúc thịnh lúc suy, có khi vinh có lúc nhục theo vận nước nổi trôi nhưng không bằng 49 năm đảng cướp của Ông độc quyền toàn trị ba miền đất nước nên có được tiềm lực, vị thế và uy tín quốc tế như ngày nay theo Ông nói.

Trước nhứt, tôi đề cập đến cái "**Tiềm Lực**" mà Ông cố ý nêu lên là sự đoàn kết giữa những đảng viên của Ông từ thượng tầng chóp bu như Chủ Tịch nước, Tổng Bí Thư đảng đến hạ tầng cấp Xã, Phường, trên dưới độ 5 triệu rưỡi người nối vòng tay lớn, tay nhỏ đua nhau bán nước, buôn dân, cướp đất, tham nhũng v.v…

Còn lại trên 90 triệu dân không nằm trong cái Tiềm Lực của đảng thì bị cướp đất, cướp nhà, gia đình ly tán!!!

Để biết thêm cái Tiềm Lực mà ông Trọng tự hào ra sao, xin quý vị đọc bài viết về đảng Việt cộng của Ý Nhi được trích ra như dưới đây: "Sau 78 năm mang mặt nạ đầy tớ, giờ Đảng lột mặt nạ lòi mặt chuột".

Câu *"cán bộ là đầy tớ của nhân dân"* là câu mị dân trơ trên bậc nhất, nó ra đời từ khi Đảng Cộng sản nắm quyền cai trị.

Để biết cán bộ có phải là "đầy tớ" của nhân dân hay không, thì cứ đến cơ quan công quyền làm giấy tờ sẽ rõ. Chưa có một quốc gia nào mà "phép vua" một đường, "lệ làng" một nẻo, thi nhau hành hạ người dân như xứ sở này – xứ sở tự xưng là "thiên đường Xã hội Chủ nghĩa".

Tham thì thường gắn liền với ác, con người cũng thế mà đảng chính trị cũng thế. Ít có nơi nào trên thế giới mà quyền con người bị xem thường như ở Việt Nam, và cũng ít có nơi nào mà tình trạng quan tham nhiều như ở Việt Nam. Khi Đảng tham, thì Đảng cần bộ máy công an khổng lồ để trị dân. Khi quan chức ăn cắp và cả ăn cướp của dân tràn lan, thì bộ máy công an khổng lồ sẽ giữ cho dân ngoan ngoãn chịu đựng. Đã là nhà nước công an trị, thì ắt nhà nước đó rất ác với dân.

Khốn khổ cho dân Việt là, Đảng Cộng sản đối xử với dân chẳng khác nào con vật. Họ vét hết công sức làm lụng của dân để nuôi Đảng, nuôi quan. Dân bất bình thì họ dùng cái roi "công an trị" quất cho thật đau, để dân câm mồm. Người dân Việt Nam đang sống dưới bàn tay cai trị của chính người Việt, mà kinh khủng còn hơn thời thực dân.

Đảng Cộng sản được ví như con quái vật trăm tay. Tay bóc lột, tay bịt miệng, tay cầm roi quất vào dân v.v… nhưng mồm của Đảng thì nói đạo lý. Chẳng phải là suốt hơn 7 thập kỷ qua, Đảng luôn ra câu "cán bộ là đầy tớ của nhân dân" sao? Chẳng phải, mồm Đảng vẫn cứ ra rả "nhà nước ta là nhà nước của dân do dân và vì dân" sao? Và chẳng phải, Đảng ra rả về đủ loại đạo đức, nào là "đạo đức Cách mạng", nào là "đạo đức Hồ Chí Minh" đấy sao? Nhưng thử hỏi, có quan chức nào có "đạo đức" đâu!

Đạo đức của người Cộng sản có chăng chỉ là đạo đức giả. Có đảng viên nào sống liêm chính đâu? Lương thì ba cọc ba đồng, nhưng để vào được bộ máy nhà nước, phải chạy hàng trăm triệu cho những chiếc ghế nhân viên quèn, chạy hàng tỷ cho những chiếc ghế có thể moi tiền dân hoặc tiền nhà nước. Còn chạy hàng triệu đô cho những chiếc ghế có chút danh. Chẳng phải là cựu Đại biểu Quốc hội Châu Thị Thu Nga đã chạy đến 30 tỷ đồng cho chiếc ghế Đại biểu Quốc hội, mà vào đó chỉ biết gật thôi sao. Vậy thì, những ghế quyền lực hơn, như ghế Bộ trưởng, thì chạy bao nhiêu?

Với bản chất có quyền là moi tiền làm giàu, nên quan chức nếu không phải kẻ trộm thì cũng là kẻ cướp. Thử hỏi, có quan chức nào nghèo đâu? Đến Tổ trưởng Tổ dân phố còn tìm cách gặm nhấm, thì quan Phường, Xã có nhà lầu, ô tô, là chuyện không hề lạ lẫm, mặc dù lương của quan chức chỉ đủ tiền xăng cho xe, thậm chí không đủ tiền bảo trì và sửa xe.

Với cách hành xử, hễ có chút quyền là tỏ ra cửa quyền, thích hành hạ dân mới oai, thì đấy không phải là đầy tớ gì cả, mà đó là một kẻ hành dân. Sự hạch sách người dân phổ biến đến nỗi, trong dân gian, người ta biến cải từ "hành chính" thành cụm từ "hành là chính", để mô tả một cách chua chát cái thói muốn làm cha làm mẹ dân của thành phần có quyền.

Ngày 13/12, tờ báo Tiền Phong có bài viết "'Lãnh đạo như cha như mẹ, anh em dựa vào mà yếu thì cũng ngã luôn". Lâu nay, Đảng đeo mặt nạ "đầy tớ của nhân dân", thì giờ đây, họ không cần đeo nữa. Tháo mặt nạ ra thì tất nhiên họ lòi mặt chuột, với bản chất là thích làm cha làm mẹ nhân dân.

Đó là sự thật suốt hơn 7 thập kỷ qua và Đảng Cộng sản cũng nên đánh bài ngửa với dân. Hãy gọi dân là "dân đen" hay "bọn thảo dân" luôn, cho đúng bản chất. Đeo mặt nạ hoài làm gì? Dân biết hết rồi. *(Hết trích).*

Chuyện mua quan bán chức đã và đang xảy ra hằng ngày trong cái đảng Việt cộng, cho nên người dân làm chủ mới mỉa mai gán cho hai chữ „**TỨ Ệ**", Đó là Nhất *hậu duệ*, Nhì *tiền tệ*, Ba *quan hệ*, Bốn *trí tuệ* (hạt giống đỏ).

Nói tóm lại, cái "Tiềm Lực" của đảng CS đã và đang nằm trên đầu ruồi của họng súng được thực hiện rập khuôn theo lời tuyên bố của Trường Chinh, Chủ Tịch Hội Đồng Nhà Nước là **Đảng ta cướp chính quyền bằng bạo lực, thì đảng ta phải dùng bạo lực để giữ chánh quyền.** Đó là Tà Quyền của đảng, là "Tiềm Lực" mà ông Trọng tự hào phải không quý vị độc giả?

Còn về "**Vị thế và uy tín Quốc Tế**" thì sao? Thì tự hào hay tự nhục thì xin quý độc giả xem ba cái hình dưới đây tự nó nói lên đầy đủ câu trả lời cho Trọng rồi. Những người Việt Nam này được sanh ra và lớn lên trong cái nôi của Xã Hội Chủ Nghĩa, được đào tạo dưới mái trường XHCN, là cháu ngoan bác Hồ, được dạy dỗ theo đạo đức cách mạng, đạo đức Hồ Chí Minh là cách ăn cắp, ăn cướp v.v… cho nên mới ra nông nỗi như thế này!!! Lỗi tại ai? Xin quý vị tự trả lời giùm….

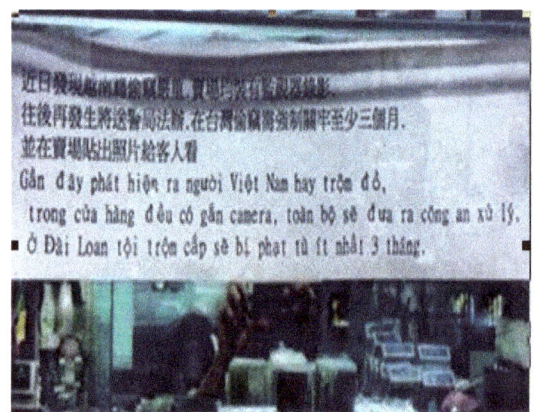

Cảnh cáo ở Đài Loan

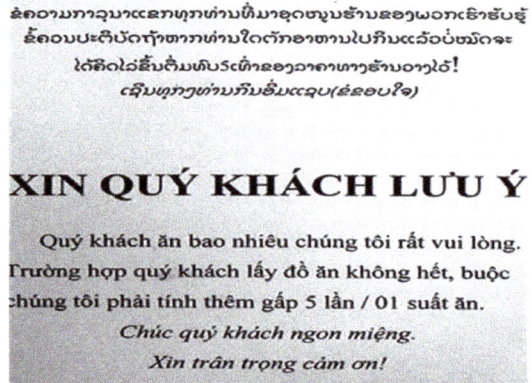

Cảnh cáo ở Thái Lan

Cảnh cáo ở Nhật

ĐỌC TIẾP TRANG 44

Nguyên Hạnh HTD

Những vì sao lấp lánh trong đêm đen

Thời gian thấm thoát thoi đưa, ngoảnh đi ngoảnh lại đã hơn 40 năm, một thời gian khá dài cho một đời người. Bây giờ thỉnh thoảng gặp lại một vài em học sinh cũ, trong khi nói chuyện, nghe các em than mình đã già rồi. Tôi mới chợt nhớ „nhìn lại đời mình đã xanh rêu" (TCS).

Tranh Cát Đơn Sa

Quả thật, tôi đang ở giai đoạn xuống đồi "downhill", người ta thường nói: người già hay nhìn về quá khứ, tuổi trẻ hay hướng về tương lai. Thật đúng vậy! Hôm nay, tôi cũng nhìn về quá khứ nhưng với cái nhìn khác, không phải là cái nhìn than thân trách phận, kể lể khổ đau mà là cái nhìn lạc quan về những tình người tươi thắm trong những hoàn cảnh khốn cùng.

Nhìn lại những năm đầu sau 1975, quả là quá nhiều truân chuyên cho những người ở miền Nam Việt Nam với xã hội đảo lộn, mọi thứ vật đổi sao dời. Nhà nhà tan nát, người người điêu linh nhưng khổ hơn cả có lẽ là những người vợ có chồng đi học tập cải tạo; vì họ bỗng nhiên bị đẩy vào cái thế đơn lẻ phải chèo chống con thuyền gia đình vượt qua biết bao cơn bão táp của cuộc đời trong đêm đen dày đặc mênh mông. Nhưng dù là đêm đen mênh mông, đôi khi nhìn lên bầu trời, vẫn thấy đâu đó những vì sao lấp lánh. Đó là những câu chuyện mà tôi muốn chia sẻ với các bạn hôm nay.

Sinh hoạt của những người đi dạy sau 1975 vô cùng vất vả vì không chỉ có công tác chuyên môn mà còn công tác đoàn thể nữa. Các khóa học tập chuyên môn, chính trị được mở ra liên miên. Tuy rất bận rộn, nhưng tôi vẫn ghi tên tham gia dạy Bổ túc Văn hóa buổi tối, vì tôi muốn có thêm giấy chứng nhận nhiệt tình công tác để hy vọng may ra chồng được sớm thả về.

Đúng là niềm tin và hy vọng dù mong manh nhỏ nhoi nhưng cũng rất cần thiết để con người có thể tiếp tục sống, vượt qua những nghịch cảnh và thử thách của cuộc sống thời đó. Và như thế, tôi đã gắng lên để sống với những chuỗi ngày bận rộn triền miên, hầu quên đi những nỗi đau giấu kín trong lòng.

Tôi tham gia dạy thêm ở trung tâm đêm trường Chu Văn An, học viên đa số đều lớn tuổi. Lớp trưởng là chị Hoa, chị thi vào sư phạm, ra đi dạy lâu năm, giữ chức Hiệu phó trường tiểu học Trần Phú trong cư xá Sĩ quan Chí Hòa. Chị được các bạn trong lớp bầu làm lớp trưởng, vì chị có tác phong của một nhà giáo, đi học đều đặn đúng giờ, bài vở lúc nào cũng chu toàn. Chị giúp tôi rất nhiều trong việc điều hành lớp, giữ sổ điểm danh sổ đầu bài, mỗi ngày, thu bài, lấy điểm vô sổ. Nhưng quan trọng hơn cả là những tình cảm ưu ái chị dành cho tôi. Đó là một sự nâng đỡ tinh thần lớn lao cho tôi khi phải bươn chải đầu tắt mặt tối trong một xã hội đầy nhiễu nhương xáo trộn.

Một buổi tối sau khi đi dạy bổ túc Văn hóa về, theo thường lệ, tôi vội vàng đạp xe nhanh về nhà. Vừa dắt xe vào, gài cửa lại, chưa kịp thay quần áo, tôi nghe tiếng gõ cửa, tim tôi thót lại, chắc là công an khu vực lại đến quấy rầy, yêu sách chuyện gì đây? Tôi hồi hộp ra mở cửa, vừa hé cửa đã thấy chị Hoa lên tiếng ngay:

-Thưa Cô, em xin lỗi đã làm phiền Cô, nhưng vì không còn cách nào khác. Cô đạp xe nhanh quá, em đạp theo Cô muốn hụt hơi, trời tối, vô hẻm em chỉ sợ lạc mất dấu Cô. Chỉ còn cách này em mới có thể đến nhà và gặp Cô.

-Trời ơi. Chị làm tôi hết hồn. Có chuyện gì vậy? Sao chị không nói ở trường?

- Dạ, không nói ở trường được.

Nói xong, chị quay lại tháo ở phía sau xe đạp và khệ nệ bưng xuống một bao chứa đầy những củ khoai tây, khoai lang, cà rốt và nói với giọng xúc động:

- Những thứ này, em mua trong tiêu chuẩn của

em ở trường và ở tổ dân phố tháng trước và tháng này, em dành dụm lại mang biếu Cô vì em nghĩ Cô và các em nhỏ cần hơn em.

Tôi chưng hửng đi từ ngạc nhiên này đến ngạc nhiên khác, kêu lên:

- Mọi thứ bây giờ đều hiếm hoi, sao chị không để dành ăn từ từ?

- Cô ơi, mong Cô đừng từ chối, đừng phụ tấm lòng thành của em. Em phải suy nghĩ, sắp đặt kế hoạch mới thực hiện được. Hôm nay em phải ràng bịch khoai sẵn ở phía sau xe, rồi cố tình đi học trễ để có thể để xe đạp ở phía ngoài cùng thì tan học mới lấy xe ra mà chạy kịp theo Cô.

Những lời chị kể làm tôi xúc động không nói nên lời, không biết phải từ chối cách nào thì đã thấy bóng chị đạp xe khuất trong bóng đêm nhưng dư âm lời chị nói và tâm tình chị gởi trao vẫn còn vang động mãnh liệt trong trái tim tôi. Tôi đứng lặng người một hồi lâu rồi mới cúi xuống bưng cái bao khoai ân tình đó của chị vào nhà. Bao khoai nặng trĩu trên tay tôi nhưng ân tình của chị còn nặng gấp ngàn lần.

Thời đó thực phẩm vô cùng khan hiếm; cái gì cũng vô tiêu chuẩn và tem phiếu; mọi thứ đều cân đo, đong đếm từng li từng tí, từng cọng rau, từng củ khoai, từng gram bột ngọt, thậm chí những con cá ươn, từng miếng thịt bầy nhầy; cái gì cũng trở thành quý giá hết. Dưới thời Xã hội Chủ nghĩa, người ta phải xếp hàng cả ngày để mua những thứ quý giá đó.

Cám ơn chị Hoa đã cho tôi niềm tin vào tình người vẫn còn hiện diện quanh đây. Thỉnh thoảng chị vẫn đề nghị với tôi cuối tuần chị ở nhà; nếu Cô có bận đi đâu, Cô cứ đưa các em tới nhà, em sẽ chăm sóc giùm Cô, em sẽ rất vui khi giúp được Cô điều gì đó. Cuối năm học, chị còn tặng tôi một cuốn tập dày khổ lớn và nói:

- Đây là những trang giấy trong tiêu chuẩn em nhận được trong năm học vừa qua, em xài tiện tặn, dành dụm lại, tự đóng thành tập để năm tới Cô soạn giáo án cho thoải mái mà không không phải bận tâm vì sợ thiếu giấy.

Không hiểu chị Hoa xài tiện tặn thế nào mà lại có thể để dành ra đóng một tập dày như vậy cho tôi. Tôi cảm động lật cuốn tập ra; chị đóng bìa và cuốn tập thật khéo, lại còn trang trí thật đẹp với những dòng chữ nắn nót công phu. Biết bao nhiêu công sức và tâm tình chị đã bỏ ra để hoàn thành cuốn giáo án này. Tôi nắm bàn tay chị, bàn tay ân tình đã làm ra cuốn giáo án tình nghĩa, siết chặt để cám ơn sự cảm thông và thương yêu chị đã dành cho tôi mà không nói thành lời; đôi khi lời nói có thể trở thành sáo ngữ và không cần thiết trong những trường hợp đáng trân quý như thế này.

Quả là đời sống bao giờ cũng có nhiều điều tốt đẹp sẵn ở trong đó trong giai đoạn đen tối nhất của cuộc sống; tôi vẫn còn nhận được những tình người, nhiều yêu thương của bạn bè nữa; những yêu thương không hề nói bằng lời. Khi biết tôi sẽ đi thăm nuôi chồng, các bạn đồng nghiệp đã lặng lẽ nhét vào túi xách tôi một chút quà, một gói nui, một ít tiền; còn dặn dò khi nào có trả cũng được, không trả cũng không sao.

Ôi! Những lời nói chí tình của bạn bè làm tôi thật cảm động, những ân tình này tôi xin ghi nhận mãi không phai vì người ta thường nói „ đồng tiền liền khúc ruột „, đặc biệt là trong giai đoạn cực kỳ khó khăn lúc đó. Vậy mà bạn bè vẫn có thể tự nguyện mở hầu bao eo hẹp ra cho tôi.

Cám ơn Trời Phật, trong dòng đời nghiệt ngã vẫn luôn có những yêu thương tình người trỗi dậy, đôi khi cả với người chưa từng quen biết như một lần tôi đi khám mắt ở bệnh viện Trưng Vương; thấy bác sĩ vui vẻ, tôi bèn hỏi thăm về bệnh luôn chảy nước mắt của đứa con trai lớn. Nghe tôi kể bệnh tình của cháu, bác sĩ vui vẻ nói:

- Hôm nào rảnh, Cô giáo mang cháu đến đây tôi sẽ khám và điều trị cho cháu.

Tôi mừng quá vội hỏi:

- Nhưng làm sao tôi xin được giấy giới thiệu cho cháu đến bệnh viện này (thời đó đi khám bệnh phải có giấy giới thiệu và phải đi đúng tuyến nữa).

- Cô giáo đừng lo chuyện đó, cứ mang cháu đến thẳng phòng này.

Tôi mừng quá về thu xếp đem cháu đến, bác sĩ khám và soi tuyến lệ cho cháu. Dần dà vài tháng sau, cháu hết bịnh thật; có lẽ vì tình người cao đẹp của bác sĩ đã khiến cháu lành bệnh, tôi không còn phải chạy đôn chạy đáo đi mua thuốc nhỏ mắt cho cháu nữa.

Vâng, tôi luôn may mắn có thêm những yêu thương như vậy, ai cũng hỏi tôi có quen biết trước với bác sĩ hay có tốn kém gì không? Thực tế là hoàn toàn không.

Một tối vào lớp bổ túc Văn hóa dạy; tôi đã bị tắt tiếng từ chiều nên khi giảng bài, giọng tôi bị khan đặc; chị Hoa lớp trưởng lên xin tôi giao bài cho chị đọc cho cả lớp chép, cả lớp ùa lên tán đồng ý kiến và xin Cô nghỉ ngơi.

Sau khi giao bài cho lớp trưởng, tôi ngồi xuống soạn bài cho lần tới. Bỗng nhiên, Loan - cô bé có cặp kính cận gọng đen, đi học rất đều và thường lặng lẽ, ít nói, từ chỗ ngồi của mình lên bàn gặp tôi và nói nhỏ:

- Thưa cô, xin Cô cho em gặp riêng Cô vào giờ ra chơi.

Tôi gật đầu đồng ý. Đến giờ ra chơi, Loan đứng đợi tôi sẵn ở cuối lớp, tôi nghĩ chắc em có chuyện gì cần nhờ đến tôi nên gặp em tôi hỏi ngay:

- Em có chuyện gì cần nhờ đến cô?
- Dạ, em có chuyện cần nhờ Cô làm ngay giùm em là sáng mai Cô đến khoa Tai Mũi Họng ở bệnh viện Chợ Rẫy để bác sĩ khám họng cho Cô vì giọng Cô khàn đặc, Cô không nên coi thường để bịnh nặng khó chữa.

Em làm tôi bất ngờ nên lúng túng:

- Cám ơn em, nhưng sáng mai cô phải đi dạy, hơn nữa tuyến khám bịnh của cô là bệnh viện Trưng Vương. Mỗi lần đi khám, phải xin giấy giới thiệu của trường rồi đến bệnh viện phải chờ làm thủ tục từ phòng này đến phòng kia lâu lắm nên cô rất ngại

- Em làm y tá ở khu tai mũi họng của bệnh viện Chợ Rẫy nên sẽ nói với bác sĩ khám cho Cô mà không cần bất cứ thứ giấy tờ gì hết, Cô cũng không phải chờ đợi. Nếu buổi sáng Cô bận đi dạy thì Cô đi buổi chiều.

Tôi nghĩ bệnh này không có gì quan trọng, lại ngại làm phiền người khác nên đã thoái thác:

- Bệnh của cô chắc cũng thường, tối nay cô về uống thuốc cảm ho rồi ngậm chanh với muối chắc lẽ đỡ. Hơn nữa bệnh viện Chợ Rẫy lớn mênh mông cô đâu biết đường nào mà kiếm, rồi lại bị hỏi giấy tờ lôi thôi nữa.

- Không được em biết chắc Cô tiếp tục đi dạy, giảng bài, bệnh của Cô sẽ nặng hơn. Chiều mai 2g em sẽ đợi Cô ngoài cổng lớn bệnh viện đường Nguyễn Chí Thanh, Cô tới đó em sẽ dắt Cô vô, nghen Cô.

Nhìn ánh mắt nài nỉ của em, tôi thật khó xử vì thời khóa biểu mỗi ngày của tôi đều rất bận rộn, tôi bèn hoãn binh:

- Để cô xem lại, cuối giờ học cô sẽ trả lời em.

Đến cuối giờ, chuông tan học vừa vang lên, Loan ôm cặp chạy vội lên bàn tôi:

- Cô ơi, chiều mai 2g em đợi Cô trước cổng bệnh viện. Cô làm ơn gật đầu giùm để em yên tâm đi Cô.

Không còn cách nào khác, tôi đành gật đầu vì không nỡ phụ lòng em, chỉ đợi có thế, em vội biến đi ngay vì sợ tôi đổi ý. Từ đó, đạp xe về nhà mà lòng tôi miên man suy nghĩ: Sao trong cái xã hội đêm đen đầy những thủ đoạn lừa lọc, dối trá, cái xã hội Công an trị, nhìn đâu cũng thấy nghi kỵ, nhìn đâu cũng thấy kẻ thù mà vẫn còn có những tình người đáng quý như thế này? Quan hệ giữa tôi và Loan trong lớp không có gì đặc biệt, trước đó em chưa từng nói chuyện riêng với tôi bao giờ. Hôm nay, bỗng nhiên do cơn bệnh, tôi mới nhìn thấy được tấm lòng đặc biệt của em đối với tôi. Thôi thì vì em, ngày mai tôi sẽ thu xếp đi khám bệnh cho em vui lòng. Cám ơn em đã thắp lên trong tôi ngọn nến của tình người trong đêm tăm tối mênh mông của xã hội thời đó.

Sáng hôm sau, tôi đến trường đi dạy, công việc lại ngập tràn. Đến giờ ra chơi, tất cả giáo viên đều được triệu tập lên phòng họp vì có một thông báo khẩn từ trên vừa gởi xuống. Chiều nay, tất cả giáo viên phải có mặt ở trường lúc 13h đi cùng sinh hoạt với chi đoàn, chuẩn bị cho đợt công tác đột xuất đặc biệt (sau này tôi mới biết đó là công tác chuẩn bị cho vụ đổi tiền.)

Trưa đó tôi về nhà, chỉ ăn vội miếng cơm rồi trở lại trường, họp hành, công tác liên miên đến hơn 18h mới về đến nhà, lo tắm rửa, cơm nước cho con cái rồi lo soạn bài, chấm bài cho đến gần khuya, mệt nhoài mới đi nghỉ.

Những căng thẳng trong công tác liên miên ở trường, những mỏi mệt vì cuộc sinh tồn sao mà nhọc nhằn đã làm tôi quên hẳn lời hẹn đi khám bệnh với Loan. Cho đến đêm sau trở lại lớp bổ túc văn hóa, nhìn thấy Loan đứng đợi ở cuối lớp, tôi vẫn chưa nhớ ra tội của mình, cho đến khi Loan nói với giọng xúc động:

- Trời ơi! Cô làm em lo quá, chiều qua em đứng dầm mưa đợi Cô ở ngoài cổng bệnh viện từ 2g đến 5g chiều. Em không dám vô trong trú mưa vì sợ Cô đến không thấy em Cô sẽ đi liền. Em vừa đợi vừa lo, không biết có chuyện gì xảy ra cho Cô không? Cô đang bệnh mà trời lại mưa, không biết Cô có nhớ đem áo mưa không rồi Cô lại bệnh nặng thêm hay là Cô đang trú mưa ở đâu đó, lát nữa Cô sẽ đến, vậy là em đứng đợi. Đợi lâu quá, em nghĩ có lẽ tại em trùm áo mưa nên Cô không nhận ra em, em vội cởi áo mưa và đứng dầm mình dưới mưa để Cô dễ nhận ra em. Ông gác cửa kéo em vô, bảo em điên hay sao mà đứng dầm mình trong mưa ướt hết nhưng em đã hẹn đứng đợi Cô ngoài cổng và Cô đã gật đầu thì Cô sẽ đến vì em biết Cô rất uy tín.

Ôi! Những lời em kể khiến tôi kinh ngạc không tưởng nổi. Sao tôi lại quá vô tâm thế này, tôi muốn ôm em vào lòng để nói vạn lời xin lỗi nhưng cổ tôi đã nghẹn. Tôi chỉ biết đứng chết trân như kẻ tội đồ sẵn sàng đón nhận hình phạt vì lỗi của mình đã phạm quá lớn, đã đem lại bao nhiêu phiền toái cho em. Thấy tôi đứng chết lặng không nói lời nào, Loan nắm tay tôi lắc lắc:

- Cô ơi! em giận Cô thì ít nhưng lo cho Cô thì nhiều, bây giờ thấy Cô bình yên là em mừng rồi. Em không trách Cô đâu, Chắc Cô có lý do gì đặc biệt nên mới quên hẹn.

Trời ơi! Sao lòng em bao dung quá. Đúng là khi người ta yêu thương thì người ta dễ tha thứ cho nhau như vậy. Sau khi nghe tôi kể đầu đuôi mọi việc, em cười nói:

- Cô biết không? Đã vậy sau 5g, em trở lại khoa mình mấy ướt mem còn bị ông bác sĩ chọc quê: „Sao, cô giáo yêu quí của em đâu rồi? Vậy mà em đã bắt tôi phải chờ đợi mấy tiếng đồng hồ để sẵn sàng khám bệnh cho cô giáo em". Nhưng sau đó, ông đã đưa cho em mấy viên thuốc cảm, bảo em phải uống ngay kẻo dầm mưa rồi mắc bịnh, tối mai lại không đi học được để gặp cô giáo yêu quí đâu.

Tôi chỉ biết thở ra, chép miệng:

- Em cho cô gởi lời xin lỗi bác sĩ của em. Chắc trời Phật thấy cô vất vả quá nên đã đuổi bệnh đi giùm cô nên cô không cần gặp bác sĩ nữa. May mà em không bị bệnh vì dầm mưa, nếu không cô sẽ ân hận biết chừng nào!

Thế là câu chuyện tưởng buồn phiền trách móc, nhờ sự thông cảm của em, cuối cùng lại hóa vui vì hiểu được nhau. Cô trò tôi, vui vẻ bước vào lớp.

Loan ơi, cám ơn em đã cho tôi niềm vui của tình người, giữa bao nhiêu lo toan căng thẳng của cuộc sống chung quanh, tôi vẫn thấy đời còn đáng yêu: „May mà có em đời còn dễ thương".

Đêm đó, nhìn lên bầu trời đen xa tít tôi thấy một vì sao nhỏ đang lấp ánh. Đó có phải là vì sao tình người của em không hả Loan? Tạ ơn em, tạ ơn những vì sao thương yêu đã cho tôi tình sáng ngời như sao xuống từ trời.

Hôm nay, ngồi ghi lại những dòng này trong đầu tôi bỗng hiện ra 2 câu thơ của ai đó:

Đêm thanh ngồi đếm sao trời
Đừng đếm bóng tối cuộc đời khắt khe!

Có như vậy cuộc sống của ta sẽ nhẹ nhàng hơn.

Hãy mở toan cánh cửa u tối của quá khứ để đau khổ bay đi. Để xuyên qua khung cửa đó, ta vẫn còn nhìn thấy „những vì sao lấp lánh trong đêm đen!!!" ∎

Nguyên Hạnh HTD

TIẾP THEO TRANG 40

LỜI CUỐI

Lịch sử hào hùng của dòng giống Tiên Rồng sẽ được lặp lại. Sẽ có một ngày màu **Tang Quốc Hận 30.04** sẽ được xếp vào đáy thùng lịch sử khi toàn dân vùng lên như vũ bão lật đổ bạo quyền cộng sản buôn dân, bán nước, đập tan xiềng xích nô lệ, thực hiện **Tự Do – Dân Chủ,** người người hát tiếng hoan ca khắp nẻo đường đất nước. Ngày ấy tất phải đến, không một bạo lực nào có thể cản ngăn được bánh xe lịch sử đang chuyển mình theo khát vọng của toàn dân.

Ngày ấy, ngày N+1, Cờ Vàng Ba Sọc Đỏ sẽ ngạo nghễ phất phới tung bay dưới bầu trời xanh của ba miền đất nước Nam- Trung - Bắc. Không biết ngày ấy, tôi còn sống để vui mừng cùng toàn dân, cùng nắm tay nhau hát khúc Khải Hoàn Ca không? Vì năm nay, tôi 95 tuổi Tây (Sn. 1929), 96 tuổi Ta (Kỷ Tỵ), nên hàng ngày, tôi nguyện cầu Mười Phương Chư Phật từ bi gia hộ cho con sống đến ngày ấy, để thấy được ngày tàn của một chế độ cộng sản phi nhân, tàn bạo, dã man nhứt trên hành tinh này.

Laatzen ngày
20.02.2024
Tích Cốc
Ngô Văn Phát,
cựu tù nhân, cải tạo"
ở Hoàng Liên Sơn -
Bắc Việt

Hoa Lan - Thiện Giới

Tiếng gọi của biển khơi

Chiều về trên sông vắng, dòng sông Long Hồ chảy xiết vào mùa nước lũ, bao bọc quanh cái huyện Long Hồ, nằm ở cửa ngõ phía Bắc tỉnh Vĩnh Long, bị Sông Tiền chia cắt thành hai khu vực trông giống như hình một con chó bông nhìn nghiêng. Về vị trí địa lý Long Hồ giáp với nhiều huyện lỵ, tỉnh thành nổi tiếng như: phía Đông giáp huyện Chợ Lách tỉnh Bến Tre, phía Tây giáp thành phố Vĩnh Long và huyện Châu Thành tỉnh Đồng Tháp, phía Nam giáp huyện Tam Bình và phía Bắc giáp 2 huyện Cái Bè và Cai Lậy tỉnh Tiền Giang với ranh giới là Sông Tiền. Một vùng sông nước liên kết như thế là nơi bà Mộng Chi chọn lựa để kinh doanh kiếm tiền trong thời buổi gạo châu củi quế hồi sau giải phóng 75.

Nhưng sâu thẳm trong đáy tim, Mộng Chi đâu muốn làm giàu trong cái xã hội chủ nghĩa này đâu! Nàng đã quá chán ngán, chỉ muốn tìm đường vượt biên cùng đại gia đình với chồng và bốn người con, hai trai, hai gái, nếu được kéo theo các anh chị em trên dưới ít nhất mười người. Chưa kể bạn bè, họ hàng quyến thuộc cũng đến hơn ba chục người, đông thế làm sao đi được! Do đó Mộng Chi phải đứng ra làm chủ tàu, thuê tài công lái tàu, đi mua Lu ở lò gốm Bình Dương, đem về Sài Gòn - Thủ Đức bán sỉ cho các sạp tiệm. Nàng có giấy phép buôn bán hai chiều! Ngày nào tàu của nàng cũng lượn tới lượn lui trên sông Tiền Giang mấy lượt.

Nói đến cái giấy phép kinh doanh của Hợp Tác Xã ở Quận 4 gần Cầu chữ Y khiến Mộng Chi muốn phì cười! Giao kèo song phương cơ đấy! Bên A tức bà chủ ghe Mộng Chi sẽ đem hàng hóa từ Sài Gòn, Bình Dương, thượng vàng hạ cám cái gì cũng quý, chở xuống Vĩnh Long đổi sản phẩm. Bên B tức cái Hợp Tác Xã thổ tả nằm gần chợ Vĩnh Long sẽ giao lại các hiện vật sản phẩm bóc lột từ sức lao động của người dân như chai lọ đồ Gốm, đến giỏ đan, chiếu mây... Người dân ở đây đa số là thành phần được gán cho danh hiệu con cháu "Ngụy quân, Ngụy quyền", sống trên thành phố với nhà cao cửa rộng. Nhưng từ khi làn gió "Giải Phóng" thổi đến, ông của họ, bố của họ bị bắt đi cải tạo gần hết, nghĩa là bị giam giữ, bị bắt đi lao động là vinh quang và tệ hơn nữa là bị tẩy não! Vợ con của họ bị đuổi đi vùng kinh tế mới và dĩ nhiên có người yêu núi yêu rừng thì khai khẩn trồng trọt, còn một phần tiểu thư chân yếu tay mềm thì vào Hợp Tác Xã đan giỏ, đan chiếu đánh đổi qua ngày.

Mộng Chi đi buôn nhưng nàng thèm vào hợp đồng hai chiều với bọn chúng. Nàng chỉ lo sửa soạn các vật liệu đồ dùng cho chuyến vượt biên, chẳng hạn thuyền của nàng được trang bị thật kiên cố, đầu mũi thuyền và cả mạn thuyền được bọc sắt trắng để chống bão. Mỗi lần nàng ghé chợ Vĩnh Long mua sắm, các người chung quanh tình cờ thấy chiếc ghe của nàng đều xì xào bàn tán khiến nàng thấy „ớt dột" làm sao:

- Ghe bọc sắt như thế này là để vượt biên, chứ đi buôn bán gì?

Thôi để ngoài tai các câu khích bác, miễn sao công an không hỏi han gì là được. Khi đi ngang qua sông Trà Ôn, nàng nhớ tới ông hoàng cải lương Út Trà Ôn với giọng ca ngọt ngào da diết, không biết cậu Út bây giờ ra sao? Dư âm của vở tuồng cải lương Tuyệt Tình Ca tức Ông Cò Quận 9 của soạn giả Hà Triều Hoa Phượng còn văng vẳng bên tai. Sau "giải phóng", cơm không có để ăn phải đệm bo bo, lấy đâu ra cải lương với cải cách để coi! Mộng Chi chỉ muốn chửi thề:

- Giải Phóng cái con mẹ gì! Đi xâm chiếm miền Nam thì có, làm bà đây mất hết!

Đi giữa trời sông nước mênh mông, không có tên cán bộ hay công an nào theo dõi nàng mới xả nỗi uất ức từ bấy lâu. Từ một tiểu thư con gái rượu của một vị Bác sĩ Khoa trưởng trông coi biết bao bệnh xá ở Quy Nhơn, lấy chồng tạo dựng biết bao cơ ngơi, ít nhất 3 cái nhà ở Phú Cát - Quy Nhơn, rồi Ban Mê Thuột và cuối cùng ở Thủ Đức, thế mà bị mất hết, phải bỏ của chạy lấy người, mất không còn manh giáp…!!!

Chuyến đi buôn đầu tiên của Mộng Chi cũng là chuyến vượt biên đầu tiên của nàng. Trên chiếc ghe lớn chỉ được quyền chứa tối đa bốn người, bà chủ ghe và ba người tài công, thêm một cậu bé ba tuổi, con trai út của Mộng Chi và Thiện chồng nàng, một tài công giả chỉ có tên trên giấy tờ. Nếu chở đông công an biển sẽ tra hỏi và vu cho tội vượt biên trái phép chỉ có ở tù. Vậy làm sao chở thêm người? Đây là cả một đường dây chia chác, tòng phạm đưa người ra hải phận quốc tế, một canh bạc trắng đen chỉ có hai đường một sống hai chết mà thôi!

Để chơi canh bạc này Mộng Chi phải trả với giá 18 cây vàng, cho nhóm người được gọi là "Đề-lô". Phận sự của họ chỉ là gom người vượt biên nấp trong các bụi cây đã hẹn sẵn, đưa ra các Taxi là những ghe nhỏ giao cho chủ ghe lớn, rồi chỉ đường cho tàu chạy ra hải phận quốc tế là an toàn, không sợ công an Việt Nam bắt lại. Dĩ nhiên họ phải mua bãi và giờ khởi hành là sau mười hai giờ đêm cho kín kẽ.

Chỉ có việc đưa ra hải phận quốc tế mà đòi đến 18 cây vàng thì hơi bóc lột, nhưng Mộng Chi phải chấp nhận vì sông ngòi vùng Vĩnh Long bị đóng cồn, rất khó ra hải phận quốc tế. Nếu không phải tay nghề vùng sông nước thì ghe sẽ loay hoay vướng vào các đụn cát hay rễ cây cho tới sáng để chờ ghe công an biển tới còng tay.

Hôm đó là một ngày nắng đẹp và tốt trời, Mộng Chi đã nhờ thầy bói bí mật bấm đốt ngón tay xem tuổi rồi cho ngày tốt để khởi hành. Mười tám cây vàng đã giao đầy đủ, xăng dầu, thức ăn khô, thuốc say sóng và vũ khí để tự vệ ngoài dao kéo còn súng ống của các Sĩ quan thời Việt Nam Cộng Hòa, tất cả được giấu kín trong những kiện hàng trá hình của tàu buôn, toàn là lu, lọ để ngổn ngang. Ghe của Mộng Chi đang lượn tới lượn lui trên Sông Tiền rất nhàn nhã, đến xế chiều bỗng chú tài công "thiệt" hớt hải cầm tờ giấy nhàu nát đến báo tin, tài công "giả", chồng của Mộng Chi đã bỏ trốn về Thủ Đức, để lại hàng chữ chết người, mẹ chàng đang đau nặng phải trở về.

Mộng Chi thở dài não nuột, đành quyết định hoãn chuyến đi và tiếc đứt ruột cho 18 cây vàng, mất toi một cách oan uổng! Thiện có lý do chính đáng, không thể không về nhìn mẹ lần cuối cho tròn chữ hiếu!

Ba ngày sau, nàng đã móc nối lại với đường dây, trả đủ 18 cây vàng không thiếu một phân chỉ. Chuyến vượt biên lần thứ hai này nàng cũng đi coi ngày cho yên tâm, thầy nói ngày tốt là khởi hành thôi! Lần này Thiện cùng hai con nhỏ và các em gái trai rất đông, sẽ được đón bằng 2 chiếc Taxi (ghe nhỏ chở người ra). Chuyện giao người ra sông được tổ chức rất chu đáo, khoảng xế chiều mọi người đã tề tựu tại điểm hẹn, đợi trời tối sẽ chia nhau nấp trong những bụi cây ngoài bãi chờ giờ đổ quân khoảng 12 giờ đêm.

Ghe của Mộng Chi đã chờ sẵn ngoài sông, nhưng nàng phải chờ hoài chờ mãi chẳng thấy bóng dáng người thân thương, đặc biệt là hai đứa con nhỏ bé của nàng. Chưa bao giờ nàng cảm thấy thời gian như kéo dài đến thế! Khi tiếng súng hiệu bắn ra, báo tin đã hết giờ mua bãi, Mộng Chi muốn ngã quỵ bất tỉnh. Anh Hai của nàng ra quyết định phải nhổ neo cùng 40 người đồng hành trên tàu, nếu không anh sẽ bị ở tù! Câu nói chắc nịch của anh Hai làm nàng không dám phản kháng, chỉ đau đớn suy nghĩ. Tại sao chồng nàng không chịu xuống ghe cùng đi, lại còn cản trở những người khác nữa. Nguyên dòng họ nhà chàng và hai đứa trẻ nhỏ con chàng cũng nằm yên trong bụi chờ lệnh chàng. Bên ngoài bọn người "Đề-lô" kêu gọi thảm thiết, thế mà chàng vẫn nằm yên không chịu chui ra. Mộng Chi thề không hiểu được!

Thôi, cứ đổ cho định mệnh đã an bài!

Ghe của bọn "Đề-lô" chạy trước chỉ đường, tàu của Mộng Chi cứ việc nhắm mắt chạy theo, nhưng chưa ra tới hải phận quốc tế họ đã nói dối là đến rồi và muốn phủi tay quay về. Nhóm người của Mộng Chi đã ngừa trước những sự dối trá của lòng người, nên không dễ để bị lừa. Ngay từ đầu họ đã bắt một con tin trong nhóm lên ghe lớn để chỉ đường, đối xử rất bình thường, nhưng khi họ muốn trở mặt thì một chú tài công đã lôi khẩu súng lục ra dí vào đầu bắt đi tiếp. Bọn họ xanh mặt tiu nghỉu như mèo mất đuôi! Tưởng gặp ai chứ đụng phải cô con gái ba mươi tuổi của bà cụ được mệnh danh là "Nữ Đại Tướng" của vùng chiến thuật Quy Nhơn ngày nào là tới số!

Cuối cùng bọn đề-lô cũng đưa tàu của Mộng Chi đi thêm một đoạn nữa ra đến hải phận quốc tế an toàn. Tàu đi được một ngày một đêm trong tình trạng trời yên biển lặng, nếu cứ như thế mãi chắc nàng nghĩ hai từ vượt biên thật đáng yêu và đáng phải làm. Biết thế mình đã vượt biên từ sớm hơn rồi! Nhưng vui mừng chưa được bao lâu thì trời nổi cơn giông, sấm chớp chóe lên liên hồi khiến mọi người sợ hãi. Từng đợt sóng vũ bão đập vào mạn chiếc ghe nhỏ bé chứa gần bốn mươi người, khiến chiếc ghe chòng chành muốn lật. Những tiếng la, tiếng khóc của người lớn lẫn trẻ con làm mọi người thêm rắm rối, Mộng Chi bắt đầu niệm Phật và vái tứ phương, nàng nhớ tên Phật nào là gọi ra cho bằng hết, cứ Phật A Di Đà xong đến Quán Âm! Miệng thì niệm, tay thì xoay hết các phương khấn vái, mắt thì khóc đến nhòa cả mặt mũi. Trông nàng thật thảm thương, cộng thêm vết thương lòng vừa bỏ lại người chồng và hai con thơ dại. Cú sốc ấy đã khiến nàng ngã lăn bất tỉnh đến vài giây, nếu không nhờ cô Năm bôi dầu, giật tóc mai gọi hồn gọi vía chắc nàng đã chiêu diêu miền Cực Lạc rồi. Cơn bão tháng 10 quá khủng khiếp làm nàng sợ tới già, nàng nghĩ, sẽ không cho người nhà đi vượt biên nữa, với nàng là quá đủ làm gì có lần thứ hai!

Ghe của nàng đang chiến đấu với Hà Bá hay quái vật nào đó của thủy cung đã gần ba tiếng đồng hồ. Đang thở dốc chờ chết thì có tin vui trước giờ tuyệt vọng, một chiếc tàu màu trắng thật to đang từ từ tiến tới. Chiếc tàu lớn quá, lại treo cờ lạ hoắc với ba màu đen đỏ vàng, không giống cờ Mỹ hay cờ Pháp. Anh Ba tài công la hoảng:

- Dám tàu của Liên Xô lắm! Bọn công an bắt tay với họ để bắt người vượt biên đó bà con ơi!

Lại nghe tiếng loa kêu gọi:

- Alô, Alô! Đây là tàu Cap Anamur của Tây Đức, chúng tôi đến để cứu bà con đây! Xin tắt máy! Giữ yên lặng! Chúng tôi đến ngay!

Khi nghe được câu "Tàu của Tây Đức" mọi người mới reo hò mừng rỡ. Bao lo sợ bị bắt về Việt Nam ngồi tù đã tan theo mây khói.

Mộng Chi nghe được chữ „Cap Anamur" đã mừng thầm trong bụng, Thủy bạn nàng đã báo cho nàng biết trước khi đi hai tuần cũng được chiếc tàu này cứu vớt.

Đàn bà, trẻ con được đưa lên trước, rồi từ từ từng người cũng được đưa lên tàu không sót một ai. Thật là cảnh giới khác thường, mới đâu đây còn đói rét lo âu như sống trong lâm bô địa ngục, thế mà bây giờ lại được phát chăn ấm, thức ăn ê hề, thuốc men chữa trị thật giống như trên tiên cảnh.

Đứng trên boong tàu nhìn xuống, Mộng Chi không khỏi đau lòng khi thấy các thủy thủ to lớn người Đức dùng các thanh sắt dài nhọn chọc thủng, nhận chìm chiếc ghe vượt biên của nàng. Ôi, biết bao kỷ niệm, tiền bạc bỏ vào, giờ đây phải cách chia. Nhưng không còn lựa chọn nào khác hơn, hoặc chiếc ghe bị nhận chìm đi theo Hà Bá, hoặc là nàng hay có thể cả hai ??!!

Mộng Chi và đoàn của nàng gồm 40 người đều sống sót, chẳng bị cướp biển, chẳng bị bỏ đói hay thuyền chìm, thê thảm như bao nhiêu người khác. Phải chăng phước đức của những người trên tàu quá lớn nên gặp vận may được thuyền Cap Anamur của ông Dr. Neudeck cứu rồi. Ơn này lớn lắm, cứ để từ từ họ sẽ đền đáp sau.

Trên chiếc tàu Cap Anamur rộng lớn, nhóm người của Mộng Chi chỉ việc ăn rồi đi thơ thẩn trên boong tàu, nhìn trời, nhìn biển, nhìn đại dương sâu thăm thẳm, chứ không nhìn thấy đất liền. Họ phải ở trên đó bao lâu nữa mới được đưa tới các trại tỵ nạn? Tùy theo số người được vớt lên, ít nhất phải đạt được con số 410 đầu người như đã quy định, thế nhưng thời gian này tàu vớt không đủ số nên

nhóm người của Mộng Chi phải chờ hơi lâu.

Sau ba tuần lễ được ăn không ngồi rồi đến phát sốt cả ruột, những lúc có cơ hội nói chuyện với bác sĩ Phi, sống ở vùng Koeln, thích làm thiện nguyện nên theo chiếc tàu "Bồ Tát" này lênh đênh trên biển cứu người. Nàng hay tâm sự, hỏi bác sĩ Phi, nên chọn nước nào đi định cư để bảo lãnh chồng con cho mau. Ông ấy cười rồi giải thích:

- Nếu thế chị nên chọn nước Đức, chỉ tối đa hai năm là đoàn tụ ngay. Còn sang Mỹ ư! Hơi lâu đấy! Có khi từ tám đến mười năm.

Nghe xong câu này nàng yêu ngay nước Đức! Xin nhận nơi này làm quê hương thứ hai.

Khoảng thời gian này thuyền vớt lên một nhóm người mới, có một nhân vật nổi trội ai cũng ưa thích và ngưỡng mộ mặc dù chưa biết mặt, đó là nhạc sĩ Từ Công Phụng với bài hát đầu đời "Bây giờ tháng mấy", thời kỳ đầu 70 ai ai cũng ra rả hát cả ngày, con nít ngoài ngõ thì đổi lời một cách vô văn hóa "Bây giờ mấy tháng rồi hỡi em!". Từ ngày có chàng nhạc sĩ đẹp trai, đàn hay hát giỏi, tối nào cũng có màn văn nghệ bỏ túi giúp vui cho bà con đỡ nhớ nhà. Mộng Chi nhớ mãi hình ảnh chàng nhạc sĩ cầm đàn Ghi-ta đệm theo bài hát "Như chiếc que diêm", hát thật bay bổng truyền cảm và thiết tha. Nàng cũng có tâm hồn văn nghệ mà! Vào những năm mới tròn mười tám nàng cũng trong ban thi ca của Đài Phát thanh Quy Nhơn, giọng ngâm thơ của Mộng Chi cũng vang bóng một thời!

Anh Hai của nàng là Giáo sư Vạn Vật của Trường Cường Để ngoài Quy Nhơn, lúc trước anh dạy tại Trường Duy Tân ở Phan Rang, nên mối nhân duyên thầy trò với nhạc sĩ Từ Công Phụng mới được nối lại trên chiếc tàu Cap Anamur. Người học trò nghệ sĩ thành danh này gặp lại Thầy cũ rất vui mừng, tối nào cũng xáp lại trò chuyện nhắc lại chuyện xưa. Bên bàn bên kia thì hai nàng Mộng Chi và vợ của chàng nhạc sĩ tâm tình xứ thượng đến tận khuya, vì người đẹp của nhạc sĩ rất có khoa ăn nói!

Họ ở chung với nhau trên tàu được 2 tuần thì phải chia tay. Người chọn khung trời Âu u ám nhưng hiền hòa, kẻ chọn xứ sở Hiệp Chủng Quốc rộng lớn để vẫy vùng. Mặc dù số người được vớt chưa đủ tiêu chuẩn để tàu nhỏ neo, chỉ hơn quá nửa, nhưng Mộng Chi đã ở trên tàu gần 5 tuần, không thể chờ mãi. Mộng Chi được đưa đến trại tỵ nạn Galang của Indonesia chờ ngày đến nước Đức. Còn vợ chồng chàng nhạc sĩ được đưa tới Singapore để làm thủ tục đi Mỹ.

Mộng Chi đến xứ Đức vào tháng 12 năm 1980, trên chuyến bay từ thủ đô Jakarta xứ Indonesia đến Frankfurt.

Về sau này Mộng Chi được anh Nguyễn Hữu Huấn, người làm việc chung với ông Dr. Neudeck trên chiếc tàu Cap Anamur, đã gửi cho một văn bản ghi rõ những chi tiết về chuyến cứu vớt chiếc tàu vượt biên của bà chủ ghe Mộng Chi:

* Ghe gồm 40 người, phát xuất từ Vĩnh Long ngày 2 tháng 10 năm 1980, chạy dọc theo sông Cổ Chiên, chạy ngang qua sông Cồn Phụng, Cồn Bần và Cồn Nghêu rồi ra cửa biển.

* Ngày 5 tháng 10 năm 1980 được tàu Cap Anamur vớt tại tọa độ 06.37'N 106.56'E, cách phía Nam Côn Sơn khoảng 250 km, cách phía Đông Nam Cà Mau khoảng 300km và cách phía Đông Mã Lai khoảng 400 km.

* Tổng cộng chuyến Cap Anamur 12 cứu được 8 ghe, tất cả gồm 389 người. Ghe của Mộng Chi là ghe thứ nhất được cứu trong chuyến này.

* Bản đồ địa điểm ghe được vớt (đánh dấu x).

Khả năng nhận diện tàu lạ của Radar tàu Cap Anamur chỉ trong vòng chu vi 70 cây số đường biển, cái ngày định mệnh mùng 5 tháng 10 năm 1980 ấy, nếu ghe của Mộng Chi không nằm trong vòng phủ sóng của Cap Anamur thì tất cả 40 thuyền nhân trên ghe đã theo Hà Bá xuống chầu Diêm Vương bằng đường thủy. Cái may của họ là Cap Anamur vừa nhận tin báo khẩn cấp, một cơn bão thần tốc sẽ thổi qua vịnh Thái Lan, nằm trên tuyến đường của các thuyền nhân xuất phát từ miền Nam, nên họ phải khởi hành gấp để cứu người và ghe của Mộng Chi là chiếc ghe mở hàng đầu tiên được vớt trong chuyến này.

Cuộc đời của Mộng Chi từ đây thay đổi như thế nào trên xứ Đức mến yêu, còn phụ thuộc vào khả năng sinh tồn và bản lĩnh có sẵn của nàng, cho đúng với câu vè dân giã thời bấy giờ:

"Một là *Con nuôi Cá*,
hai là *Con nuôi Má*,
ba là *Má nuôi Con*".

Thật là đơn giản cho 3 trường hợp sẽ xảy ra cho những người can đảm dám vượt biên, nếu thất bại sẽ chết dưới biển làm mồi cho cá, còn thành công sẽ đi làm lấy tiền gửi về nuôi má và xui xẻo nữa là bị bể bắt ở tù thì má sẽ lặn lội đi thăm nuôi.

Một nhà thơ sống trên cảng Hamburg, cũng được chiếc tàu Cap Anamur cứu vớt, đã cho ra những vần thơ tuyệt vời khi nhắc về Biển với bài thơ "Biển vẫn mang màu xanh" của Tùy Anh:

Kể từ khi tôi đứng lặng yên.
Trên boong tàu Cap Anamur.
Tôi mới thấy nước biển xanh.
Biển hiền lành.
Nhưng biển đã nuốt bình yên, bao nhiêu sinh linh.
Từ thuở chúng tôi đi tìm Tự Do.
Người Việt Nam vượt biển bỏ cả cơ đồ.
Cho đến bây giờ, người Phi Châu vượt biển mưu tìm đất sống.
Thì biển vẫn mang màu xanh bình yên.

Nhưng trong màu xanh chấp chứa bao mầm chết.
Bên trong màu xanh còn chứa bao nhiêu tàn độc.
Mà như biển vẫn mang màu xanh bình yên, hòa bình, im lặng. ■

Hoa Lan
Tháng 4 năm 2024

Thơ Nguyễn Chí Trung

PHẢI CHI

Phải chi đừng sống trên đời
Thì ta khỏi phải viết lời khổ đau
Khổ đau là ở từ đâu
Tư hồn ta đã từ đâu sinh ra ?
Hay là ở Cõi Người Ta
Mà hồn ta đó chỉ là tiếng kêu ?

Phải chi ta chẳng thể yêu
Dửng dưng nhìn bóng dáng kiều nữ qua
Ấy chỉ là người đàn bà
Dù sao đi nữa cũng là thường thôi !
Nhưng mà thương nhớ, chao ôi !
Làm ta tàn tạ cuộc đời rã riêng

Phải chi một nỗi muộn phiền
Đừng nghe phủ lấp những miền cư lưu
Trần gian đây cõi hư phù
Gấp đi mộng mị cho mù sa bay
Dang tay ôm một cơn say
Đừng bao giờ tỉnh đến ngày tắt hơi

Phải chi ta còn một nơi
Để ta tưởng tượng về chơi vài giờ
Nhưng ta thật chẳng thể ngờ
Những Nơi Chốn đó bây giờ là đâu !
Ở đây ta ở đã lâu
Vẳng nghe tiếng gọi hồn dâu biển về

Phải chi tàn mất cơn mê
Hồn đừng cuộn mảnh xiêm nghê tầm thường
Đã đi, đừng hẹn dọc đường
Dù là hít thở mùi hương má hồng
Đã đi đừng mãi ngùi trông
Đã đi thì chớ ngại ngùng bước chân

Phải chi ta chớ đến gần
Ở xa để thoảng mùi trần gian bay
Bây giờ tẩn liệm dấu hài
Còn in mòn một trên ngày gặp nhau
Bây giờ chôn cất Về Sau
Mà sao chôn cất được sầu mãi đây ?

Phải chi được làm cỏ cây
Sinh ra và chết trong ngày bình yên
Thi Ca là Nỗi Sầu Miên
Từng bài Thơ dẫn đến miền đau thương
Viết là đón nhận hạt sương ?
Khi ngày đã tắt đêm trường trải ra

Phải chi lặng lẽ đi qua
Đừng nghe lắng những âm ba xa vời
Dang tay ôm chặt mảnh trời
Mà quên mất hẳn cuộc đời mong manh
Bây giờ ngó quất ngó quanh
Ngỡ ngàng mặt đất vắng tanh không người

Phải chi lấy khổ làm vui
Thì ra cũng được tiếng cười qua đêm
Vài ba bước nữa đến thềm
Qua rồi để lại một niềm cô đơn
Qua rồi giấy mới trống trơn
Nhưng gì không viết còn hơn thật là

Phải chi Đất chẳng sinh ra
Chân tài tử chẳng vào Sa Mạc dài
Cuộn vào mình mấy vòng gai
Nhỏ ra giọt máu cho Ngày Mai Xa
Phải không có phải không là
Riêng là riêng phận Lời Là Lời Chung

23-28.9.90
(Bụi Bặm)

TRUYỆN CỔ PHẬT GIÁO

CÁI ÁC CỦA LÒNG ĐỐ KỴ[1]

Tịnh Ý giới thiệu

Vua Bimbisara đích thân ra tận ngọ môn để đón chào Bụt và tăng đoàn

Sau khi cảm phục và thu nhận Agumala[2] làm đệ tử, uy tín của Đức Thế Tôn và giáo đoàn khất sĩ lên cao, nền đạo lý mới đã chinh phục được lòng người trong hai nước lớn và trong các nước kế cận. Có nhiều vị khất sĩ tỏ vẻ vui mừng khi báo tin này về Savatthi lên Thế Tôn.

Ngài nói:

– Đáng mừng hay không là ở chỗ các thầy có tu học tinh tiến hay không. Chúng ta không nên vui buồn theo sự thịnh suy. Chúng ta phải học thái độ thản nhiên trước cái suy cũng như trước cái thịnh.

Một buổi sáng, trong khi Bụt và các thầy khất sĩ đang chuẩn bị lên đường đi khất thực thì có một toán cảnh sát vào tu viện Jetavana.[3] Họ cho biết

---

1 Tựa do người giới thiệu đặt.
2 Agumala (Vô Não) là 1 tướng cướp giết người khét tiếng thời bấy giờ, về sau xuất gia làm đệ tử Phật.
3 Savatthi: Tịnh xá Kỳ Viên.

là được lệnh đi tìm một người đàn bà mất tích. Các thầy ai cũng ngạc nhiên, không biết tại sao đi tìm một người đàn bà mất tích mà lại tới tu viện nam giới vào một buổi sớm mai. Đại đức Bhaddiya[4] hỏi người bị mất tích là ai. Cảnh sát bảo là nữ du sĩ Sundari[5]. Sundari là một tiểu ni xinh đẹp của một giáo phái lớn có cơ sở ở Savatthi. Mấy tháng nay cô thường hay đến tu viện để nghe thuyết pháp. Nói là để học hỏi thêm về các tông giáo khác. Các thầy bảo với cảnh sát là hiện cô không có ở đây nhưng các vị cảnh sát bảo là đã được lệnh khám xét kỹ lưỡng. Sau một hồi tìm kiếm, họ phát giác tử thi của tiểu ni Sundari được chôn cất sơ sài trong đất tu viện, không xa tịnh thất của Bụt là mấy.

Không ai hiểu được tại sao cô Sundari chết và tại sao thi hài của cô lại bị chôn ở đất tu viện. Sau khi cảnh sát đưa xác Sundari đi, Bụt bảo các thầy cứ đi khất thực như thường lệ. Người bảo:

– Quý vị hãy hết lòng an trú trong chánh niệm.

Ngày hôm đó, giáo phái của tiểu ni Sundari tổ chức rước thi hài cô đi ngang qua nhiều đường phố để tụng niệm. Thỉnh thoảng họ dừng lại để khóc kể. Quần chúng thấy thế xúm lại gần. Họ phân bua:

– Bà con cô bác có thấy không? Xác của tiểu ni Sundari đó! Họ chôn trong đất của tu viện Jetavana! Bà con nghĩ có chán ngán không? Họ xưng là con cháu dòng họ Sakya, là những người tu theo phạm hạnh, họ nói từ bi hỷ xả, thế mà họ hãm hiếp người ta đến chết rồi chôn giấu người ta đi cho mất tích! Bà con cô bác nghĩ sao?

Dân chúng ở Savatthi rất hoang mang. Ngay trong số những người đã được trực tiếp biết Bụt và các vị khất sĩ mà cũng có người cảm thấy niềm tin lung lay. Những người có niềm tin vững chãi nơi Bụt và nơi các vị khất sĩ thì nghĩ rằng đây là một vụ vu khống. Tuy nhiên họ cũng đau khổ không kém. Các giáo phái chống đối Bụt nhân cơ hội này ráo riết tuyên truyền để triệt hạ uy tín của giáo đoàn khất sĩ. Đến đâu cũng nghe người ta bàn tán về vụ này. Các vị khất sĩ tới đâu cũng bị chất vấn ráo riết. Họ cố giữ thái độ trầm tĩnh và an trú trong chánh niệm như Bụt đã căn dặn, nhưng đối với các vị khất sĩ mới tu và còn non yếu, việc đương đầu với quần chúng trong vụ tiếng tăm này là một điều cực kỳ khó khăn. Họ cảm thấy tủi hổ. Nhiều khi họ không muốn đi vào thành phố để khất thực nữa.

---

4 Đại đức Bhaddiya: Đại đức Ba đề, thuộc dòng Hoàng tộc của Đức Thế Tôn.
5 Sundari: tên một nữ tín đồ của giáo phái Bà la môn.

Bụt biết được tâm trạng của các vị khất sĩ này. Một buổi chiều tại giảng đường, người nói:

– Những chuyện oan ức như thế này có thể xảy ra bất cứ ở đâu và bất cứ thời nào. Quý vị khất sĩ đừng cảm thấy tủi hổ. Quý vị chỉ nên cảm thấy tủi hổ khi mình không sống đời sống phạm hạnh cho xứng đáng mà thôi. Nếu giới luật được nghiêm trì, nếu đời sống phạm hạnh không có tì vết, thì không việc gì các thầy phải tủi hổ. Dư luận phát sinh, dư luận tồn tại rồi dư luận sẽ tiêu diệt. Ngày mai đi khất thực mà có người hỏi, quý vị cứ thẳng thắn trả lời: "Người nào gây nhân thì người ấy sẽ chịu quả". Và chỉ cần nói từng ấy thôi là đủ.

Nghe Bụt nói thế, các thầy cảm thấy được an ủi rất nhiều.

Trong khi đó nữ cư sĩ Visakha [6] rất khổ đau. Bà có đức tin trọn vẹn nơi Bụt và nơi giáo đoàn. Bà biết đây là một vụ vu khống để bôi nhọ Bụt và giáo đoàn khất sĩ. Ngay từ hôm nghe được tin này, bà lập tức đi tìm cư sĩ Sudatta.[7] Hai người đàm luận rất lâu, và cuối cùng họ đồng ý là phải cho người đi bí mật dò la để tìm ra thủ phạm của vụ bôi nhọ. Cư sĩ Sudatta đề nghị phải có người giả trang đi thám thính ngay cả trong nội bộ giáo phái du sĩ của tiểu ni Sundari. Hai người đến thăm thái tử Jeta để nhờ thái tử giúp một tay trong việc này.

Chỉ trong vòng bảy hôm, thám tử đã tìm ra được thủ phạm giết người. Sau khi nhận tiền thù lao, hai tên giết người này đã đi ăn nhậu với nhau để chia nhau số tiền được thưởng. Trong cơn say họ đã cãi lộn với nhau và tiết lộ những điều bí mật. Cảnh sát hoàng gia đã được phái tới bắt họ. Các thủ phạm đã thú nhận tất cả tội lỗi và kể tên những vị lãnh đạo tôn giáo đã thuê họ giết cô Sundari và chôn giấu tử thi cô gần tịnh thất của Bụt.

Vua Pasenadi[8] tới tu viện Jetavana thăm Bụt sau khi được báo cáo về tin này. Vua tỏ ý mừng cho Bụt và cho giáo đoàn vừa thoát được một tai nạn. Bụt cho vua biết là hận thù và ganh ghét có thể làm cho con người mù quáng, và xin vua giảm tội cho các phạm nhân. Người nói những vụ như thế này có thể xảy ra trong tương lai nếu con người không vượt thắng được hận thù và ganh ghét.

Chỉ trong vòng hai hôm sau là tất cả dân chúng trong thủ đô biết được sự thật về âm mưu bôi nhọ Bụt và giáo đoàn khất sĩ. Dân chúng thủ đô bắt đầu nhìn các vị khất sĩ trở lại bằng con mắt thán phục và nhiều kính nể.

[Nhất Hạnh: *Đường Xưa Mây Trắng* – Tập 3, Chương 54: Thản Nhiên trước cuộc Thịnh Suy. CA Hoa Kỳ, Lá Bối]

Lời Bàn:

Câu chuyện nghe qua chúng ta thấy khó tin, nhưng nó đã xảy ra từ 2600 năm trước giữa những tu sĩ Bà-la-môn, tức những người cũng muốn đi trên con đường thánh thiện, nhưng vì lòng ham muốn (**Tham** - dù chỉ vì *Danh*), vì lòng Ngã mạn, muốn chứng tỏ con đường tu của mình hơn người, đã sinh ra lòng *Đố kỵ, Sân hận, Oán thù* (**Sân**); muốn hủy hoại uy tín, con đường tu tập của người khác. Họ đã không chỉ dừng lại ở sự chê bai, phỉ báng người khác mà còn đi đến hành động độc ác bằng cách giết người và cả cách chấp nhận tự hủy diệt **(Si)** để hòng làm tiêu tán uy tín của Thế Tôn và Tăng đoàn của Phật.

Những điều tương tự cũng đã xảy ra khắp nơi trên thế giới. Thời Trung Cổ ở Châu Âu, hay cuộc bành trướng và tàn sát Phật giáo tại Ấn Độ của Hồi Giáo vào thế kỷ 13. Những cuộc chiến tranh đang xảy ra giữa các dân tộc trên thế giới... đều bắt nguồn từ nguồn gốc sâu xa là lòng tin mù quáng vào tôn giáo của mình. Ai cũng nghĩ rằng "Chỉ có Ta. Ta là Ánh sáng, là Sự Sống!"

Tất cả đều nằm trong giáo nghĩa mà đức Thế Tôn đã dạy. Tham Sân Si là "Tam Độc", có thể giết chết mình và giết chết người khác.

Nhưng Sự Thật sớm muộn vẫn là Sự Thật: **Kẻ gây nhân thì sẽ nhận chịu quả báo.** ∎

---

6   Cư sĩ Visakha: một nữ đại thí chủ thời Đức Phật.

7   Cư sĩ Sudatta : cư sĩ Cấp Cô Độc.

8   Vua Pasenadi: Vua Ba-tư-nặc. Nhà vua cai trị nước Kosala (Kiều-tát-la) rộng lớn, kinh đô là Savatthi (Xá-vệ), thuộc Ấn Độ xưa.

[DEUTSCH]

DIE BOSHEIT DER EIFERSUCHT

Nachdem der Buddha Agumala beeindruckt und ihn als Schüler akzeptiert hatte, stieg das Ansehen des Buddha und der Gemeinschaft der

Mönche. Die neue Lehre eroberte die Herzen der Menschen in den beiden großen Ländern und in den benachbarten Ländern. Es gab viele Mönche, die ihre Freude zum Ausdruck brachten, als sie diese Nachricht dem Buddha in Savatthi übermittelten. Buddha sagte:

- Ob es ein Grund zur Freude ist oder nicht, hängt davon ab, ob ihr eure Praxis und euer Studium vorantreibt. Wir sollten uns nicht von Aufstieg und Fall beeinflussen lassen. Wir müssen lernen, Gelassenheit sowohl im Niedergang als auch im Aufstieg zu bewahren.

Eines Morgens, als Buddha und die Mönche sich darauf vorbereiteten, um Almosen zu bitten, kam eine Gruppe von Polizisten ins Jetavana-Kloster. Sie gaben an, auf der Suche nach einer vermissten Frau zu sein. Alle waren überrascht, warum die Suche nach einer vermissten Frau sie zu einem Männerkloster am frühen Morgen führte. Der ehrwürdige Bhaddiya fragte, wer die vermisste Person sei. Die Polizei sagte, es sei die Wanderasketin Sundari. Sundari war eine schöne junge Nonne einer großen religiösen Gemeinschaft mit Sitz in Savatthi. In den letzten Monaten kam sie oft ins Kloster, um Predigten von Buddha zu hören. Sie sagte, es sei, um mehr über andere Religionen zu lernen. Die Mönche informierten die Polizei, dass sie derzeit nicht hier sei, aber die Beamten sagten, sie hätten Befehl, gründlich zu durchsuchen. Nach einiger Zeit entdeckten sie den hastig begrabenen Leichnam der jungen Nonne Sundari im Klostergelände, nicht weit von Buddhas Zelle entfernt.

Niemand verstand, warum die junge Sundari starb und warum ihr Körper im Boden des Klosters begraben wurde. Nachdem die Polizei Sundaris Leichnam weggebracht hatte, sagte Buddha zu den Mönchen, sie sollen weiterhin wie üblich um Almosen bitten. Er sagte:

- Ihr solltet euch voll und ganz in achtsamer Wahrnehmung niederlassen.

An diesem Tag organisierte die religiöse Gemeinschaft der jungen Nonne Sundari einen Trauerzug, der ihren Leichnam durch viele Straßen führte, während sie Gebete sprachen. Zeitweise hielten sie an, um zu weinen und zu klagen. Die Menge sammelte sich um sie herum. Sie argumentierten:

- Seht ihr das, Leute? Der Körper der jungen Nonne Sundari! Sie wurde im Boden des Jetavana-Klosters begraben! Findet ihr das nicht abscheulich? Sie behaupten, Nachkommen des Sakya-Clans zu sein, Menschen, die tugendhaft praktizieren, sie sprechen von Mitgefühl, Freude und Loslösung, und doch vergewaltigen sie jemanden zu Tode und verstecken den Körper, um ihn verschwinden zu lassen! Was denkt ihr darüber?

Die Bevölkerung in Savatthi war sehr beunruhigt. Selbst unter denen, die Buddha und die Mönche persönlich kannten, gab es Menschen, deren Glaube ins Wanken geriet. Diejenigen, die einen festen Glauben an Buddha und die Mönche hatten, glaubten, dass es sich um eine Verleumdung handelte. Dennoch litten sie nicht weniger. Die Buddha entgegengesetzten religiösen Gruppen nutzten diese Gelegenheit, um intensiv Propaganda zu betreiben und das Ansehen der Mönchsgemeinschaft zu untergraben. Überall wurde über den Fall gesprochen. Die Mönche wurden überall, wo sie hingingen, intensiv befragt. Sie versuchten, ruhig zu bleiben und in achtsamer Wahrnehmung zu verweilen, wie Buddha es ihnen geraten hatte, aber für die neu ordinierten Mönche, die noch unerfahren und schwach waren, war es äußerst schwierig, sich der Öffentlichkeit in dieser Rufschädigung zu stellen. Sie fühlten sich beschämt. Oft wollten sie nicht mehr in die Stadt gehen, um Almosen zu erbitten.

Buddha war sich der Gemütslage dieser Mönche bewusst. Eines Nachmittags in der Lehrhalle sagte er:

- Ungerechtigkeiten wie diese können überall und jederzeit geschehen. Ihr Mönche solltet euch nicht beschämt fühlen. Ihr solltet euch nur dann beschämt fühlen, wenn ihr nicht ein tugendhaftes Leben führt, das es verdient. Wenn die Ordensregeln streng befolgt werden, wenn das Leben tugendhaft und makellos ist, dann gibt es keinen Grund für euch, euch beschämt zu fühlen. Öffentliche Meinung entsteht, existiert und wird schließlich vergehen. Wenn morgen beim Almosengang jemand fragt, antwortet einfach direkt: „Wer die Ursache setzt, wird die Wirkung ernten". Und nur so viel zu sagen ist ausreichend.

Als sie Buddha so sprechen hörten, fühlten sich die Mönche sehr getröstet.

In der Zwischenzeit litt die Laienanwärterin Visakha sehr. Sie hatte unerschütterlichen Glauben an Buddha und die Mönchsgemeinschaft. Sie wusste, dass es sich um eine Verleumdung handelte, um Buddha und die Mönchsgemeinschaft zu diffamieren. Sobald sie von dieser Nachricht hörte, suchte sie sofort den Laienanwärter Sudatta auf. Sie diskutierten lange, und schließlich stimmten sie zu, dass jemand heimlich ausspionieren sollte, um den Schuldigen des Verleumdungsfalls zu finden. Der Laienanwärter Sudatta schlug vor, dass jemand sogar innerhalb der religiösen Gemeinschaft der jungen Nonne Sundari undercover ermitteln sollte. Die beiden suchten Prinz Jeta auf, um seine Unterstützung für dieses Vorhaben zu erbitten.

Innerhalb von sieben Tagen hatte der Detektiv den Mörder gefunden. Nachdem sie ihr Kopfgeld erhalten hatten, gingen die beiden Mörder zusammen trinken, um das Belohnungsgeld zu teilen. In ihrem betrunkenen Zustand stritten sie sich und enthüllten Geheimnisse. Die königliche Polizei wurde entsandt, um sie festzunehmen. Die Täter gestanden alle ihre Verbrechen und nannten die Namen der religiösen Führer, die sie beauftragt hatten, Sundari zu töten und ihren Körper in der Nähe von Buddhas Zelle zu vergraben.

König Pasenadi besuchte das Jetavana-Kloster, um Buddha zu sehen, nachdem er über diese Nachricht informiert worden war. Der König drückte seine Freude darüber aus, dass Buddha und die Mönchsgemeinschaft einer Katastrophe entkommen waren. Buddha teilte dem König mit, dass Hass und Neid Menschen blind machen können, und bat den König, die Strafe für die Verbrecher zu mildern. Er sagte, dass solche Vorfälle in der Zukunft passieren könnten, wenn Menschen ihren Hass und Neid nicht überwinden.

Innerhalb von nur zwei Tagen wusste die gesamte Bevölkerung der Hauptstadt die Wahrheit über die Verschwörung, Buddha und die Mönchsgemeinschaft zu diffamieren. Die Bürger der Hauptstadt begannen, die Mönche wieder mit Bewunderung und großem Respekt zu betrachten.

[Nhất Hạnh: *Đường Xưa Mây Trắng - Der alte Pfad weiße Wolken – Band 3, Kapitel 54: Gelassenheit im Angesicht von Aufstieg und Fall.* CA USA, Lá Bối Verlag]

Kommentar:

Die Geschichte, die wir gehört haben, mag uns unglaublich erscheinen, aber sie hat sich vor 2600 Jahren unter den Brahmanen-Mönchen ereignet, die ebenfalls auf dem heiligen Pfad wandeln wollten. Doch aufgrund von Gier (Tham - selbst nur nach Ruhm), wegen des Egoismus und dem Wunsch, ihren eigenen spirituellen Weg als überlegen zu beweisen, entstand Neid, Hass und Groll (Sân); sie wollten den Ruf und den spirituellen Weg anderer zerstören. Sie beschränkten sich nicht nur auf Kritik und Verleumdung anderer, sondern griffen auch zu grausamen Handlungen wie Mord und sogar zur Selbstzerstörung (Si), um den Ruf des Erhabenen und der buddhistischen Mönchsgemeinschaft zu vernichten.

Ähnliche Ereignisse haben sich überall auf der Welt ereignet. Im Mittelalter in Europa oder während der Expansion und des Gemetzels des Buddhismus in Indien durch den Islam im 13. Jahrhundert. Die Kriege, die zwischen den Völkern der Welt stattfinden, haben alle ihre tiefen Wurzeln in dem blinden Glauben an ihre eigene Religion. Jeder denkt, dass „nur Ich es bin. Ich bin das Licht, das Leben!"

Alles liegt in der Lehre, die der Erhabene gelehrt hat. Gier, Hass und Verblendung sind die „Drei Gifte", die sowohl einen selbst als auch andere töten können.

Aber die Wahrheit wird früher oder später immer noch die Wahrheit sein: **Wer die Ursache setzt, wird die Folgen tragen.**

Nguồn hình: pixabay

TRUYỆN THIẾU NHI

Thi Thi Hồng Ngọc
GIA ĐÌNH MÌNH LÀ CON PHẬT

KHI ÔNG NỘI SANG THĂM

Ông nội từ Việt nam sang thăm gia đình bé Thảo Hiền. Năm nay ông đã 80 tuổi rồi, ông rất gầy và đi đứng chậm chạp. Ba mẹ quý ông lắm, bữa nào mẹ cũng chịu khó làm những món ông thích, đi đâu ra ngoài ba cũng theo sát bên cạnh nắm tay và đi thật chậm cùng với ông. Trí nhớ đã kém nên ông hay nói đi nói lại một chuyện, ông lại không quen những tiện nghi trong nhà nên nhầm lẫn các nút bấm và cách sử dụng. Ba mẹ đều không hề phiền lòng khi ông làm hỏng cái gì đó trong nhà hoặc đôi khi gắt gỏng một cách vô lý. Các cháu được sinh ra và lớn lên ở ngoại quốc may mà hiểu được tiếng Việt, lại được cha mẹ giáo dục, giảng giải về văn hóa truyền thống nên có thể dễ dàng trò chuyện và thông cảm với ông nội. Phần thưởng lớn nhất mà ông nội cho chỉ là một câu nói:

-Ông không giàu như những người già mà ông quen biết, nhưng ông được một kho tàng vô giá là có con cháu hiếu thảo.

Thảo Hiền nắm tay ông dịu dàng nói:

-Ông ơi! Ba cháu dạy "kính lão đắc thọ", nếu ai không biết quý người già sau này mình già chẳng ai thương mình đâu.

Thảo An mỉm cười tiếp lời:

-Ông ơi! Chúng cháu đều yêu ba lắm, không có ông thì chúng cháu không có ba. Ba thương ông thì chúng cháu cũng thương ông mà.

Thảo Mai nghiêm nghị nói:

-Sau này cháu sẽ đi tu, mà đi tu là thương hết chúng sinh, nếu ông bà cha mẹ mà mình còn không thương thì làm sao thương hết chúng sinh được.

CÓ HAY KHÔNG CÓ

Lâu lắm rồi chị Cả mới đến thăm gia đình em, Đồng Minh đón tiếp chị thật nồng nhiệt. Hai chị em sống cách nhau mấy trăm cây số đâu dễ gì thường xuyên gặp gỡ. Sau bữa cơm tối, hai chị em ngồi trò chuyện, chị Cả than thở con cái khó bảo mặc dù chị lo cho chúng nó hết mọi việc, chắc tại vì chị cứ mãi làm ăn không có thời gian nên khoảng cách giữa cha mẹ và con càng ngày càng xa. Thấy cô em có ba đứa con đều ngoan ngoãn, lễ phép, tiếng Việt rành rẽ, chị phục quá hỏi em làm cách nào mà hay vậy? Đồng Minh mỉm cười bảo:

- Chị nói không có thời gian cho các con sao? Em tính nhẩm cho chị nghe nhé! Một ngày có 24 tiếng, đúng không? Chị ngủ 8 tiếng, đi làm 10 tiếng, ăn uống, tắm rửa 2 tiếng, dọn dẹp nhà cửa, giặt giũ 2 tiếng. Mỗi ngày ít nhất chị còn 2 tiếng, đó là em tính rộng rãi đấy, chưa kể ngày nghỉ nữa. Vậy 2 tiếng đồng hồ ấy chị làm gì?

Cô chị ấp úng nói:

-Thời gian đó chị phải cho bản thân mình chứ!

Đồng Minh nhìn chị, lắc đầu:

-Vậy thì chị đừng trách tại sao các con xa cách

Tranh vẽ: Cát Đơn Sa

mình? Tại sao các con khó bảo? Thời gian còn quý hơn tiền bạc mà chị dành hết cho mình, chẳng chịu bỏ ra dù chỉ mười lăm phút cùng chơi, cùng học, nghe con tâm sự, đi dạo với con, dạy con tiếng Việt. Chị chỉ đơn giản nghĩ cho chúng ăn no, cung cấp mọi nhu cầu, phục vụ chúng thế là đủ ! Chị không dạy con lòng biết ơn, công việc nhà và sự vất vả kiếm tiền của cha mẹ. Cuối cùng, của cải tích lũy cả đời của chị đổi lại là một đời sống cô đơn, buồn tủi vì sự lạnh nhạt của các con. Có đáng không?

Chị Cả im lặng, rơi nước mắt.

MẸ ỐM

Mẹ bị ho, đau đầu, đau cổ họng đã hai ngày rồi. May mà khi còn khoẻ, mẹ đã "huấn luyện" cho các con biết làm tất cả những công việc nhà nên dù mẹ có bị ốm, ba và các con cũng không bị bối rối thậm chí còn sắp xếp thời gian chăm sóc mẹ thật chu đáo. Mẹ cảm động quá, rưng rưng nước mắt ngỏ lời cảm ơn cả nhà. Ba mỉm cười hiền hậu

Tranh ViVi Võ Hùng Kiệt

không nói gì. Thảo Hiền đưa cho mẹ ly trà chanh gừng mật ong nóng rồi nhỏ nhẹ nói:

- Mẹ lâu lâu mới bị ốm, chúng con thì thường xuyên, mẹ vất vả vì chúng con thật nhiều mà có kể gì đâu.

Thảo Mai vừa bóp vai, xoa lưng cho mẹ vừa nói:

- Con làm như thế này mẹ có khỏe hơn tí nào không mẹ?

Nhìn quanh quất không thấy Thảo Hiền đâu mẹ hỏi ba thì được biết từ lúc đi học về đến giờ, cô bé đã quỳ trước bàn thờ niệm Phật cầu nguyện cho mẹ hết bệnh.

Đồng Thiện

CHA CON & CÁI DUYÊN PHẬT PHÁP

Cũng như hầu hết những đứa trẻ người Việt sinh ra và lớn lên ở hải ngoại, con gái tôi không đọc hay viết được tiếng Việt, nói thì có thể nhưng nghe hiểu thì cũng hạn chế, dù rằng lúc nhỏ có học tiếng Việt ở chùa. Những đứa trẻ người Việt mang quốc tịch Mỹ, phong cách sống pha trộn nửa Việt nửa Mỹ nhưng cái nhân dáng thì vẫn là Việt, cái gốc văn hóa vẫn còn nhưng cũng pha trộn và phai nhạt nhiều. Nhiều em sống trong gia đình quá "tây hóa" thì hoàn toàn mất gốc.

Khi con gái tôi còn nhỏ, tôi vẫn thường đưa con đến chùa lễ Phật, học tiếng Việt, sinh hoạt văn hóa Việt... Nhưng từ khi lên bậc trung học thì cô bé không còn thích đến chùa nữa. Bây giờ cô bé đã có nhận thức và lập trường riêng, không còn quyến luyến theo cha mẹ, thỉnh thoảng cũng đến chùa với cha mẹ, cái may là vẫn còn nhớ những cách lễ lạy đã thực hành lúc nhỏ. Thực tình mà nói, nhiều đứa trẻ đến chùa chỉ là vì theo cha mẹ chứ không phải vì thích, đến chùa làm các em chán vì không hiểu những gì người lớn đọc tụng kinh, hình thức tu truyền thống không hấp dẫn các em, ấy là chưa nói đến kinh điển thì các em hoàn toàn không biết, không hiểu gì, ngay cả những bài tán hương, tán Phật ngắn nhất.

Tôi nhận thấy con gái mình cũng như những đứa trẻ Việt khác đều như thế, một ngày kia tôi chợt nảy ra ý nghĩ vận dụng kiến thức Phật pháp nghèo nàn và vốn tiếng Anh ba rọi để viết những bài văn ngắn về Phật pháp, về giáo lý căn bản... Rồi tôi đưa cho con bé, bảo nó sửa lỗi chính tả và câu cú giúp cho. Con bé vui vẻ đọc và chỉnh sửa, gặp những thuật ngữ Phật giáo hay những đoạn không hiểu thì cô ta hỏi lại và tôi giải thích. Đôi khi tôi cố khơi gợi những ý cho cô bé hỏi. Thế là hai cha con cùng thảo luận vui vẻ và lý thú. Thông qua việc đọc văn bản để sửa lỗi chính tả, cô bé vô tình đã nhận biết và hiểu được chút ít căn bản giáo lý Phật đà.

Cứ vào mỗi bữa ăn tối, thường chỉ có hai cha con với nhau, chúng tôi vừa ăn vừa nói chuyện về đạo Phật, có khi xem phim hay lướt mạng xã hội. Cô bé hỏi nhiều vấn đề về Phật pháp, ví dụ như: Tại sao phải quy y? Tại sao phải thọ năm giới?... Những vấn đề này tương đối dễ nên tôi đáp cũng trôi chảy. Có khi cô bé hiểu một cách máy móc chẳng hạn như: Sao ba thọ năm giới mà lại còn uống bia? Tôi biết cũng khá nhiều người hiểu máy móc như thế nên bảo: Phật chế giới uống rượu là để ngăn ngừa sự lạm dụng say sưa đến mất lý trí, nhân cách... chứ không phải cấm ngặt đến độ không được uống. Cứ như thế hai cha con vừa ăn vừa nói chuyện vui vẻ chuyện đời và tôi cố ý hướng thêm chuyện đạo. Sau này tôi bắt đầu viết về Tứ diệu đế, Bát chánh đạo đưa cho con bé xem và bảo nó sửa văn giúp. Con bé đọc qua và lĩnh hội chút ít. Với cách này tôi vừa ôn lại giáo lý vừa ngầm truyền cho con bé, cả hai đều cùng được lợi ích. Với cách học Phật gián tiếp như thế này, con gái tôi đạt được hiệu quả nhiều hơn là đến chùa nghe kinh mà không hiểu gì. Cách học này vừa thoải mái và vui vì con bé nghĩ đã giúp cha nó và tôi vui vì con đọc được giáo lý Phật đà.

Con gái tôi đã có nhận thức và chút ít kiến thức về Phật học, có lần cô ta so sánh đức Phật với Thượng đế các tôn giáo khác. Cô ta nhận biết đức Phật là bậc giác ngộ, là vị thầy chỉ đường tu cho mọi người. Đức Phật không dùng phép tắc và không có ban phước giáng họa như Thượng đế. Thượng đế sáng tạo ra đủ thứ, có quyền năng... còn đức Phật không có nói thế bao giờ. Cô bé thắc mắc: "Sao tượng và tranh Phật thì có tóc mà các thầy và cô ở chùa không có tóc?" Tôi bảo đấy là do người tạc tượng vẽ tranh làm thế, kinh Phật có nói về "nhục kế" trên đầu Phật, đó là biểu tượng của trí huệ tối thượng của Phật. Cô bé chỉ biết ứng hóa thân của Phật, tức đức Phật lịch sử, tức từ ông hoàng ở Ấn Độ cổ đại tu hành và giác ngộ, còn pháp thân hay báo thân thì không thể biết và tôi cũng mù mờ không thể giải thích được, đành gác lại.

Với cách này, con gái tôi đã biết chút ít về căn bản Phật pháp. Nếu cứ theo lối cũ, lạy Phật, cố ngồi nghe những buổi thuyết pháp tràng giang đại hải thì... không hiệu quả, từ đó tôi có ý kiến rằng: Nếu quý Phật tử có con hay cháu nhỏ tuổi, hãy cố gắng viết hay soạn những bài thật ngắn về căn bản giáo lý cho con cháu mình đọc, dĩ nhiên là tiếng Anh vì bọn trẻ đâu đọc được tiếng Việt, đừng đưa cho các cháu bài dài hay sách, chúng thấy ngán nên không đọc đâu. Quý vị trình bày vài vấn đề căn bản rồi nhờ các cháu sửa lỗi chính tả hay câu văn… như thế là các cháu đọc và tự nhiên sẽ thẩm thấu chút chút vào trong tâm thức của các cháu. Những gì các cháu không hiểu thì mình giải thích, như thế là các cháu tự nhiên "học Phật" rất dễ mà không cầu cưỡng ép (vì những điều ấy tự động ghi vào tạng thức dù ít dù nhiều). Với cách này thì cả ông bà cha mẹ và các cháu cùng vui vẻ học Phật. Với cách này thì tiếp cận đạo Phật thoải mái không gây nhàm chán cho các cháu, không có sự ngăn cách của hai thế hệ, không bị cản trở về nhận thức và quan điểm của trẻ và già…

Con em người Việt ở hải ngoại có phước lớn được sống trong sự sung túc vật chất, thụ hưởng những phương tiện văn minh, kỹ thuật cao, được học hành bởi một nền giáo dục hữu hiệu, tân tiến, khai phóng… Mặt trái của vấn đề là các em không còn đọc và viết được tiếng Việt, dĩ nhiên là văn hóa truyền thống cũng phai nhạt, việc duy trì đức tin Phật giáo và thực hành cũng không thể như trẻ em ở trong nước, vì thế các em không hiểu và nhàm chán dễ xa rời và dễ đi đến mất gốc. Có một thực tế là các tôn giáo khác ở hải ngoại họ rất tích cực tiếp cận với con em chúng ta. Họ năng nổ và dùng mọi chiêu thức để chiêu dụ. Mỗi sáng chủ nhật (có khi cả ngày thường) họ cho những thiện nguyện viên (đã qua huấn luyện) đi đến từng nhà, gặp từng người để xin nói chuyện, hướng dẫn, tặng tài liệu… thậm chí dùng phương tiện vật chất để chiêu dụ. Họ trổ tài hùng biện để mọi người đi theo đức tin của họ. Mà tôn giáo của họ và văn hóa phương tây lại khá thoải mái, khác với nghi thức gò bó của truyền thống đạo Phật, điều này rất dễ lôi kéo các em, điều này có nghĩa là chúng ta rất dễ "mất" các em. Vì thế chúng ta hãy cố gắng truyền niềm tin Phật pháp và giáo lý căn bản cho con em chúng ta. Quý Phật tử có con cháu nhỏ tuổi hãy thử cách mà tôi vừa trình bày thử xem, khá dễ dàng thoải mái nhưng lại hiệu quả. Quý Phật tử có thể dùng bất cứ phương tiện nào có thể, miễn là giúp con em chúng ta hiểu Phật, biết căn bản giáo lý từ đó mới có thể vững tin vào đạo Phật. ❒

Đồng Thiện
Ất Lăng thành, 2022

Nguyễn Thị Thanh Thủy

CHUYỆN NHỎ TẠI *XÓM GA NHỎ*

Gia đình tôi sống tại một quận nhỏ sau một nhà ga nhỏ. Không hiểu sao cái vẻ hoang hoải của sân ga sau khi tắt nắng lại gây ấn tượng quá sâu đậm trong ký ức tuổi thơ. Và tôi tìm ra được tác nhân chính là thứ ánh sáng vàng vọt từ bóng đèn hắt xuống thềm ga vắng, hắt xuống những thanh đường sắt lạnh song song. Bức tường nhà chờ màu vôi vàng úa càng cũ kỹ và bệnh hoạn hơn, cánh cửa nâu xỉn càng xỉn hơn dưới ánh đèn vàng ấy. Tôi thà chờ đợi để xem những đóm hỏa châu ở cuối trời, sau khi nghe những tiếng "xịt" xa xa và luồng khói hình chữ chi nhểu xuống một trái sáng hình giọt nước mắt lấp lánh. Chợ Dĩ An cách đó không xa nên con đường trước nhà khá bận rộn.

Tôi không biết những người chung quanh mình có chờ đợi tiếng còi tàu như tôi, có quan tâm sao hôm nay hôm kia tàu về trễ. Nhưng chắc chắn những phận người chung quanh đó ai cũng có câu chuyện của riêng mình, dù bé mọn hay lớn lao, vẫn là câu chuyện của số phận, nhất là những thân phận nổi trôi của những người tha phương cầu thực, như gia đình cậu Văn.

Cậu Văn là con của ông Năm, một trong những người cậu của má tôi. Gia đình ông cậu này khó khăn nhất trong số các ông cậu, bà dì của má tôi, vốn có ruộng đất, nhà cửa ổn định tại miền Tây. Ông Năm có nghề hớt tóc nhưng xem ra không mấy khá khẩm ở nơi mà mọi chi tiêu đều chờ tới mùa lúa. Tệ hại hơn nữa là sống ở vựa lúa miền Tây mà nhà thường xuyên mượn gạo. Ông lại phải tật nghiện rượu, ngày nào về nhà cũng có hơi men. Bà Năm có cả chín lần sinh nhưng cho tới lúc tôi nhận thức được thì chỉ còn bốn người. Cậu Văn lớn nhất, xem như anh cả, sau đó còn dì Bê, dì Có và cậu Út. Cậu Văn và dì Bê được gửi ở nhà má tôi ở Dĩ An để học may. Cậu Văn hiền lành và nhút nhát. Khi má tôi mua được căn nhà ở sau ga xe lửa và dời tiệm may ra đó, thì cậu giữ lại cái chòi nhỏ má tôi đang thuê đầu xóm Lầu Đạo, cách nhà má tôi vài căn phố để làm tiệm may đồ nam riêng.

Gọi là xóm Lầu Đạo vì trong khu vực ấy có nhà lầu ông Phủ Lố và cư dân chung quanh phần lớn theo đạo Cao Đài. Khi bà nội tôi mất, má tôi xin bên nội cho đem nguyên gia đình của cậu Văn về ở nhờ căn nhà của bà nội tôi ở trong xóm cách nhà tôi khoảng hai ba cây số. Việc hớt tóc của ông Năm cũng bấp bênh, hầu như ông không theo nghề nữa khi về Dĩ An. Ông thỉnh thoảng dắt tôi xuống rạp hát Phạm Bửu chơi. Tôi chịu khó theo ông, dù không ưa lắm cái mùi rượu thi thoảng toát ra từ người ông. Khi ông thơ thẩn ngoài sân thì tôi mải mê xem hình nghệ sĩ phóng to treo trước cửa rạp để về nhà khoe với má tôi. Chẳng là má tôi là dân mộ điệu cải lương. Rồi thế nào ông Năm cũng kết thúc chuyến dạo chơi bằng năm cắc chùm ruột ngâm chấm muối ớt, đựng trong miếng lá chuối xếp hình phễu, nước nhểu ròng ròng. Hai ông cháu ngồi trên bậc thềm trước cửa rạp, ông một trái, cháu một trái đến hết rồi dắt nhau về. Sau đó ông Năm xin được chân tạp vụ trong nhà máy xe lửa. Thỉnh thoảng ông gầy độ nhậu với một hai người bạn cùng chí hướng. Dì Có, chị cậu Út giúp việc cho một người bà con ở Vũng Tàu lâu lâu về ghé nhà tôi, bế tôi hôn lấy hôn để muốn ngạt thở. Cậu Út lớn hơn tôi vài tuổi, nhưng khai sinh chỉ hơn một tuổi.

Cậu Văn như cái đầu máy xe lửa kéo theo những toa tàu nặng nề trong cuộc mưu sinh. Cậu thay cha mẹ dạy dỗ em rất gắt gao, quyết tâm bắt cậu Út học hành đến nơi đến chốn để có cơ may thoát khỏi cuộc sống cơ cực. Nhưng cậu Út phải tật ham chơi, học hành chểnh mảng nên rất thường xuyên ăn đòn. Mỗi lần la mắng em, cậu Văn môi mím chặt, run run, mắt vằn những tia đỏ và long lanh nước, vớ cây thước thợ may quất vào chân em đến tét cây thước.

Chuyện nợ duyên của cậu cũng muộn màng. Chị Mùi nhà ở xóm Lầu Đạo, hiền lành, da ngăm ngăm duyên dáng, mỗi ngày đi chợ đều ngang qua cửa tiệm của cậu Văn. Tôi lúc ấy còn nhỏ nhưng hay hóng chuyện, nghe bạn của cậu Văn ghép đôi hai người. Mỗi lần bị bạn trêu chọc, mặt cậu Văn sượng ngắt, mắt nhìn bâng quơ, ngón tay ngoáy ngoáy mũi! Chị Mùi khi nghe nhắc đến cậu thì cười lỏn lẻn. Chị tỏ rõ thái độ ân cần, tử tế với gia đình ông Năm. Bà Năm dễ dãi, nói cười hịch hạc, với ai bà cũng ưng, miễn có dâu hủ hỉ. Nghe má tôi nói cậu Văn ngại thân phận mình bấp bênh, lại còn nặng gánh gia đình, em út nên chưa nghĩ đến hạnh phúc riêng mình, dù cậu có cảm tình với chị Mùi. Mọi chuyện có vẻ tiến triển thuận lợi từ hai phía.

Cuộc sống của những người quanh tôi ở cái quận nhỏ cứ trôi đều đều, đơn điệu như tiếng lạch cạch của bánh xe lửa mỗi lần qua chỗ nối đường ray. Niềm vui nỗi buồn cuốn theo nhịp thở phì phò của đầu máy, theo ngọn đèn đỏ lắc lư, chờn vờn theo từng bước chân của chú Ba xếp ga như bao giờ. Người ta vẫn sống, làm việc, đi lính, yêu đương, lấy chồng lấy vợ và cuốn theo chiến cuộc…

Bà Năm lâu lâu thở dài đánh sượt "Ôi giặc giã hoài rầu quá"! Mỗi buổi chiều sau khi nắng tắt, cơm nước xong, cậu Văn thường ngồi với bạn trước cửa tiệm chuyện phiếm. Đúng ra, cậu chỉ im lặng ngồi nghe, thỉnh thoảng góp tiếng cười.

Một hôm, cậu đem về nhà một con heo mọi. Tôi chưa từng thấy chú heo nào thảm hại như thế. Thường người ta mua heo con để nuôi, nhưng cậu lại chọn mua một chú heo chắc được năm sáu tháng tuổi. Chú heo có hai mắt lòng trắng nhiều hơn lòng đen, gầy ốm liêu xiêu, xương sống nhọn hoắc, bụng xếp nếp. Cậu bị thuyết phục khi thấy người bán đẩy cái thau cám trộn đến, chú heo táp xộc xộc ngon lành. Bà Năm đặt tên là con Bát Giới, bỏ chung chuồng với con heo nái đen. Con heo nái nầy cũng thuộc dạng hiếm. Hai lần đẻ, mà mỗi lứa chỉ độc một con, như là dấu hiệu của sự tàn tận ! Sau một loạt tai ương, bà Năm phải bán thốc nó đi. Rồi con Bát Giới bỏ ăn, ông Năm rủ bạn giết mổ và đem quay, bảo nhân tiện cúng Thanh Minh. Cậu Văn buồn giận cha mình không về nhà, ở rịt ngoài cái chòi may cả tuần.

Thế rồi một buổi chạng vạng, cậu Văn đang ngồi với bạn trước tiệm thì một tốp lính dừng xe Jeep xuống xét giấy tờ rồi áp giải lên xe. Cậu bị bắt quân dịch. Hình ảnh cậu Văn gương mặt tái xanh, thất thần, ngồi co ro trên xe jeep giữa hai người lính cứ ám ảnh tôi mãi. Má tôi cứ chôn chân một chỗ không phản ứng gì. Rồi cậu bị đưa ra trung tâm huấn luyện. Tôi được tháp tùng bà Năm đi thăm cậu vài lần. Đầu cậu trọc lóc, mặt sạm đen, miệng cười gượng gạo xoa đầu tôi. Lần nào chia tay về tôi cũng chứng kiến bà Năm sụt sịt kéo khăn lau mắt, còn cậu Văn mắt đỏ hoe những tia máu và ngân ngấn nước. Cậu giấm giúi tiêu chuẩn sữa đường của mình cho mẹ đem về và thẫn thờ nhìn theo.

Vài tháng sau khi cậu ra trường, bà Năm nhận giấy báo tử. Chiếc trực thăng cậu đi bị bắn rớt, bốc cháy. Má tôi phải đi nhận dạng. Cho tới lúc ấy cậu chưa một lần về phép. Chưa gặp cha mình để làm hòa về chuyện con Bát Giới. Chưa gặp lại chị Mùi để nói một lời hứa hẹn.

Tôi nhớ buổi chiều định mệnh ấy nắng úa lắm. Tôi còn ngây thơ đến bàn thờ tổ tiên thắp nhang xin cho người ta báo tin lầm. Bà Năm vật vã trong

Ga Dĩ An (Bình Dương) xưa. Hình: Internet

đám tang con, chị Mùi khóc lặng lẽ. Lá cờ vàng to phủ kín quan tài. Những xẻng đất phủ tới tấp lên lá cờ cho đến khi màu vàng hòa vào đất, niềm hy vọng vào cái đầu tàu kéo cả nhà của cậu cũng bị vùi chôn theo.

Khi không còn cái đầu tàu thì các toa sau cũng chệch choạc. Cậu Út chấm dứt việc học ở lớp sáu không lâu sau đó. Chưa đầy một tháng sau ngày cậu Văn mất thì dì Có, em cậu, cũng nhận được tin chồng chết trận tại Chương Thiện. Bà Năm mất một con, một rể. Dì Có đem hai con về ở chung với mẹ.

Rồi ông Năm cũng theo cậu Văn một năm sau đó trong một tai nạn đường sắt chỗ ông làm. Ông đang làm cỏ trên đường ray không hay một xe meneur trờ tới. Ban đầu ông bị thương phải cưa chân. Sau đó, vết thương nhiễm trùng, bệnh viện cưa thêm lần nữa, ông yếu sức không qua khỏi. Hai cha con giờ sẽ có dịp làm hòa với nhau về chuyện con Bát Giới.

Dù có bị đời quăng quật như thế nào, thì cái bản năng và khát vọng sống vẫn trỗi dậy mạnh mẽ, hay vì ý thức được phận người mong manh trong chiến tranh, sống và chết chỉ cách nhau một sợi tóc, nên người ta càng thấy quý giá cuộc sống hơn? Sau tai ương, mọi người gượng dậy mà sống tiếp cuộc đời mình và chờ đợi một sự thay đổi. Chị Mùi thỉnh thoảng gặp lại bà Năm, hai người phụ nữ đã ôm nhau khóc…

Năm 1973, theo dõi tin tức, người xóm tôi mừng rơn bảo nhau "Đình chiến rồi!". Nhưng rồi thì tiếng súng lại vang lên, những người đàn ông lại ra đi. Không biết có phải còn nặng tình với cậu Văn hay duyên chưa tới, nhưng cho đến ngày tôi rời xa Dĩ An, chị Mùi vẫn chưa lấy chồng.

Về ngang căn nhà cũ sau nhà ga, tôi ngậm ngùi tự hỏi những phận người ngày ấy trong cái thế giới buồn hiu nhưng đầy bao dung nay trôi giạt về đâu? Dân Xóm Đạo ngày ấy bây giờ phiêu bạt tứ tán, chị Mùi không biết về đâu?

Hơn bốn mươi năm trôi qua, câu chuyện đời đã đi qua không biết bao nhiêu chương, hồi. Người ta không còn vất vả mưu sinh để rồi nuôi con heo nái mà chỉ đẻ mỗi lứa một con.

Và cậu Văn của tôi chắc xác thân giờ đã rục rã trong chiếc quan tài có phủ lá cờ ngày nào! ∎

Nguyễn Thị Thanh Thủy
30 May 2022

Nguồn hình: pixabay

NHỮNG CHUYỆN NGẮN & RẤT NGẮN

Huỳnh Ngọc Nga

❧ TRỄ RỒI

Họ làm việc cùng Công ty, chung ngành. Họ yêu nhau "tình trong như đã, mặt ngoài còn e". Từ Giám đốc đến bạn bè chung quanh ai cũng biết, chỉ có họ là vờ không biết, đôi khi còn chẳng chào nhau khi chạm mặt.

Một hôm, nàng xin nghỉ việc để đi Ý theo diện đoàn tụ gia đình. Bạn bè cùng văn phòng tổ chức tiệc từ giã nàng và sắp đặt cho cả hai ngồi kề bên nhau. Trong suốt buổi tiệc họ vẫn không nói với nhau lời nào.

Tiệc sắp tàn, bất ngờ chàng hỏi nàng:

- "Anh yêu em" tiếng Ý nói thế nào?

Mọi người giương mắt chờ. Nàng sững sờ, cổ nghẹn, mắt ướt dường như muốn tuôn ra, ngưng giây phút rồi trả lời:

- Chưa học nên không biết. Chỉ mới học mấy chữ "Trễ rồi" mà thôi.

❧ THỐ LỘ

- Ngày sinh nhật cậu, sao tớ thấy cậu buồn quá vậy? Tụi mình là bạn chí cốt, có chuyện gì vậy? Tớ có thể giúp gì cho cậu không?

- Thật không?

- Cậu còn phải hỏi sao? Chúng mình quen nhau từ trường mẫu giáo, học chung tiểu học, chung lớp, chung bàn. Lên Trung học rồi vào Đại học cùng trường, cùng nhóm, có lúc nào rời nhau đâu. Ba má tớ thương cậu như thương anh em tớ, cậu không thấy à?

- Mình thấy chứ. Nhưng đây là chuyện con tim nên khó nói quá.

- Trời, tưởng chuyện gì. Nói đi, tớ làm quân sư cho.

- Mình muốn gọi ba mẹ cậu là ba mẹ.

- A, cảm con em gái của tớ rồi hả? Nhưng tớ có hai cô em gái, cậu yêu đứa nào?

- Mình yêu người vẫn luôn chăm sóc cho mình từ trước đến nay.

- Oanh hay Yến?

- Nói không được.

- Nói đi, tớ giúp. Ơ kìa, sao ngập ngừng.

- Ư.. ơ..m, mình yêu cậu.

- ???!!!

❧ CÁM ƠN

Hôm qua Rằm mẹ dẫn bé đi chùa, ăn cơm chay, nghe pháp Phật. Về nhà, khi ăn mẹ dạy khi ăn cơm phải cầu nguyện. Mẹ kêu chắp tay và đọc nhỏ theo mẹ:

- "Cám ơn trời Phật, cám ơn bác nông phu và cám ơn xã hội đã cho con có buổi ăn và cho con ăn được. Cầu xin cho tất cả những ai thiếu cơm ăn đều được có buổi ăn như con".

Và mẹ giải thích rằng cám ơn như thế vì trời Phật cho mưa thuận gió hòa để mùa màng tươi tốt, vì người nông dân cực nhọc trồng trọt cho ta có hạt gạo nấu cơm, vì Phật dạy chúng ta biết ăn ở hiền lành, thương yêu chia sẻ, vì xã hội tức chung quanh ta phân bổ mọi việc cho ta an lành ngồi được bên bàn ăn.

Bé im lặng nhưng vẫn ngần ngừ chưa đọc. Mẹ hỏi tại sao con không cầu nguyện. Bé thỏ thẻ:

- Con muốn thêm vào câu "xin cám ơn ba đi làm có tiền mua gạo, cám ơn má đi chợ nấu cơm cho cả nhà ăn, được không má?

Mẹ cảm động:
- Ồ, má cám ơn con!

🕮 CỐ NHÂN

Họ yêu nhau nhưng tình không trọn, nàng xuất ngoại theo diện đoàn tụ gia đình, chàng ở lại với mối tình chưa nói thành câu. Ở nước người, nàng nhanh chóng lập gia đình. Ngày gửi thiệp hồng báo tin vu quy về nước cho chàng, nàng nhận được hồi âm với những lời chúc mừng pha lời phân giải vì sao không nói câu ước hẹn. Nàng đáp trả "Nếu sau nầy em hạnh phúc, em sẽ cám ơn anh đã để em đi. Nhưng nếu em không hạnh phúc, em sẽ thù oán anh suốt đoạn đời còn lại".

Hơn mười mấy năm sau, nàng dẫn hai đứa con trở về thăm cố thổ. Họ lại gặp nhau trong nghẹn ngào mừng, tủi. Bạn bè đồng nghiệp, những người biết chuyện tình của họ, lại tổ chức tiệc chào đón mẹ con nàng. Trong buổi tiệc, người sếp cũ của nàng rót một ly nước ngọt đầy thay rượu, đứng trước mặt cả hai, sếp nói:

- Nào, mời hai bạn cùng cạn chung ly nầy mừng buổi đoàn viên thuyền về bến cũ.

Chàng nâng ly uống cạn phân nửa rồi đưa cho nàng. Nhưng nàng lắc đầu tránh, giọng nhẹ nhàng:

- Em xin lỗi, mong sếp uống thay em. Em về đây với lòng tin và tiền bạc của chồng, em không là *Thuyền về Bến Cũ* mà đạo lý Việt Nam chỉ cho phép em về *Dòng Sông xưa tìm thăm Cảnh cũ*. Em cám ơn sếp và các bạn, nhưng Thuyền và Bến bây giờ chỉ gọi nhau là Cố Nhân mà thôi.

🕮 MÔ PHẬT

Sư xuất gia từ thuở nhỏ, học đạo từ trong nước đến hải ngoại. Nhân duyên đưa Sư định trú tại Đức hoằng pháp. Sư có nhiều tâm huyết về Phật đạo nên ngoài việc thuyết giảng Sư còn ra công cùng những tín hữu quyên góp, gia công tạo lập nhiều chùa tại nhiều quốc gia ở châu Âu. Sư cũng quan tâm đến sự tồn vong của ngôn ngữ Việt trên đất người nên sáng lập một tập san tiếng Việt cho đồng hương trao đổi văn hóa, tin tức thời sự khắp nơi. Sư tổ chức các lễ hội truyền thống Việt vào những ngày lễ cổ truyền của quê hương để người Việt tha phương nhờ vậy vẫn không quên và giữ được cội nguồn. Sư được chính quyền sở tại ban thưởng ngợi khen sự đóng góp hữu ích tạo an lành cho xã hội. Uy tín Sư lan tỏa khắp nơi.

Sự hưng thịnh của con đường Sư đang đi khiến nhiều người ganh tị, họ loan truyền những điều không tốt cho Sư, có người kể lại cho Sư nghe, Sư

cười nhẹ nhàng, chắp tay: "Mô Phật".

Một ngày, nhân pháp lễ Vu Lan, Sư cho công bố trước đại chúng và chính quyền địa phương bản di chúc Sư viết có thị thực của luật pháp sở tại. Ngoài những việc liên quan đến ý nguyện Phật đạo, Sư cho biết tất cả tài sản vật chất thế gian Sư tạo dựng được sẽ hoàn toàn thuộc về ngôi chùa tổ mà Sư đã cùng tín hữu tạo dựng, cả thân nhân ruột thịt của Sư cũng không được quyền thừa kế. Nhiều lời tán thán khâm phục Sư trong đại chúng, lại có người đem thuật lại cho Sư nghe. Sư cũng lại cười, an nhiên nói: "Mô Phật".

🕮 TẢ và HỮU

Hai cánh tay tả, hữu thường tranh nhau công việc để giành quyền lợi mà mỗi cánh thường cao giọng là để giúp ích cho thân người, cánh tay nầy luôn đả kích cánh tay kia làm cho thân người mệt mỏi.

Thân giận lắm, tìm cách hòa giải nhưng không được vì cánh tay nào cũng là một phần quan trọng của thân. Thân gặp một Bồ tát và hỏi cách khắc phục cho hai cánh tay sống hòa thuận với nhau. Bồ tát bảo:

- Không phải lỗi ở hai cánh tay mà lỗi do cái trí, cái tâm con người hay lăng xăng tham cầu, vọng chấp. Sự tham muốn, cầu vọng xui hai cánh tay liên hồi chống đối với nhau. Muốn tả, hữu yên, thân phải cho tâm, trí yên trước đã.

Thân thắc mắc:

- Vậy, làm sao cho tâm, trí yên?

- Hãy chắp tay lại, tâm không vọng cầu, trí không vọng động. Tâm trí an, hai tay cùng chung chắp lại nghĩ điều lành thì tả, hữu sẽ không quấy thân và chúng cũng không tự quấy chúng.

Hạt cát lẻ loi

Trần Thị Hương Cau

Chị Duyên là chị chồng tôi, chị vừa được con trai đầu bảo lãnh sang Mỹ gần sáu tháng nay.

Chị Duyên là chị cả trong gia đình, chị đẹp cả người lẫn nết. Tôi xem hình chị hồi con gái đẹp tựa tựa tài tử Kiều Chinh nhưng ở chị Duyên lại nghiêng về phần dịu dàng, thanh khiết. Hồi còn là nữ sinh Gia Long, vài tháng là có một tiệm chụp hình bên quận Năm đến xin chụp hình chị Duyên để phóng lớn treo trước tiệm. Mấy năm học Trung học và học bên Đại học Sư phạm, ngày nào bố chồng tôi hoặc chồng tôi đều phải đưa đón chị đi về vì người theo đuổi chị xếp hàng đầy cổng trường, gạt ra không hết. Chị ra trường được vài tháng, chưa kịp yêu ai thì bố mẹ chồng tôi bắt chị lấy chồng liền. Anh ấy là con người bạn của bố chồng và là Bác sĩ, riêng chị Duyên là cô giáo cấp ba dạy môn Hóa.

Hai thằng con trai ra đời liên tiếp tưởng như hạnh phúc viên mãn thì Miền Nam bị cưỡng chiếm. Tối hai mươi chín tháng tư bẩy lăm đạn bắn nhiều quá nên chồng chị bảo ba mẹ con bồng bế nhau chạy về nhà bố mẹ chị ở bên quận Năm, còn anh và đại gia đình của anh từ Miền Trung chạy giặc vào từ cả tháng nay thì ở lại trông nhà vì nhà anh chị gần phi trường nên Việt cộng pháo kích liên tục. Chiều hôm sau, Việt cộng vào đầy thành phố mà không thấy anh lên nên sáng mồng một tháng năm chị chạy về nhà cũ, nghe bố mẹ chồng kể lại là chồng chị và mấy người em của anh rủ nhau ra bến tàu tìm đường thoát thân vì anh là Bác sĩ quân y, còn hai em của anh là sĩ quan VNCH sợ Việt cộng trả thù khi chúng vào được Sài Gòn. Chị Duyên đau đớn đến vật vã, mất nước rồi mất luôn cả chồng. Ở chung với đại gia đình chồng cả năm trời, chị Duyên nhắm không kham nổi vì đời sống quá chật vật, lương giáo viên của chị ba đồng ba cọc mà phải lo cho cả nhà chồng sáu người ngồi chơi xơi nước, lo cho hai đứa con chập chững, ngày nào thức dậy chị cũng bần thần vì không biết hôm nay phải bán cái gì để có tiền mà đi chợ đây nữa.

Làm sao chị Duyên quên được những ngày tháng đen tối mất nước

đó, trong nhà bán sạch từ cái ti vi, tủ lạnh, cái quạt máy cho con ngủ trưa hè cũng bán, nữ trang, dây chuyền thậm chí cả tủ áo dài lộng lẫy của chị Duyên cũng mang bán đổi thành thịt cá phụng dưỡng cả nhà chồng. Cha mẹ chồng nghe kể là rất khó tính, bắt bẻ con dâu phải cơm dâng nước rót, đám em chồng thì tuổi đang lớn, ương ngạnh hàm hồ, chúng nó ăn sạch nồi sạch bát, có khi ăn ngốn sang cả phần bột sữa của các con chị. Nói ra thì bị gia đình chồng mỉa mai, trề nhún, kể công cái nhà này hồi trước anh chị tậu được cũng do nhà anh gửi vào cả trăm cây vàng chứ chồng chị lúc đó mới ra trường thì tiền đâu mà có sẵn. Ngoài Trung nhà cha mẹ chồng có tiệm vàng nên khi chạy giặc trong người họ còn thủ rất nhiều vàng nhưng ông bà tiện tặn không chịu chi ra phụ với chị Duyên một cắc. Họ điềm tĩnh xem đó là bổn phận của con dâu phải lo lắng cho cha mẹ chồng. Trong nhà dạo đó toàn tiếng bấc tiếng chì chỉ vì miếng cơm manh áo, nhắm còn sống chung là còn xung đột nên chị Duyên bỏ của chạy lấy người, nhà chị để lại cho cha mẹ chồng và đám em chồng tự tung tự tác, còn ba mẹ con chị lại bồng bế nhau về bên ngoại tá túc.

Tới năm sau chồng chị mới liên lạc và bắt đầu gửi tiền về cho ba mẹ con sinh sống. Mấy năm đầu anh gửi tiền về đều đặn nhưng kêu bảo lãnh gia đình sang thì anh lại thối thác bảo là anh phải vừa đi học vừa đi làm nên không đủ điều kiện cưu mang cả gia đình. Thông cảm với hoàn cảnh của anh nên chị nhẫn nhục chờ đợi, chị tin là vì con thì anh sẽ không thay lòng đổi dạ. Chị đâu biết, người đàn ông và người đàn bà luôn có điểm khác biệt, với người mẹ, con cái lúc nào cũng là người mà mẹ có thể hy sinh đến giọt máu cuối cùng. Được sáu năm thì cái ngày u ám đã đến, chị Duyên nhận được thư kèm theo mẫu đơn anh muốn chị ký tên ly dị vì bên Mỹ anh đã có người mới và họ lại sắp sinh con. Chị Duyên chết lặng cả người nhưng chị không khóc lóc nguyền rủa chồng một tiếng, sau nhiều đêm thao thức chị đã ký vào tờ ly hôn với một yêu cầu là anh tiếp tục chu cấp cho hai con và khi các con xong Tú tài anh phải bảo lãnh cho hai đứa sang Mỹ du học. Chị Duyên là thế, ngoài mặt tỏ ra cứng cỏi, một mình nuốt nỗi đau vào lòng cho gia đình khỏi lo lắng. Lại thêm mười năm bình lặng trôi qua, thằng Chính ra Tú tài, chồng chị giữ lời hứa bảo lãnh cho nó sang du học nhưng ở chung với mẹ ghẻ cay nghiệt không bền nên chín tháng học xong tiếng Anh là Chính ra riêng tự túc vừa đi học vừa đi làm. Cũng tội cho thằng Chính, lo làm nhiều quá nên học hành lận đận phải bẩy năm sau mới có cái bằng Kỹ sư điện toán. Sau khi anh từ chối mang thằng thứ hai là thằng Hào qua Mỹ, chị Duyên ngậm ngùi khuyên Hào thi vào Đại học Sư phạm ngành Toán. Nhưng học xong không tiền đút lót và cũng không quyền thế nên Hào bị đày công tác lên vùng cao hiểm trở. Thương con, chị Duyên đành muối mặt viết thư xin chồng cũ năm ngàn đô để lo lót cho con trai út được đổi về thành phố nhưng chồng cũ của chị lạnh lùng từ chối, viện cớ bao năm qua, vì không thi đổi được bằng Bác sĩ nên anh chỉ hành nghề Y tá. Lương tiền hiện nay không dư dả gì nhiều vì vợ chồng anh phải lo cho bốn đứa con riêng của họ. Lần này cơn giận đã lên cực điểm, chị Duyên đặt bút viết một cái thư nhiếc móc thật chua cay, nào là thằng con lớn, thằng Chính mang tiếng anh bảo lãnh sang nhưng thực tế anh đã không lo cho nó đầy đủ, Chính phải vừa đi học vừa đi làm đêm cực khổ bẩy tám năm trời, biết tin Chính ra trường thì anh đẩy gánh nặng nuôi gia đình sang cho Chính, đến đứa con thứ hai thì anh càng vô trách nhiệm hơn, anh chỉ biết chăm chăm vào cái gia đình thứ hai của mình dù con nào cũng là con cả... Đó là bức thư cuối cùng giữa hai người. Tệ bạc đến nỗi, mọi năm sinh nhật thằng Hào anh đều gửi tiền về mừng con nhưng nay anh giận chị Duyên rồi gạch luôn tên nó ra khỏi cuộc đời. Chị Duyên đau đớn lắm, chị cứ tự hỏi mình sống lúc nào cũng tử tế, đứng đắn, cả đời vì con vì cái, chăm lo cho con từng chút một, con đau con sốt cũng một mình chị thức trắng đêm, con thức khuya học thi chị cũng thức theo... Sau ngày ly dị bao nhiêu đám theo đuổi chị, có cả những tay cán bộ của thành phố say mê nhan sắc của chị Duyên đã ngỏ ý mà vì con, chị đã vùi sâu hết hạnh phúc riêng tư, sao anh cũng là cha mà anh lại hững hờ như vậy?

May mà chị còn được cha mẹ cưu mang, ông bà bán căn nhà mặt tiền được cũng khá, một nửa chia đều cho mấy đứa con đã có gia đình, nửa còn lại mua một căn nhà nhỏ tít xa trong hẻm cụt ở ngoại thành để ông bà sinh sống với mẹ con chị Duyên. Tiền bán nhà dư ra mấy ngàn đô, phân nửa để dành khi ông bà phải đi nhà thương, phân nửa cho chị Duyên mang lo lót cho thằng Hào đổi về dạy thành phố. Êm êm được vài năm thì cha chị tức là cha chồng tôi lại ngã bệnh, ông bị suyễn nặng quá nên bác sĩ bó tay. Hồi bố chồng tôi mới mất, nghe kể mẹ chồng tôi chiều nào cũng khóc, bà cứ mếu máo „Ông ơi, ông bảo về già tôi với ông mỗi tháng đến ở nhà mỗi đứa, tua hết sáu tháng sáu đứa thì bắt đầu lại, nay sao ông đi đâu mà không cho tôi đi cùng hả ông?". Mấy năm sau mẹ chồng tôi đâm ra lẫn, bà cứ cho rằng chồng bà đi đâu ra đầu xóm rồi lại về ngay. Mỗi ngày mỗi nặng thêm, mẹ chồng tôi bị lẫn nặng, phải trông coi từng phút vì sợ bà ra ngoài đi lạc hoặc ở nhà thì lại táy máy bật bếp gaz nên chị Duyên năm ấy chưa năm mươi mà phải xin hưu non để ở nhà trông mẹ như trông trẻ. Hồi mẹ chồng còn sống, chồng tôi có về thăm hai lần nhưng bà đều không nhận ra. Bà cả ngày sống lơ mơ như người đi lạc trong sương mù, gặp con cái bà cứ chào hỏi niềm nở „Chào ông, chào bà đến kiếm ông nhà tôi à, ông ấy sang nhà bác tham Đức đánh mạc chược, trưa mới về".

Hai mươi năm trước về thọ tang mẹ chồng ba tuần tại VN, tôi biết thêm ít nhiều về cá tính chị Duyên. Thay cha nuôi dạy và dựng vợ gả chồng cho cả bốn cô em nhỏ bên dưới nên tính tình chị đâm ra rất gia trưởng. Việc gì chị đã sắp đặt thì cả nhà em út, con cái đều phải chấp hành răm rắp. Đối với con cái chị còn cứng rắn hơn, học chỉ được đứng nhất không đứng nhì, không được bồ bịch, chưng diện bát phố và tan học phải về nhà ngay tức khắc dù chúng là con trai và đứa nào đứa đó đều đang độ trưởng thành, cao hơn mẹ cả cái đầu. Tôi cũng có con nên tôi biết, con cái mà áp đặt quá chỉ làm cho chúng mau nổi loạn. Kỳ về thọ tang đó, chồng tôi thấy chị tổ chức rình rang quá, mời gần năm chục thầy tụng niệm ngày đêm, chồng tôi có ý kiến nên làm đơn giản thì bị chị răn dạy liền: „Cậu đừng tưởng mang tiền về rồi muốn nói gì nói, chuyện hậu sự của cha mẹ phải chu toàn mới là trọn nghĩa báo hiếu". Chuyện nhà chồng, tôi nhất định không tham dự vào, tuy thấy chồng rất buồn bực, chỉ biết khuyên can anh, mấy năm rồi mẹ bịnh có mình chị Duyên lo toan nhọc nhằn, giờ chị muốn gì thì mình cũng làm theo cho chị vui lòng. Nhờ vậy mà đám diễn ra suông sẻ, chứ trong nhà có người nằm xuống mà năm người mười ý càng rắc rối hơn.

Sau ngày mẹ mất, nhà còn trơ trọi chị Duyên và thằng Hào. Tuy quạnh quẽ nhưng lại êm ắng. Đời chị toàn là những ngày âu lo vất vả một mình nuôi dạy hai con, khi con lớn thì phải sớm hôm thuốc thang cần mẫn cho cha yếu mẹ già, tưởng đến khi cha mẹ về trời thì thằng con lớn sẽ bảo lãnh cho chị sang Mỹ an hưởng lúc về chiều và em nó có cơ hội học cao lên nhưng năm lần bảy lượt thằng Chính đều tìm cách thoái thác, nó cứ viện cớ vừa lấy vợ, vợ làm bán thời gian và sắp có con nên không dư giả gì, thậm chí phải về sống bên nhà cha mẹ vợ cho đỡ tiền thuê nhà vì tiền nong quá eo hẹp.

Chị Duyên nhận được câu trả lời mà tan nát cõi lòng. Nuôi con bao nhiêu năm chỉ mong về già có chỗ nương tựa mà thằng Chính cũng từ chối. Nhưng nhiều đêm thao thức chị lại nguôi ngoai và thông cảm cho con, làm trai mà phải lòn cúi về sống nhà vợ thì cũng bị bó buộc đủ thứ, thôi thì hai mẹ con chị ở bên này, lâu lâu thằng Chính gửi về cho hai, ba trăm đô cộng thêm lương hưu của chị và lương đi dạy của thằng Hào cũng đắp đổi qua ngày. Hào đã ba mươi ngoài rồi nhưng không dám lấy vợ vì thấy bạn bè đồng lứa có gia đình đứa nào trong nhà cũng lục đục, không vì cơm áo gạo tiền thì cũng vì tình ngoài vớ vẩn, đưa nhau ra tòa ly dị rầm rầm nên Hào đâm ra ngán ngẩm việc kết hôn. Hào là đứa con rất hiền lành ngoan ngoãn, dạy ở trường rồi chiều tối về dạy mấy lớp luyện thi đại học, xong là về nhà. Lương tháng bao nhiêu chỉ giữ một ít đổ xăng còn bao nhiêu là đưa mẹ cầm hết, không nhậu nhẹt la cà bao giờ như các bạn đồng nghiệp. Dạo bịnh tim của chị Duyên trở nặng, một tay Hào đưa mẹ vào nhà thương chăm sóc ngày đêm bên giường bịnh, ở nhà thương về thì cũng chỉ Hào công mẹ lên xuống, tự tay giặt giũ áo quần cho mẹ, đút cho mẹ từng muỗng cháo… nhờ vậy chị Duyên mới mau hồi phục. Sau cơn bạo bệnh đó chị Duyên thấy không ham muốn gì nữa, còn được sống bên cạnh đứa con ngoan là đời chị hạnh phúc lắm rồi. Mà nào cuộc đời có để yên cho chị, năm năm trước một chiều mưa tầm tả, Hào đi dạy về bị một tay say rượu đụng xe mất ngay tức thì. Nghe tin mà chị Duyên ngất lịm mấy tiếng đồng hồ. Những ngày sau đó chị Duyên khi tỉnh khi mê, cứ đòi đập đầu vào tường để đi theo con nhưng nhờ mấy cô em trong nhà đến canh chừng cẩn thận chị mới không thực hiện được ý định tự tử. Ngày nào chị cũng sang chùa, nơi để cốt của Hào để rù rì truyện trò như lúc con còn sống. Sư bà trụ trì biết chuyện nên nhẫn nại an ủi, giảng giải đạo pháp cho chị rất nhiều, dần dần rồi nỗi đau của chị Duyên cũng phôi phai.

Lại thêm ba năm nữa trôi qua, chị Duyên nay đã ngoài bảy mươi, cô em Út có chồng mới mất nên cô Út dọn hẳn về ở chung cho chị Duyên bớt hiu quạnh. Hai chị em đều ăn chay, sáng tụng một hồi kinh, tối một hồi kinh rất là đạo hạnh, chỉ có điều độ này chị bịnh nhiều quá, hết tim làm mệt rồi sang viêm phổi, cuối cùng là lao xương. Cô Út phải đưa chị đi nhập viện liên tục, vốn liếng mấy trăm triệu tần tiện mấy chục năm từ từ bốc hơi sạch bách.

Những ngày nằm viện chị Duyên hay nói gở, có chết cũng không buồn, nhiều khi thằng Hào đang chờ chị bên kia, nhưng cô Út lại gạt đi, nói bịnh chị rồi sẽ qua thôi mà. Rồi một buổi tối năm trước, tự dưng Chính gọi về nói rằng nó đã mua nhà mới và đã nhờ luật sư làm giấy tờ mang mẹ qua Mỹ sống cùng gia đình nó.

Lúc đầu chị ngần ngại chuyện ra đi nhưng các em gái cứ khuyên răn đốc thúc, các em cũng có gia đình riêng, có ai lo được cho chị lúc tối lửa tắt đèn tận tụy hơn con cái, mà y khoa Mỹ lại là hàng đầu, người ta mong còn không được, sao chị lại bỏ đi cơ hội ngàn vàng. Ai cũng khuyên nhủ như nhau, cha mẹ già rồi phải nương tựa vào con là hợp tình hợp lý nhất. Thế là chị Duyên thay đổi ý kiến dứt khoát ra đi. Căn nhà của cha mẹ để lại vốn chật chội cũ kỹ bán gần hai tỷ nhưng phải chia cho các em còn ở Việt Nam nên vốn liếng cầm đi ra nước ngoài chưa tới mười ngàn đô. Ngồi trên máy bay đằng đẵng mười mấy tiếng đồng hồ mệt mỏi nhưng chị Duyên vẫn cố vẽ ra viễn cảnh từ đây sẽ được sống cạnh con, cháu sum vầy đầm ấm khiến chị cũng quên đi phần nào nỗi buồn mình vừa rời nơi đã gắn bó hơn bảy mươi năm trời để đi xa mãi mãi.

Từ lúc Chính đi du học đến nay nó chưa về lại VN bao giờ nên nay nhìn dáng phát phì, luộm thuộm của Chính đón chị ở phi trường dắt theo hai đứa con trai nhỏ bên cạnh cô vợ trẻ hơn cả chục tuổi lại son phấn đậm đà, tỉa tót từng cọng mi, suýt chị Duyên không nhận ra con trai. Con dâu chị Duyên tên là Quý, qua Mỹ từ lúc mười tuổi và đang làm kế toán cho một xí nghiệp. Vợ chồng Chính sắp cho chị Duyên một phòng nhỏ dưới nhà, chỉ có một cái giường nhỏ, một tủ áo và một cái bàn nhỏ xíu, riêng vợ chồng con cái chúng thì chia nhau ba phòng ngủ trên lầu. May mà chị có mang theo một tượng Phật nhỏ và hình cha mẹ trong valy, rồi sáng hôm sau kêu Chính đóng cho mình cái trang thờ đầu giường. Nhà Quý đạo Công giáo nên cô ta khó chịu ra mặt. Mới gặp một ngày mà cô ta đã nhăn nhó: „You nói với mẹ you là muốn làm gì làm, nhưng cấm tiệt việc thắp nhang trong nhà, kinh lắm". Chị Duyên nghe mà bất động mất mấy giây. Hương khói như một cầu nối tâm ý của người sống với Trời Phật, với những người đã mất, nay không cho đốt hương thì lạnh lẽo biết bao. Nhưng nhập gia phải tùy tục nên chị đành đè nén phiền muộn vào lòng.

Sáng nào, vợ chồng đưa các con tới trường, rồi cả hai cùng đi làm, chiều Chính về sớm đón con lo cơm nước, con vợ thì nghe nói làm xa hơn, lái xe cả tiếng đồng hồ nên ngày nào cũng về muộn. Nhà có mấy người mà hai đứa nhỏ ăn đồ Mỹ, vợ chồng Chính mua đồ ăn làm sẵn ngoài mấy siêu thị VN, còn chị Duyên thì lui cui hai ba ngày mới hết ăn nồi cơm bé tí với ít rau luộc. Quan sát cách sinh hoạt ăn uống trong nhà Chính, cách dạy dỗ con cái lỏng lẻo khiến chị Duyên vô cùng bất mãn. Muốn đỡ đần cho Chính việc nấu nướng nhưng Chính không cho, bảo mẹ nấu toàn món VN, lại không nêm đường nêm muối như ngoài tiệm, Quý và các con của Chính ăn không vô. Thấy hai cháu toàn ăn đồ nhanh như Pizza, mì Ý, Hamburger nên đứa nào cũng béo phì, không tốt cho sức khỏe tí nào. Ở trường về là hai thằng cháu quăng hết cặp sách, ôm hai cái máy tính để chơi game cho đến tận tối. Nghe nói nhà trường có mời lên họp phụ huynh phàn nàn về thành tích hai đứa dữ lắm. Chị Duyên nhiều lần góp ý với vợ chồng Quý phải để ý tới con, nhưng tụi nó cứ lầm lì trơ ra.

Chị Duyên càng nhịn nhục thì con dâu càng lấn lướt. Cứ chuyện gì chị Duyên nói ra là Quý phản bác ngay lập tức, không cần nghe rõ đầu đuôi tự sự. Thế là xào xáo trong gia đình ngày càng tiếp diễn dồn dập, gần như xô ngã chị Duyên vào cơn lốc xoáy không có đường ra. Chị cũng đã tự kiềm chế bản thân mình nhiều lần, nhưng thấy nhiều chuyện chướng tai gai mắt quá, con vợ đụng một tí là la chồng rổn rảng, không vừa ý chuyện gì là đập ly đập chén tan tành dù thằng chồng cung cúc chiều ý vợ từng chút một. Chị Duyên ráng dùng lời nhẹ nhàng để giải thích cho con dâu nhưng lần nào cô ta cũng hét to lên là cô ta không cần ai dạy bảo cả. Hai người đều cố chấp, đều tự cao thì xung đột sẽ không bao giờ chấm dứt. Quý đến sở hay về nhà mẹ Quý kể chuyện gây gổ với mẹ chồng thì đều được bạn bè và cha mẹ ủng hộ nhiệt liệt, còn chị Duyên gọi cho chồng tôi hay các em gái bên VN thì ai cũng phẫn nộ vì thái độ hỗn hào của con dâu chị. Thậm chí sau một lần cãi cọ, suốt cuối tuần đó, cả nhà Chính kéo nhau về bên nhà mẹ Quý chơi, không thèm thông báo với chị Duyên một lời. Chị Duyên chờ cả ngày tới nửa đêm không thấy con cháu đâu cả, vừa sợ vừa lo, gọi vào Handy của Chính mới biết chúng nó về nhà ngoại. Bực tức tràn dâng, chị Duyên gọi ngay sang cho chồng tôi than vãn, chồng tôi nghe xong nổi cơn thịnh nộ, gọi vào Handy của Chính để chửi nó là không được đối xử mất dạy với mẹ nó như vậy, mẹ nó già rồi, mới từ VN sang tiếng tăm một chữ không biết, đêm hôm lỡ ở nhà một mình có chuyện gì thì sao. Chồng tôi nói chưa hết câu thì Chính cúp máy cái rụp.

Chồng tôi nghiến răng trèo trẹo, con anh mà như thế là anh từ mặt, có cấp thêm tiền anh cũng không thèm ở chung. Tôi cười, anh khác, chị Duyên khác, anh có học, có tiền không phụ thuộc vào con. Còn chị Duyên từ VN qua, tiếng tăm, tiền bạc không có làm sao ra riêng một mình cho được. Tôi ngần ngừ, chị Duyên già rồi, làm sao mà hội nhập với cách sống bên này, anh nên khuyên chị về lại VN đi, thiếu thốn một tý nhưng chắc chắn tinh thần sẽ nhẹ nhàng hơn, ở như vậy có ngày lên máu mà chết. Chồng tôi lớn giọng, không đi đâu cả, đi là coi như thua chúng nó, cứ ở lì đó xem chén đá đụng chén kiểu thì bên nào lỗ. Tôi ngao ngán lắc đầu, tuổi như chị bây giờ thân tâm an lạc mới là quan trọng, tính chuyện hơn thua để được gì hả anh.

Bẵng đâu được mươi ngày êm êm, chị Duyên lại rầu rầu gọi sang tả oán con dâu. Quý đi làm thì thôi, về nhà là giầy dép bóp ví quăng đầy nhà, rồi ăn tối, tắm rửa và vào phòng gát chân xem ti vi. Trong khi Chính thì đi nhặt từng cái áo, cái quần vợ thay ra, cái giặt máy, cái để riêng mang ra tiệm giặt ủi vì là hàng hiệu, sau đó Chính phải lo cho con ăn, tối dỗ dành con đi ngủ. Cuối tuần Quý ngủ nướng tới gần mười giờ, hai ba lần trong tháng thì cả nhà đi chợ rồi đi ăn tiệm, nhiều khi chỉ có chị Duyên, Chính và hai cháu đi với nhau vì Quý còn đi shopping, đi spa làm mặt, làm tóc, làm móng, rồi đi ngồi quán với bạn bè khuya lơ khuya lắc mới về. Quý lại có tật thích mua sắm, gần như ngày nào cũng có người bấm chuông giao hàng, nhiều đến nỗi bầy la liệt trong phòng khách giầy dép, bóp đầm, áo khoác cái treo cái vắt, không còn đường mà đi. Vậy mà Chính vẫn nhẫn nại chịu đựng, âm thầm xếp lại từng cái một cho phòng đỡ bề bộn. Nhưng có ngày trong sở có chuyện hay con đau khiến Chính mệt đừ nên quay ra bẳn gắt với vợ. Quý không phải tay vừa gào lên đáp trả, đập đồ đập đạc huyên náo cả nhà. Hôm sau chị Duyên hỏi nguyên nhân gì thì Chính ú ớ bảo là Quý bị áp lực công việc nhiều quá nên nóng nảy, đúng lúc Quý trên cầu thang đi xuống, cô quát ngay vào mặt chồng: „Sao you không nói thật lương you đồng ba cọc mà phải mua cái nhà này có thêm phòng để đón mẹ you qua nên tôi phải làm việc gấp đôi. Ở bên nhà cha mẹ tôi rộng rãi, cha mẹ lại trông con cho mình chó đâu cực khổ bó buộc như bây giờ. Chưa kể tiền bảo hiểm sức khỏe cho mẹ you, tháng nào cũng hơn một ngàn cũng là tiền tôi lo chứ lương của you trả góp tiền nhà xong là sạch bách...".

Chị Duyên nghe hiểu ra chuyện mà điếng cả người, không ngờ mình lại là gánh nặng cho con như thế. Quý đi rồi, chị gọi Chính hỏi cho ra ngọn ngành. Tiền ăn thì không tốn bao nhiêu nhưng tiền bảo hiểm sức khỏe đắt quá, lúc đầu Chính có xin sở nó làm việc cho chị Duyên được đóng bảo hiểm dưới hình thức ăn theo với Chính nhưng đã bị từ chối nên Chính phải trích tiền lương chung hai vợ chồng nó đi làm ra đóng bảo hiểm sức khỏe cho mẹ vì sợ mẹ trở bịnh đi cấp cứu mà phải tự trả tiền mổ xẻ, tiền nhà thương thì có nước bán nhà. Hai vợ chồng Chính đi làm, trước đây ở chung với cha mẹ Quý nên dư dả, tha hồ mua sắm. Nay phải trả góp tiền nhà, phải lo bảo hiểm cho chị Duyên nên không còn dư mấy khiến Quý vô cùng bực bội, bao nhiêu khó chịu dồn nén khiến Quý đâm bẳn gắt, cáu kỉnh.

Một lần vô tình Quý nói chuyện với mẹ Quý mà cửa phòng chỉ khép hờ nên chị Duyên nghe rõ mồn một: „Bây giờ đi làm xong con hết thích về nhà, vô nhà nhìn mặt đưa đám của mẹ chồng là chỉ muốn ra quán ngồi". Chị Duyên trở vô phòng đóng cửa ngồi yên bất động cả nửa ngày. Chị nhớ những ngày bình yên bên VN, chỉ ra chùa và tụng niệm không ai nói nặng nói nhẹ gì, còn bây giờ mang tiếng là ở với con mà cứ thui thủi như cái bóng, chưa kể vì mình mà đặt gánh nặng lên vai con. Bao đêm trằn trọc suy tư rồi tự hỏi, mình qua đây trễ quá, không còn thích hợp nữa rồi, có nên về lại VN hay tiếp tục sống trong nhà lửa?

Tôi và chồng tôi đều thương chị, đôi ba ngày ráng bỏ thì giờ nghe chị trút mọi buồn phiền. Mặt trời lên rồi mặt trời lại lặn, bao lớp cát cứ bị sóng xô đẩy vào bờ lấp lánh, hạt cát lẻ loi nào là hiện thân của chị Duyên? ∎

Song Thư TTH

nghĩa tình hai chữ
THỦY CHUNG

Sau khi sắp xếp đồ cúng đầy đủ trên bàn thờ, ông Sang và con gái đến ngồi trên sofa trong phòng khách chờ đón Giao thừa. Không gian trầm lắng. Hương trầm thoang thoảng. Khung cảnh đầm ấm, tuy chỉ có hai cha con lặng lẽ bên nhau. Ông Sang chỉ tay lên bàn thờ theo thói quen cố hữu:

- Đó! Đó là di ảnh Mẹ con đó.

Lời này, đêm Giao thừa nào, từ hơn 20 năm nay trên đất Mỹ, ông Sang cũng lặp lại y chang. Như là, nếu ông không chỉ, không nhắc, sợ rằng con gái ông sẽ quên đi hình ảnh người Mẹ yêu dấu và ông muốn hình ảnh ấy, phải khắc sâu vào tâm tư con như ông vẫn khắc sâu, hằng ôm ấp trong lòng. Ngọc Mai nhớ chứ. Qua lời cha kể, đêm Giao thừa đầu tiên trên đất Mỹ, Ngọc Mai mới lên 4 tuổi, cha đã bế Ngọc Mai lên rồi chỉ "Đó! Đó là di ảnh Mẹ con đó. "Di ... anh... ảnh là gì hở ba?". "Ba quên, con còn bé, chưa học nhiều tiếng Việt. Di ảnh là... là... hình chụp... Mẹ con đó". Lúc đó, Ngọc Mai không biết cha phải cố kìm nước mắt không nói là "Người đã chết!". Ngọc Mai ngây thơ hỏi "Sao mẹ ở trong đó không ra chơi với ba, với con". "Ờ... Mẹ nói con phải ngoan, phải vâng lời ba, phải học giỏi thì Mẹ mới ra chơi với hai cha con ta".

Từ đêm Giao thừa đầu tiên đó, rồi từng đêm Giao thừa mỗi năm trôi qua. Ngọc Mai dần dần lớn lên và hiểu ra, dù Ngọc Mai có ngoan, có vâng lời cha, có học giỏi thì Mẹ cũng không bao giờ từ "di ảnh" ra ngoài chơi với hai cha con. Vì Mẹ đã chết rồi!

Từ đó Ngọc Mai học được thêm một chữ tiếng Việt: "Di ảnh" là hình chụp người đã chết!

Bây giờ Ngọc Mai đã khôn lớn. Nàng đã hai mươi bốn tuổi nên hiểu được tâm tư cha. Nhưng không thể vì thế mà cha sống vò võ cô đơn suốt bao năm trời, nhất là thêm nỗi buồn tha hương. Ngọc Mai nhìn cha với ánh mắt thương yêu, tha thiết:

- Ba ơi! Mẹ đã mất lâu rồi, tuy tưởng nhớ Mẹ nhưng ba cũng nên nghĩ đến mình. Sao ba không tìm người thích hợp, bước thêm bước nữa hở ba?

- Ba không thể làm vậy ...

- Có vấn đề gì hở ba?

Ông Sang chợt trầm ngâm, ánh mắt xa vời:

- Con ơi, ba không nỡ! Hãy nghe ba kể, uẩn khúc cuộc đời của ba mẹ...

***

Thời thơ ấu của ba, nhà Nội rất nghèo. Bà Nội mất sớm để lại bốn đứa con thơ nheo nhóc cho ông nội. Nội sống cảnh gà trống nuôi con. Hằng ngày đạp xích lô bươn chải kiếm tiền về nuôi các con. Hôm nhiều, hôm ít cũng đắp đổi qua ngày. Dù mưa nắng gió sương, thậm chí khi bị bệnh, Nội cũng cố gồng mình đạp xe lo toan cuộc sống. Vì chỉ cần nghỉ một ngày, là cả nhà hôm đó phải ăn khoai. Đó là lần Nội nằm liệt giường không dậy nổi, nhưng hôm sau lại phải gượng dậy, ì ạch đạp xe kiếm ăn. Có lẽ trời thương hay Nội không dám bệnh; khả năng sinh tồn của con người thật mãnh liệt nên Nội hiếm khi bị cảm cúm, ho hen.

Năm ba bước vào lớp Đệ nhị. Ý thức được cuộc sống và thấm thía cái nghèo. Ba nghĩ rằng chỉ có con đường học vấn mới có thể cải đổi cuộc sống

Hình minh họa – Nguồn: Internet

và ít ra không bị người khinh rẻ. Ba vạch cho mình con đường đi, phải tiếp tục học lên đại học. Nhưng lấy tiền đâu để trang trải nhiều cho việc đó. Cái khó ló cái khôn. Ba thưa với Nội, mỗi sáng sớm trước khi ba đi học thì mượn chiếc xích lô của nội sử dụng. Từ đó, mỗi ngày cứ từ 4,5 giờ sáng ba thức dậy lấy xích lô đạp ra chợ đầu mối, chở các bà buôn bán lẻ luân phiên mấy cuốc xe như vậy kiếm cũng được một số tiền kha khá trong ngày. Số tiền đó khi về, ba đưa Nội. Nội nói "Con dành cho việc vào đại học thì cứ giữ tất cả đi". Ba không chịu, cười "Thì cha cứ xem đây là tiền con mướn xe của cha đi". "Cha mầy, bữa nay bày đặt tính toán với cha nữa". Nội vờ la, cầm tiền mà miệng cười hề hè. Sung sướng lắm. Cha mẹ nào cũng cảm nhận hạnh phúc tràn trề khi con cái mình hiếu thảo, biết lo xa, lại có chí cầu tiến.

Từ đó ba nỗ lực phấn đấu học hành, từ miền Trung vào Sài Gòn tự lập, tiếp tục lên đại học. Cuối cùng tốt nghiệp cử nhân Anh văn ngành sư phạm và được thuyên chuyển về dạy học tại quê nhà. Tại đây, hai năm sau, ba và một cô nữ sinh lớp 12 xinh như mộng thầm kín yêu nhau. Cô ấy tên Bảo Ngọc - bạn thân em gái ba. Cô rủ về nhà học chung và do ba dạy kèm Anh văn. Khởi đầu cuộc tình từ một đêm trăng rằm.

Đêm ấy khi đưa Bảo Ngọc về vì phải qua con đường vắng. Hai chiếc xe đạp chạy chầm chậm bên nhau. Ánh trăng lung linh phản chiếu một bên gương mặt với sóng mũi dọc dừa, má hây hây, làn tóc bay bay khiến vẻ đẹp Bảo Ngọc trở nên huyền mị. Tim ba như ai đó vừa khẩy dây đàn rung lên nhè nhẹ. Bèn thì thầm vu vơ "Trăng đêm nay đẹp quá!" Quay sang Bảo Ngọc: "Em có thấy như vậy không?" Bảo Ngọc ngơ ngác: "Thấy gì hở thầy?" "Ờ... thấy hôm nay sao em không chạy xe vespa như mọi khi?" Bảo Ngọc khẽ khàng: "Mấy lần trước thấy thầy đạp xe đạp... lẽo đẽo theo sau, em muốn chia sẻ cùng thầy. Thấy thầy tội nghiệp ghê. Thương thầy quá hà!" Câu nói ngây thơ ấy, khiến cả đêm đó ba bị... mất ngủ.

Rồi một đêm khác, đang dạy thì thình lình bị cúp điện. Cả căn nhà tối om. Cô con vội đứng lên mò mẫm xuống nhà sau tìm đèn cầy. Cơ hội ngàn năm một thuở... "Cái thuở ban đầu lưu luyến ấy". Ba rón rén tìm bàn tay Bảo Ngọc nắm chặt và đánh bạo... hôn phớt lên má. Đèn sáng!

Từ đó hai người yêu nhau! Cuối niên khóa lớp 12 (Đệ nhất cũ), cô con và Bảo Ngọc đều đậu tú tài IBM. Cô hạng ưu và Bảo Ngọc hạng bình. Ngày sắp vào Sài Gòn lên đại học thì Bảo Ngọc phát hiện mình mang thai!!

Sóng gió bắt đầu!

Ba vội đến nhà Bảo Ngọc xin cưới hỏi và thú thật mọi chuyện. Khi biết con gái "không chồng mà chửa" và ông Nội chỉ là kẻ đạp xích lô. Cha Bảo Ngọc đã nổi cơn thịnh nộ, mắng nhiếc và khinh rẻ gia đình ba thậm tệ; vì gia đình ông nổi tiếng giàu có nhất nhì trong tỉnh, có cửa tiệm kim hoàn rất lớn và ông giao tiếp toàn đẳng cấp giàu sang, quyền quí trong xã hội. Ông buộc vợ ông phải đưa con gái đi phá thai. Mẹ Bảo Ngọc lớn tiếng: "Tôi là người đi chùa. Con kiến còn không dám giết mà nay vì sĩ diện hão ông sai tôi đi "giết" cháu ngoại của tôi là sao!? Cái thai cũng là một sinh mạng đó ông. Còn đặt ra vấn đề "môn đăng hộ đối"; ngày xưa ông cũng chỉ là anh thợ bạc làm công cho nhà tôi, cha ông cũng là người đạp xe ba gác ngoài chợ. Vậy tôi hỏi ông, giữa đạp "xe xích lô" và "xe ba gác" có sự phân biệt gì?"

"Thôi thôi! Tôi không thèm lý sự với bà nữa! Bà muốn làm gì đó thì làm!"

Thế là đám cưới giữa ba và Bảo Ngọc được diễn ra đơn giản. Từ đó ba về làm rể nhà vợ. Không khí ngột ngạt giữa ba và ông già vợ kéo dài đến khi Bảo Ngọc hạ sinh một bé gái, đặt tên là Ngọc Mai. Chính là con đó.

Đó là ngày cách một tuần, ngày lịch sử đen tối của miền Nam VN 30.04.1975.

Thời gian ngắn sau đó nhà Ngoại con bị đánh tư sản. Tài sản bị tịch thu gần hết, chỉ giấu giếm được phần nào để phòng thân. Ba cũng chịu ảnh hưởng, bị nhà trường sa thải. Bị cú sốc quá nặng, ông già vợ trở tánh càng gay gắt khó chịu. Bao nhiêu tội đều trút xuống đầu ba.

Để kiếm sống, ba đi cắt tóc dạo. Ông đay nghiến: "Thằng rể nhà này tính đi bêu riếu nhà vợ hay sao?". Ba ra ngồi chợ trời bán phụ tùng xe đạp. Ông mỉa mai: "Biết có ra cơm cháo gì không?" Chứng kiến những cảnh như vậy, mẹ chỉ biết ôm con rớt nước mắt, vì khó xử giữa chồng và cha.

Một ngày, hơn hai năm sau, ông già vợ gọi ba và con gái đến cho biết là sẽ lo cho hai mẹ con đi vượt biên, chỉ còn "hai chỗ", trong vòng hơn tháng nữa là xuất phát. Mẹ năn nỉ cho ba đi cùng nhưng ông dứt khoát không chịu. Ông vẫn còn hận ghét ba vì chuyện cũ và việc bà Ngoại còn đem xuất thân của ông ra so sánh với gia đình ba và còn nói con gái nên tìm người chồng khác ở hải ngoại mà nương tựa. Mẹ con òa khóc:

"Nhưng thưa ba con chỉ yêu có mỗi chồng con thôi!"

Ông gằn giọng:

"Tới nước này mà còn yêu với đương. Hết sữa cho con! Nhà không còn hột gạo! Mới biết, giữa Tình và Tiền cái nào quan trọng hơn. Nếu con là người mẹ cao cả, biết hy sinh, phải nghĩ đến tương lai của con con. Khi con đi rồi, thì thằng chồng con, cũng cút ra khỏi nhà này. Tùy con đó!"

Mẹ nức nở:

"Thưa ba, con xin vâng lời ba."

Thì ra, ông cho gọi ba, chỉ để nói lời phũ phàng xua đuổi. Ba muối mặt ở lại nhà vợ hơn tháng nữa, để được gần hai người thân yêu nhất của ba.

***

Buổi sáng hôm ấy, khi ba bước vào phòng tắm, một cảnh tượng hãi hùng khiến ba chết sửng! Mẹ con đang nằm sóng soài trên vũng máu, cổ tay bên trái bị cứa sâu, máu từ đó chỉ còn rỉ rỉ, lưỡi dao lam nằm rơi bên cạnh. Thân thể Mẹ lạnh ngắt, mặt tái nhợt và đã tắt thở. Lập tức ba tri hô lên! Ông bà Ngoại cuống cuồng hớt hơ hớt hải chạy đến. Bà Ngoại vật vã khóc lóc ôm xác con gái. Ông Ngoại chết đứng! Mắt trợn trừng, mặt rúm ró, hai bên thái dương giật liên hồi.

Sau cơn bàng hoàng, ba cúi xuống bế xốc xác Mẹ con đem về phòng. Đi ngang qua ông già vợ, giọng ba lạnh tanh:

"Ông! Chính ông đã gián tiếp giết chết con gái của ông! "

Có tiếng nấc của Ngọc Mai: "Con ghét ông ngoại!"

Đừng ngắt lời ba. Ba nói đến đâu rồi. À... Thoáng giây, đôi mắt ông chợt nhắm lại, mặt giãn ra, hai bên thái dương ngừng giật. Thần thái ông lúc đó bình thản, trầm lắng đến độ bất ngờ. Bây giờ nghĩ lại, phải chăng khi người ta đau khổ cực độ, sẽ không còn cảm giác của khổ đau.

Khi ba đặt xác Mẹ con lên giường, mới phát hiện một phong thư đã đặt sẵn trên bàn ngủ. Đó là thư tuyệt mệnh của Mẹ gởi cho ba và ông Ngoại. Nội dung chính trong hai bức thư giống nhau, là mong rằng cái chết của Mẹ sẽ hóa giải được hố sâu mâu thuẫn giữa hai người. Và ý nguyện khẩn cầu ông Ngoại cho ba được thay vào chỗ trống của Mẹ để mang con vượt biên. Ngược lại, ba hãy dẹp bỏ tự ái mà chấp nhận. Điều mà ba thật không ngờ, từ cô học trò ngây thơ ngày nào mà chỉ sau cuộc đổi đời và làm mẹ, Mẹ con lại có những suy nghĩ thật chín chắn như lời lẽ trong thư:

"*Thưa Ba, Ba đã dạy con là người mẹ cao cả phải biết hy sinh, biết nghĩ đến tương lai con cái. Nhưng Ba lại quên không dạy con, một người vợ hiền phải thế nào? Con nghĩ rằng, người vợ hiền phải biết đồng cam cộng khổ bên chồng, chia sẻ với chồng khi khó khăn bế tắc. Nếu hai mẹ con vượt biên mà chồng con ở lại, thì cuộc đời anh ấy sẽ mất tất cả, từ vợ con cho đến tương lai. Con đâu nỡ đành lòng. Chỉ đành lấy cái chết của con mới có thể cứu vớt cuộc đời của chồng con. Nước mắt con chỉ chảy xuôi nên đành làm đứa con bất hiếu. Mong Ba Mẹ tha thứ cho con*".

Và còn câu cuối cùng viết lớn cho cả ba và ông Ngoại:

"*Xin Ba và anh đừng để cái chết của con, (của em) trở thành vô nghĩa!*".

Đọc xong thư tuyệt mệnh của mẹ con, ông Ngoại và ba đều bật khóc. Sự đau khổ tột cùng của Ngoại tưởng đã đóng băng, bây giờ bị ngọn lửa ăn năn rừng rực thiêu đốt làm tảng băng tan chảy. Nó thiêu rụi cả nghị lực sống còn cuối cùng của ông từ sau cuộc đổi đời. Thiêu rụi cả niềm hy vọng mong manh một ngày mai... Để giờ đây, ông trở thành như ông già lọm khọm hom hem, nhấc từng bước chân nặng nề đến xác con gái đang đặt nằm trên giường, hai mắt vẫn còn mở trừng trừng. Ông hiểu, con gái ra đi mà khối tình u uất chưa tan. Ông run run giơ bàn tay gân guốc, trên đó, những vết đồi mồi mờ mờ của thời gian bắt đầu dần hiện, nhẹ nhàng chạm vào mặt con gái, từ từ vuốt xuống. Giọng nghẹn ngào: "Con an nghỉ nghe con. Ba sẽ cho gọi chồng con đến với con". Lập tức ngay khi đó đôi mắt Mẹ con từ từ khép lại. Nhưng chỉ khép hờ.

Đây là lần đầu tiên ba nghe ông già vợ nhắc đến mình trước mặt con gái ông bằng hai chữ "chồng con" một cách êm ái, không đệm phía trước chữ "thằng" chói tai nữa. Nói xong, ông vịn tay vào thành giường lùi xuống, vì sức lực bây giờ của ông hầu như cạn kiệt. Ba chầm chậm bước đến xác Mẹ con. Lạ lùng, mắt ba lúc này lại ráo hoảnh. Nước mắt đã cạn, hay nó đang chảy ngược vào trong, tích tụ đâu đó khiến lồng ngực ba đau râm ran. Ba gục xuống xác Mẹ con một lúc. Lần cuối cùng này thôi! Ngẩng lên nhìn mặt người vợ yêu rồi giơ bàn tay đang lạnh giá vuốt mặt Bảo Ngọc, miệng khấn lầm thầm: "Em hãy an nghỉ, đừng vương vấn hồng trần. Anh hứa, nếu ba chấp thuận di nguyện của em, anh sẽ mang con vượt biên, nuôi dạy con thành người hữu dụng và suốt đời sẽ lo hạnh phúc cho con của chúng ta". Lúc đó, từ khóe mắt Mẹ con bỗng ứa ra giọt lệ và đôi rèm mi cong từ từ khép hẳn. Ngay khoảnh khắc ấy, những giọt nước cũng từ đâu từng giọt, từng giọt nhỏ xuống rèm mi ấy và ba thảng thốt nhận ra, đó chính là những giọt nước mắt của mình; nước mắt tưởng đã khô, hay chảy ngược vào trong lại rưng rức tuôn trào bởi bi thương. Những giọt nước mắt khóc cho một kiếp người đã qua rồi. Những giọt nước mắt khóc cho một đời hồng nhan bạc mệnh. Mẹ nằm đó ngoài làn da bệch bạc tái tái, thần thái mẹ như người đang ngủ, một giấc ngủ an bình. Mẹ con đã thanh thản ra đi.

Sau đám tang con gái, một hôm ông Ngoại gọi ba đến nói rằng:

" Tôi sẽ lo cho cậu vượt biên, thế vào chỗ trống của con gái tôi. Nhưng nhớ! Tôi vì con gái tôi. Chứ không phải vì cậu."

"Xin Ba nhận ở con một lạy với lời cảm tạ vô vàn!"

Lời ba nói một cách vô tri vô giác tựa như không phải từ miệng mình phát ra.

***

Thế là sau đó ba thu xếp bồng bế con vượt biên. Khi con gần ba tuổi. Ngày lên thuyền tại một vùng biển ở Cà Mau, lúc nửa đêm về sáng. Thuyền giong đi chặp lâu, trời ửng ửng rạng đông. Giong đi chặp nữa, ánh dương vừa nhô lên mặt biển, trải một vệt hồng lấp lánh trên mặt nước mênh mông. Ngoảnh nhìn vào bờ. Chỉ thấy một dải xám đen mờ mịt. Thuyền giong đi… giong đi… Dải xám đen nhạt nhòa phút chốc biến thành… chân mây.

Ôi! Quê hương đã thật sự xa rồi!

Tiếng thảng thốt ấy chỉ là tiếng kêu vọng từ đáy lòng. Ba ôm con thật chặt. Lòng đoài đoạn, ngơ ngẩn nhìn "chân mây" như ai đó đang cầm dao cứa vào ruột gan - chân mây ấy chính là quê hương Việt Nam, mảnh đất mà khi người ta thật sự rời xa mới thấy tiếc nuối xót xa. Mới biết. Từng tấc đất ấy, là từng kỷ niệm, bao tấc đất trùng trùng, là cả một trời kỷ niệm nhớ thương. Còn đối với ba, mảnh đất ấy, không những là nơi quê cha đất tổ mà còn là những hoài niệm xoáy sâu trong lòng; mảnh đất đã ôm giữ thân xác Mẹ con vừa nằm xuống. mà, hình hài, da thịt, vẫn còn roi rói chưa tan!

Bây giờ hồi tưởng lại tâm trạng phút giây ấy, ba mới thấm thía hai câu của nhà thơ Chế Lan Viên:

Khi ta ở, chỉ là nơi đất ở
Khi ta đi, đất đã hóa tâm hồn.

Trở lại chuyện cũ. Cuối cùng cha con ta định cư tại Hoa Kỳ.

Tại trại tập trung tị nạn ở Mỹ, ba lại làm thông dịch. Những lúc làm việc với phái đoàn ba đều mang con kè kè bên cạnh. Hiểu được tình trạng trơ trọi một thân nuôi con thơ mới gần bốn tuổi, nên Hội Từ thiện thương tình tìm người nhận con làm con nuôi. Đó chính là gia đình ông bà Smith.

Sau một thời gian, ba cũng dọn về một thành phố thuộc miền Bắc California, nơi ông bà Smith cư ngụ để được gần con. Thế rồi ba làm mọi công việc để mưu sinh. Vài năm sau ba ghi danh vào Đại học Kinh tế ngành Marketing Communication, vừa đi làm mà con chính là động lực. Rồi ba tốt nghiệp, làm việc. Khi con 12 tuổi, ba đến xin ông bà Smith đón con về nuôi nấng ăn học. Ông bà hiểu được tâm tư ba nên vui vẻ giao con.

Bây giờ con đã là cô dược sĩ xuất thân từ Đại học Boston, một trong các trường đại học nổi tiếng ở Mỹ. Bên cạnh những gì con đạt được, ba vẫn mong mọi điều tốt đẹp nhất, hạnh phúc nhất đến với con gái của ba. Một đời vì con, mới hiểu được tình cha. Nghĩ lại việc cũ, ba thông cảm cho ông Ngoại. Chung quy lỗi lầm khởi đầu từ ba nên ông bà Ngoại đã bị mất đi đứa con gái thân yêu. Ba ăn năn, hối hận lắm. Là thầy giáo mà không giữ được sự mẫu mực của một nhà mô phạm, vượt vòng lễ giáo, khiến ban đầu Mẹ con phải lâm vào cảnh "không chồng mà chửa"; là điều mà xã hội Việt Nam thời bấy giờ khắt khe lên án. Ông Ngoại uất hận là phải. Tuy nhiên ông hơi quá khích. Giá được ôn hòa như bà Ngoại, thảm kịch gia đình đã không xảy ra.

Con cũng không nên ghét ông Ngoại. Vì dù sao Ngoại cũng là người sinh ra Mẹ con. Con còn trẻ, nên học cách biết yêu thương để lòng nhẹ nhàng. Về phần ba, qua bao năm, trải qua bao nhiêu sự việc ba mới hiểu rằng, khi người ta vươn lên đẳng cấp cao thường quên xuất thân của mình và đặt vấn đề "môn đăng hộ đối". Là chuyện thường tình của con người. Mình không nên trách người, mà chính mình phải biết tự nỗ lực phấn đấu để từng bước, bước lên giai tầng cao hơn trong xã hội, để khỏi bị rẻ khinh.

Sự xung đột này đã xảy ra tại chính gia đình chúng ta và là nguyên nhân sâu xa dẫn đến cái chết của Mẹ con. Mẹ đã lấy cái chết để chừa chỗ trống dành chỗ cho ba vượt biên. Chỗ trống đó, đã thẫm đỏ bởi máu từ thân xác Mẹ chảy ra để ba được thay vào chỗ trống cho hợp nghĩa; thì ba, không thể là người bất nghĩa. Ba không thể bước thêm bước nữa; vì bước thêm bước nữa có khác gì ba đành đoạn "giẫm đạp" lên thân xác mẹ con, để bước đi. Viết về sự hy sinh cao cả của Mẹ, chỗ trống mà Mẹ dành cho ba; chữ mà ba chọn để đáp đền cho hợp tình, hợp lý và hợp nghĩa: chính là "Hai Chữ Thủy Chung!"

Giờ Giao thừa đã điểm. Hai cha con cùng đứng lên đến trước bàn thờ. Ngọc Mai thắp nhang cho Mẹ, ngắm kỹ di ảnh. Chân dung bán thân cô gái thật trẻ, mái tóc thề xõa ngang vai, bờ vai thon dưới lớp áo dài trắng nền nã và khuôn mặt thanh tú. Đến bây giờ Ngọc Mai mới hiểu, tại sao cha lại chọn tấm hình Mẹ để thờ trong hình ảnh cô nữ sinh ngây thơ - " Em Về Tinh Khôi!"

Đêm Giao thừa năm đó, đối với Ngọc Mai thật đầy ấn tượng và ghi nhớ suốt đời. Ngọc Mai đã thấu hiểu được "Tình Cha Nghĩa Mẹ! ∎

(Cuối tháng 12- 2023)

Trần Thị Nhật Hưng

Từ Cậu Bé Chăn Trâu Đến Tiến Sĩ Kinh Tế

(Bài viết đoạt giải sơ kết kiêm chung kết trong cuộc thi "Muôn Nẻo Đường Đời„ do báo Sài Gòn Nhỏ tại Hoa Kỳ tổ chức năm 2022)

Thưa các bạn, câu chuyện tôi muốn kể sau đây về sức vươn lên của cậu bé chăn trâu 11 tuổi tên Quảng. Quảng và tôi có một nhân duyên kỳ lạ có lẽ kết từ bao kiếp trước để run rủi kiếp này có những ràng buộc dù muốn hay không đã trở thành con nuôi của tôi.

Quảng sinh ra và lớn lên tại núi đồi Yên Bái, vùng sâu và xa, nơi đa số toàn người sắc tộc thiểu số, đêm đêm chỉ có tiếng ếch nhái ễnh ương nỉ non hay khỉ ho cò gáy từ rừng xa vọng lại.

Nếu năm 1975 vùng kinh tế mới, cộng sản dành cho người dân miền Nam thuộc thành phần tư sản và *"ngụy quân, ngụy quyền"* bị đẩy ra khỏi thành phố về nơi hẻo lánh rừng núi hoang vu đất cần cày lên sỏi đá; thì năm 1954 tại miền Bắc, những nơi rừng thiêng nước độc giáp với biên giới Trung quốc như Lào Cai, Lai Châu, Cao Bằng, Lạng sơn, Yên Bái..v.v..họ đày thành phần *"trí, phú, địa, hào„* bị kết tội *"phản động„* dìm xuống tận cùng đất đen, không một cơ hội nào ngoi lên được.

Chính nơi này, năm 1969 Quảng được sinh ra, cất tiếng khóc chào đời chịu mọi nỗi gian khổ vất vả trong cuộc sống. Quảng thứ giữa trong bảy anh chị em (ba trai, bốn gái) và là con người em trai của chồng tôi. Hồi nhỏ công việc thường nhật của Quảng chỉ chăn trâu, học hành lõm bõm vài ba chữ mà còn dốt và tinh nghịch phá phách nhất nhà.

Sau 1975, liên lạc được với miền Nam, hay tin chúng tôi hiếm muộn, nhà đơn chiếc, chồng tôi đi tù cải tạo, chỉ còn tôi và cụ bố chồng 70 tuổi; cụ không họ hàng thân thích vì năm 1954 cụ di cư vào Nam với mỗi chồng tôi. Nắm lấy cơ hội này, người em trai của chồng tôi muốn... tống Quảng (lúc đó sáu tuổi) cho làm con nuôi tôi để tôi hủ hỉ đỡ buồn, phần cho Quảng gần ông nội, một nhà nho cực kỳ nghiêm khắc để dạy bảo Quảng, phần trong Nam, Quảng có cơ hội học hành dù sao vẫn hơn miền núi. Tiếc là hồi đó, chính tôi còn không nuôi được thân, nhà chồng lại nghèo, tôi vắt giò lên cổ kiếm cơm, tôi lấy gì nuôi Quảng?! Rồi trước cuộc sống bế tắc, một mình, tôi tìm đường vượt biên.

Ngày tôi định cư tại Thụy Sĩ, cũng là lúc Quảng được gởi vào Sài Gòn với nhiệm vụ trông nom săn sóc ông nội thay tôi. Lúc đó, Quảng đúng 11 tuổi. Có lẽ gian khổ quen, bẩm sinh lại táy máy tinh nghịch, tiềm năng của người tháo vát nhanh nhẹn, Quảng bắt kịp nhanh với đời sống trong Nam. Hằng ngày ngoài giờ học, Quảng phải đi chợ, nấu nướng, quét dọn nhà cửa, giặt giũ cho mình và ông nội. Tài chánh, có tôi ở hải ngoại gởi về, đương nhiên không phải lo nghĩ gì nữa.

Phải nói, số Quảng rất đặc biệt. Trong Nam, Quảng gặp nhiều kỳ duyên. Những nhân tài miền Nam từ văn cho tới võ, nhất là kịp lúc chồng tôi năm 1984 cùng đa số sĩ quan ào ạt từ tù trở về, Quảng may mắn được nhận cho thọ giáo. Về võ, Quảng được gởi học với ông Đẩu, võ sư của quân đội Việt Nam Cộng Hòa. Về văn, học từ ông nội và chồng tôi, hướng dẫn Quảng đọc hết tủ sách còn sót lại trong nhà sau khi một số đã bị đốt trong chiến dịch *"Bài trừ văn hóa đồi truy Mỹ, Ngụy„* theo chính sách *"tẩy não„* dân miền Nam của cộng sản. Anh văn, Quảng học với cô giáo du học Hoa Kỳ về thăm quê hương bị kẹt tại Việt Nam...

Mười tám tuổi, Quảng khả dĩ đủ vốn liếng hộ thân: Kiến thức rộng, biết viết văn, làm thơ, thông thạo Anh văn và võ giỏi. Tại trường, Quảng luôn được đề cử làm thông dịch cho trường (cả sau này, khi Quảng vượt biên đến đảo Pulau Bidong, Malaysia, Quảng cũng làm thông dịch viên cho Cao ủy Liên Hiệp Quốc nữa). Về võ, Quảng có thể dùng cùi chỏ đập nát một quả sầu riêng, hay quả dừa xanh, dùng hai ngón tay đập bể quả cau, dùng sắt đập vào khuỷu chân, xương không gãy mà sắt cong, dùng mác gồng mình đâm cổ mà không lủng nữa. Hồi đó, Quảng được mời đi biểu diễn hoài tại nhà hát lớn thành phố khi có phái đoàn nước ngoài đến Việt Nam thăm viếng.

Tiếc thay, với khả năng như thế, học xong tú tài, tương lai Quảng bị khựng lại, mờ mịt như đêm ba mươi khi sơ yếu lý lịch không là khuôn vàng thước ngọc để cộng sản đo đếm tài năng mà chỉ để phân biệt thù hay bạn. Chính sách "*hồng hơn chuyên*„ hay chủ trương "*lý lịch trao quyền*„ của chế độ cộng sản chỉ đưa người của họ vào những địa vị quan trọng, đã giết chết bao người con ưu tú của dân tộc, nếu ông, cha họ khác chính kiến với chính quyền. Thật là một sự lãng phí tiềm năng chất xám không thể nghĩ bàn khi trí thức bị đẩy vào lao tù, bị đày đi vùng kinh tế mới.

Với lý lịch xét ba đời của chế độ, lại thêm Quảng không có hộ khẩu tại Sài Gòn, Quảng như kẻ sống bên lề xã hội, không được tiếp tục đại học. Trước tương lai mờ mịt, Quảng mơ ước tung bay. Và Quảng tìm cách vượt biên...

Ngày Quảng đến được Pulau Bidong, Malaysia năm 1989 cũng là lúc có lệnh đình chỉ người tị nạn đến các nước thứ ba. Chồng tôi đã đến Thụy Sĩ trước Quảng hai năm, chúng tôi vẫn chưa có con, vin vào lý do này, chúng tôi làm đơn xin chính phủ Thụy Sĩ xét nhân đạo nhận Quảng làm con nuôi.

Tại Thụy Sĩ

Ngày Quảng đến Thụy Sĩ, chuyến bay đáp xuống phi trường lúc sáu giờ sáng. Đây là lần đầu tiên tôi và Quảng gặp nhau. Đón Quảng với lòng lâng lâng vui sướng, tôi được "*làm mẹ*„ dù đứa con tôi không diễm phúc sinh ra. Nhưng tình mẫu tử thiêng liêng vẫn là thứ tình cảm tiềm ẩn trong tim mọi người đàn bà, khi có cơ hội, sẽ bộc phát một cách tự nhiên, và tình yêu thương chân thành thì không phân biệt do sanh hay dưỡng dục.

Về tới nhà, sau khi ăn trưa và nghỉ trưa, tôi đưa Quảng ra phố ghi danh học tiếng Đức, sợ trễ ngày phải đợi khóa sau mất thời gian.

Ngày Quảng đến Thụy Sĩ

Trường ngôn ngữ mang tên "*Thông Dịch*„ là một trường tư, giáo viên chuyên nghiệp, giáo trình quy mô đầy đủ, dạy cấp tốc mỗi buổi chiều hơn hai tiếng với ba trình độ: Một, hai, ba. Mỗi khóa sáu tháng, học phí 3.800 quan Thụy sĩ tương đương gần 4.000 US đô la. Nghỉ ngơi được một tuần, Quảng bắt đầu nhập học.

Tiếng Đức rất khó, nhất là văn phạm. Ngay cả mạo từ vừa giống đực, giống cái, số nhiều, còn có nửa đực nửa cái. Thêm tỉnh từ, giới từ, trạng từ thiên biến vạn hóa thay đổi luôn theo từng mạo từ và ý nghĩa của từng câu. Động từ thì biến thể lung tung, lúc nằm đầu câu, lúc cuối câu, lúc ngược, lúc xuôi, đôi khi nói một hơi quên phứt cái động từ. Ví dụ "*Tôi muốn đi học*„ nếu tiếng Anh viết "*I want to go to school*„ thì tiếng Đức phải nói "*Tôi muốn học đi*„ như thế tiếng Anh sẽ viết "*I want to school go*„. Đã vậy, một số động từ khi sử dụng còn bị chẻ đôi. Khúc đầu lại ném về cuối câu, khúc sau thì nằm phía trước. Còn con số như 21 tuổi, thì số 1 đọc trước nên đôi khi tưởng 12 tuổi, chao ôi, vô cùng rắc rối, khó ơi là khó! Chưa hết. Thụy Sĩ là một nước nhỏ, diện tích chỉ 42.300 cây số vuông, dân số gần chín triệu mà nói tới ba thứ tiếng. Giáp Pháp nói tiếng Pháp, giáp Ý nói tiếng Ý và giáp Đức, tuy sử dụng tiếng Đức nhưng ngộ một điều dùng để viết trong lãnh vực hành chánh mà không nói. Họ chỉ mở miệng nói tiếng Đức khi giao tiếp với người nước ngoài, còn họ với nhau dùng tiếng Thụy Sĩ, một ngôn ngữ để nói mà không viết. Do vậy, rất khó cho người tỵ nạn mới đến định cư vùng nói tiếng Đức. Tuy vậy, nhờ Quảng vốn giỏi tiếng Anh, lại thêm có khiếu ngoại ngữ, trí nhớ rất tốt nên Quảng... bơi kịp, không đuối.

Trong khi Quảng vật lộn với tiếng Đức, tôi thăm

dò đường đi nước bước cho tương lai Quảng. Tại Thụy Sĩ, sinh viên đại học chỉ chiếm 6% so với người bản xứ, đối với Việt Nam thì đếm trên đầu ngón tay. Đa số người tỵ nạn đến Thụy Sĩ chỉ đi làm ngay hay học nghề. Mà nghề cũng vô vàn nhiêu khê, ngoài kén tuổi, nội học nghề may, y tá, uốn tóc, làm bánh, bán hàng, sửa xe vớ vẩn v.v... đòi hỏi đào tạo từ hai đến ba năm, có khi bốn năm. Thư ký tùy ngành, đôi khi cần thông thạo hai ngoại ngữ. Thử hỏi Đại học sẽ khó thế nào. Ngay lớp chín, nhà trường đã sàng lọc khả năng học sinh, ai muốn chọn con đường học vấn đi lên phải qua một kỳ thi (như bằng Trung học của ta xưa vậy) mới cho lên lớp mười. Mà ngay lớp mười, học không nổi cũng đẩy ra cho học nghề thôi. Bậc trung học, đúng mười ba năm (có tiểu bang phải học mười bốn năm) mới chuẩn bị thi tú tài.

Quảng đã hai mươi tuổi chân ướt chân ráo đến Thụy Sĩ, tiếng Đức còn i tờ, nên bạn bè, người quen (kể cả cô giáo đang dạy tiếng Đức) cũng khuyên Quảng, đừng phiêu lưu mơ tưởng chuyện cao xa ở đại học phí thời gian lại tốn kém, hãy học một nghề cho vững chắc rồi tìm cách đi lên không muộn.

Riêng tôi hoàn toàn nghĩ khác. *"Đường đi khó, không khó vì ngăn sông cách núi. Mà khó vì lòng người ngại núi, e sông,,* (câu nói bất hủ của cụ Nguyễn Bá Học). Phần nữa, tôi dựa quá trình học tập của Quảng từ Việt Nam, chỉ vài năm mà có thành quả hơn người, trò chuyện và xem bài vở Quảng học, tôi đánh giá tiềm năng Quảng sẽ tiến xa theo cấp số nhân. Tôi thường nói với Quảng: *"Đường đi dễ là con đường xuống dốc. Đường đi khó càng gian nan mới dẫn đến vinh quang"*. Và tôi đề nghị Quảng thử.

Muốn vào đại học tại Thụy Sĩ đối với người nước ngoài phải qua lớp dự bị học một năm với bốn lần thi sàng lọc. Tốt nghiệp xong coi như tương đương bằng tú tài. Nhưng ngay lần đầu hay cả lần cuối bị rớt, đều bị văng ra ngoài.

Để theo kịp lớp dự bị, Thụy Sĩ tổ chức khóa ba tháng tiếng Đức dạy toàn danh từ chuyên môn, học phí cao ngất ngưỡng. Tôi đã ghi danh cho Quảng để khi vừa học xong khóa sáu tháng tại trường *Thông Dịch*, sẽ có chỗ theo học lớp đặc biệt này.

Sau chín tháng học tiếng Đức, Quảng nhập học lớp dự bị tại một thành phố khác, cách nhà tôi hơn ba tiếng xe lửa.

Đúng như tôi dự đoán, Quảng đã thong dong trên đường học vấn. Không kể sự khuyến khích hỗ trợ hết mình của chúng tôi, Quảng cũng nỗ lực không kém. Nhiều đêm Quảng thức suốt sáng để tra tự điển cho hết chữ khó. Cũng may, Quảng có trí nhớ tốt, một trí nhớ đặc biệt, hiếm thấy từ những người khác. Quảng học chữ nào nhớ chữ đó, đọc cuốn sách nào là nhớ luôn nội dung từng trang trong cuốn sách đó, do vậy cuối cùng, Quảng tốt nghiệp dự bị dễ dàng mà còn là sinh viên giỏi với điểm số cao.

Khung trời đại học thênh thang mở rộng. Quảng được phép ghi tên học bất cứ ngành nào theo tiêu chí đại học tại Thụy Sĩ, không phải thi tuyển, nhưng nhà trường sẽ sàng lọc sinh viên ngay khi đang học. Mỗi năm mỗi thi, ngoài thi viết còn thi vấn đáp. Sẽ có hai giáo sư lạ cùng một luật sư *"áp đảo tinh thần sinh viên,,* quay như chong chóng câu hỏi tự mình bốc lấy. Rớt hai lần là vĩnh viễn không được phép học ngành đó nữa.

Quảng ghi danh học kinh tế, miệt mài ngày đêm với sách đèn. Tôi vốn quí sự học, thấy Quảng chăm chỉ, siêng năng, tôi ủng hộ hết mình trên mọi phương diện từ vật chất lẫn tinh thần để Quảng không phải phân tâm bất cứ việc gì. Tôi thương Quảng, quí Quảng như thương một đứa trẻ mồ côi (xa cha mẹ từ nhỏ) thiếu sự chăm sóc của gia đình, biết vươn lên từ gian khổ. Và để đáp lại sự mong đợi của mọi người, nhất là tấm lòng tôi, Quảng chẳng những theo đuổi kịp đại học mà còn là sinh viên xuất sắc! Sau một thời gian theo học, Quảng tốt nghiệp đại học với văn bằng danh dự. Với số điểm cao, Quảng được phép tiếp tục ghi danh nhập học lấy chương trình tiến sĩ tại trường đại học Kinh tế St. Gallen, một ngôi trường nổi tiếng xếp hạng thứ tư của Âu Châu năm 2019, đứng đầu với ngành Quản trị.

Vào đúng ba mươi tuổi, Quảng cầm về mảnh bằng tiến sĩ kinh tế với điểm hạng cao. Chỉ tiếc là, ngày vinh quang của Quảng, ông nội đã quy tiên để không chứng kiến được thành quả của con cháu mình.

Riêng tôi, còn niềm vui nào cho tôi, không chỉ từ sự thành công của Quảng mà tôi còn chứng minh, nói lên được điều sai lầm của chính sách cộng sản đố kỵ, trù dập, phân biệt đối xử thành phần bất đồng chính kiến dẫn đến tiêu diệt tinh hoa của đất nước. Có thể xem họ là tội đồ của dân tộc được chăng?! ∎

Trần Thị Nhật Hưng

TRANG Y HỌC & ĐỜI SỐNG

Bác sĩ Văn Công Trâm phụ trách

Bài thuốc hay 10 vị của Đại Sư Vô Tế[1]

Đại sư Vô Tế[2] khi giảng dụ người đời có dạy rằng: Những ai muốn sửa sang việc nhà, trị yên việc nước, học theo chánh đạo, tu dưỡng thân mình thì trước hết nên dùng phương thuốc hay mười vị của ta, sau mới có thể thành tựu.

Mười vị là gì?

Đó là:

1. Lòng tốt .... một đoạn
2. Tâm từ bi .... một tấm
3. Ôn hòa nhu thuận............ nửa lượng
4. Đạo lý .... ba phân
5. Tín hạnh .... rất cần thiết
6. Lòng trung trực................ một khối
7. Hiếu thuận .... mười phân
8. Chân thật .... một tấm
9. Phước nghiệp .... dùng trọn
10. Phương tiện .... gia giảm tùy ý

Cho mười vị ấy chung vào loại *nồi khoan dung* mà sao, không được *nôn nao*, không được *gấp rút*, khử bớt ba phần *tánh nóng*, rồi để vào loại chậu *bình đẳng* mà nghiền cho thật nhỏ, dùng loại bột cân nhắc thận trọng[3] trộn đều với sáu *ba-la-mật*[4] mà vò thành hoàn cỡ hạt Bồ-đề.

Mỗi ngày dùng ba lần, lúc nào cũng được. Dùng chất nước dẫn thuốc là *hòa khí* để đưa xuống. Nếu dùng đúng như vậy, không bệnh nào không khỏi.

Thuốc này kiêng kỵ nhất là nói lời thanh bai mà hành động xấu xa, mưu lợi cho mình mà tổn hại người khác, lén lút hại người, lòng dạ độc ác, ngoài miệng cười đùa trong lòng mưu hại, cư xử như rắn hai đầu, vô cớ gây ra xung đột. Cho nên, bảy việc vừa kể trên phải mau mau ngăn giữ.

Mười vị thuốc này nếu dùng trọn vẹn thì có thể được phước lớn, tuổi thọ dài lâu, cho đến thành Phật, làm Tổ. Nếu chỉ dùng trong ấy chừng bốn, năm vị cũng được dứt tội, sống lâu, tai qua nạn khỏi.

Như không dùng bất cứ vị nào trong phương thuốc này, thì về sau có hối hận cũng chẳng ích gì. Khi ấy dù có thần y như Biển Thước, Lư Y, chỉ e bệnh đã quá trầm trọng nên khó lòng liệu trị. Dù có cầu đảo trời đất, khấn vái thần minh cũng chẳng được gì. Huống chi, phương thuốc ấy người uống chẳng sợ lầm, chẳng tốn tiền mua, chẳng nhọc công sắc nấu! Vì sao lại không chịu uống?

Kệ rằng:

Thuốc này tuyệt diệu, hợp cơ màu,
Thần y tái thế cũng chẳng cầu.

■

---

[1] Trích dẫn nguyên văn theo: *QUY NGUYÊN TRỰC CHỈ* - Nguyễn Minh Tiến - Việt dịch và chú giải - Tác giả (?) Sa-môn Nhất Nguyên Tông Bổn.

[2] Đại sư Vô Tế: Cao tăng đời Đường, hiệu Thạch Đầu Hy Thiên, người đất Việt, họ Trần. Đại sư nghe danh Lục Tổ ở Tào Khê nên tìm đến theo học. Sau khi Lục Tổ viên tịch vẫn chưa chứng ngộ, ngài đến núi La Phù thọ giới, tình cờ nghe tiếng thiền sư Hành Tư ở núi Thanh Nguyên (cũng là đệ tử của Lục Tổ), liền tìm đến theo học, sau được truyền pháp. Niên hiệu Thiên Bảo năm đầu (720), ngài đến núi Nam Nhạc, dựng am nhỏ trên một tảng đá lớn để tu trì. Người bấy giờ tôn kính gọi ngài là Hòa Thượng Thạch Đầu. Năm 785, niên hiệu Trinh Nguyên thứ 16, ngài viên tịch, thọ 91 tuổi. Vua ban sắc phong là Vô Tế Đại Sư.

[3] Nguyên tác dùng từ "tam tư", nghĩa là ba lần suy nghĩ. Mọi hành vi của con người, nếu cân nhắc kỹ đều có ba lần suy nghĩ. Một là khi sắp nói hay làm điều gì có sự suy nghĩ phán xét, thẩm định trước về lời nói hay việc làm ấy, gọi là Thẩm lự tư. Hai là sự suy nghĩ quyết định sẽ nói ra hay sẽ làm, gọi là Quyết định tư. Ba là sự suy nghĩ mạnh mẽ nhất về hành động thiện hay ác chính thức được thực hiện, gọi là Động phát thắng tư. Hai sự suy nghĩ trước thuộc về ý nghiệp, vì chưa phát khởi ra lời nói hay việc làm. Sự suy nghĩ thứ ba thuộc về thân nghiệp, khẩu nghiệp, vì chính nó xác định tính chất thiện ác của lời nói hay việc làm.

[4] Sáu ba-la-mật: gồm các pháp tu bố thí ba-la-mật, trì giới ba-la-mật, nhẫn nhục ba-la-mật, tinh tấn ba-la-mật, định tâm ba-la-mật và trí huệ ba-la-mật.

Các Infografik về Y khoa thường thức của nhóm Bác sĩ CN St (Đức)

VỀ LẠI THÁNG TƯ

buổi ấy tháng tư bước về lầm lũi
nắng vẫn hanh vàng như những năm xưa
cũng con đường đưa chân qua lối cũ
có những mái đầu trần trụi nắng mưa

buổi ấy mặt trời chừng như đi vắng
ngày bước ra không tìm thấy bình minh
quay hỏi mây ngàn ưu tư thinh lặng
nhìn xuống dòng sông chỉ thấy bóng mình

buổi ấy chưa hoàng hôn đêm đã điểm
nương náu, lặng lờ lạc lõng ánh sao
giữa cõi thiết tha trăng khuya mờ nhạt
thiên đàng là đâu? không thấy cổng vào

buổi ấy nhìn người neo trên thánh giá
ánh mắt chan hòa độ lượng bao dung
chừng nghe tiếng ai gửi lời khuyên nhủ
nhẫn nhục tìm nhau giữa chốn khôn cùng

buổi ấy về ngồi tịnh nơi chùa vắng
trong cõi vô thường mơ thấy Như Lai
nụ cười khoan thai từ bi thầm bảo
vô ngã kiếp người đón nhận trần ai

một đời bao lần gọi là buổi ấy
mang lấy ngậm ngùi về lại tháng tư

Thu Hoài
Tháng Ba 2024

Trân trọng kính mời quý Đồng Hương và quý Phật Tử đến tham dự **BỐN** chương trình

Lễ Cầu An – Tiệc Chay – Ca nhạc
Gây Quỹ Xây Dựng Học Viện Phật Giáo Viên Giác Hannover

1. Tại **Hanau | Chủ nhật 02.06.2024; từ 11:00 - 22:00 giờ**
   Kulturhalle Steinheim Hanau; Ludwigstraße 67, 63456 Hanau.
   Chủ lễ Cầu an: Thượng Tọa Thích Hạnh Định, Trụ trì Tổ Đình Viên Giác

2. Tại **Wiesbaden | Thứ bảy 08.06.2024; từ 09:00 - 20:00 giờ**
   Gemeinschaftshaus Bierstadt; Biegerstraße 17, 65191 Wiesbaden.
   Chủ lễ Cầu an: Hòa Thượng Thích Như Điển, Phương Trượng Tổ Đình Viên Giác

3. Tại **Bad Homburg | Thứ bảy 13.07.2024; từ 10:00 - 24:00 giờ**
   Vereinshaus Gonzenheim Bad Homburg; Am Kitzenhof 4,
   61352 Bad Homburg vor der Höhe.
   Chủ lễ Cầu an: Hòa Thượng Thích Như Điển, Phương Trượng Tổ Đình Viên Giác.

4. Tại **Hanau | Thứ bảy 31.08.2024; từ 11:00 - 24:00 giờ**
   Kulturhalle Steinheim Hanau; Ludwigstraße 67, 63456 Hanau.
   Chủ lễ Cầu an: Thượng Tọa Thích Hạnh Tấn, Viện Chủ Tu Viện Vô Lượng Thọ.

- **Chương trình CA NHẠC** đặc sắc của nhiều ca, nhạc sĩ đến từ nhiều quốc gia thiện nguyện đóng góp. **Hoa Kỳ:** Kiều Thi, Quỳnh Giang (ca sĩ & MC Trung Tâm Thúy Nga); **Pháp:** Thu Sương, Đình Đại; **Đức:** Cao Thịnh, Kiều Thu, Lucky Lê, Ngọc Yến, Tâm Thủy, Thanh Xuân, Thụy Uyển, Tuyết Phượng, Trần Bảo, Đăng Bình... - **Ban Nhạc:** Khương Minh Trí, Lê Thiệu Lương, Lưu Vinh, Mai Thế Vinh, Triệu Thiên Tuyến - **Âm Thanh, Ánh Sáng:** Đức Asia Sound.

- Cùng sự cộng tác của: **Phong Trào Vovinam Việt Võ Đạo**

- **Không bán vé vào cửa, ủng hộ tùy tâm.** Những đóng góp tài chánh sẽ được Tổ Đình Viên Giác cấp giấy khai thuế, thể theo yêu cầu. Trân trọng kính mời!

TM. Ban Vận Động Gây Quỹ Xây Dựng
Học Viện Phật Giáo Viên Giác tại Hannover

Thiện Phú Nguyễn Ngọc Thơ (+49 152 0171 8104)
Quảng Bá Nguyễn Việt Hùng (+49 173 6603 749)
Học Thiện Nguyễn Hữu Thiện (+49 176 6326 0786)
Nguyên Ngọc Phạm Bích Thủy
(+49 157 5830 7056)

DÙ AI CÁCH TRỞ SƠN KHÊ,
XÂY DỰNG HỌC VIỆN NHỚ VỀ THAM GIA
HOẰNG DƯƠNG CHÁNH PHÁP THÍCH CA,
ĐẠO ĐỜI HƯỚNG THIỆN NHÀ NHÀ AN VUI

TIN SINH HOẠT CỘNG ĐỒNG

Đại Nguyên phụ trách

SINH HOẠT MỪNG XUÂN GIÁP THÌN 2024 - WESTMINSTER, California (NV)

Diễn Hành Tết Giáp Thìn 2024 trên đại lộ Bola-Trần Hưng Đạo sáng Thứ Bảy, 10 Tháng Hai, nhằm ngày Mùng Một Tết, đông đảo người Việt khắp nơi quy tụ về tham dự như mọi năm.

Trải qua những ngày "mưa dầm, gió bắc," nhiều người, dù có mặt rất sớm, mà vẫn lo âu cơn mưa có thể ập xuống bất cứ lúc nào. Như một phép mầu khoảng 9 giờ sáng, trời đột ngột ửng nắng vàng và cái ấm áp quen thuộc bỗng trở về làm không khí chờ đợi diễn hành tưng bừng hẳn lên. Giữa phố sá phất phới cờ Việt Mỹ. Buổi diễn hành long trọng khai mạc với nghi thức thắp nhang và đốt nến trên bàn thờ Tổ Quốc để tôn vinh tinh thần bất khuất của dân tộc Việt Nam tự ngàn xưa.

Đến phần đốt pháo là đám đông trở nên xôn xao, náo động hẳn lên. Tiếng pháo và mùi khói pháo vẫn có tác động mạnh cho nhiều người…

Sự lớn mạnh về chính trị của cộng đồng gốc Việt khắp nơi gây ấn tượng cho nhiều người, đã có tiếng nói của đại diện dân cử người Mỹ gốc Việt trong Quốc Hội, từ Tiểu bang tới Liên bang. Cộng đồng Người Việt có đoàn kết dù có một chút bất hòa về chính trị nhưng lúc nào cũng duy trì tiếng nói của Người Việt Tỵ nạn CS và Quân Lực Việt Nam Cộng Hòa.

Cuộc diễn hành thành công rực rỡ sau đại dịch COVID-19." *(Tóm lược báo Người Việt.)*

HAMBURG - HỘI NGƯỜI VIỆT TỴ NẠN HAMBURG TỔ CHỨC MỪNG TẾT GIÁP THÌN

Ngày 17.2.2024 tức Mùng 8 Tết. Khai mạc chương trình văn nghệ Tết giáp Thìn 2024 qua nhiều chương trình rất đặc sắc, cùng với sự cộng tác của Ban cao niên, Liên đoàn Hướng đạo Hoa lư, Cơ sở Việt Tân Bắc Đức, Ban nhạc Cát Bụi, Ca đoàn Công giáo Thánh Linh Hamburg, ca sĩ Thụy Uyển, anh Cao Thìn, các tài năng trẻ của Cộng đoàn Công giáo Hamburg, cùng rất nhiều bàn tay đóng góp khác. Nhiều Hội đoàn, Đoàn thể, xa gần về tham dự với sự hiện diện của các chính trị gia của đảng CDU tham dự như: Ông Christoph de Vries (CDU) trong Quốc hội Đức cũng đến tham dự và chúc Tết, ông cũng thử vài món ăn truyền thống VN, và ủng hộ chút quà cho tù nhân lương tâm tại VN. Ông „Andreas Grutzeck (CDU) Hamburg, ông đã viết trên FB *„tôi đã trải qua một buổi tối tuyệt vời tại lễ đón Tết Nguyên đán của Hiệp hội Người Tỵ nạn Việt Nam tại Hamburg với những con người tuyệt vời đã chạy trốn khỏi chế độ độc tài cộng sản và chuyên chế vào cuối Thế chiến II."…*

Đặc biệt quầy hàng yểm trợ cho TNLT được rất nhiều bàn tay đóng góp, có những người không đến dự được đã chuyển tiền, gởi bì thư, mua thức ăn ủng hộ, rất chân thành cảm ơn những đóng góp quí báu này, ba anh chị em đi làm xong từ Đan Mạch cũng đến để góp. Sau 3 năm bị Covid mọi sinh hoạt Cộng Đồng bị giới hạn. Năm nay Hamburg tổ chức thành công vui vẻ, cũng như những địa phương khác đều tổ chức rất đông đồng hương từ các thế hệ già đến trẻ đến tham dự

Nhìn lại đời sống hội nhập thành công tốt đẹp của người Việt Tỵ Nạn CS tại Đức, hơn một thập niên trước là ngày khánh thành tượng đài tỵ nạn tại cảng Hamburg vào tháng 9 năm 2009, cố Tiến sĩ Wolfgang Schäuble, lúc đó còn là Bộ Trưởng Bộ Nội Vụ Đức đã khẳng định rằng: *„Nếu có một thí dụ nào đó cho thấy sự hội nhập không phải là mối đe dọa mà là sự phồn thịnh, thì đó chính là câu chuyện của những người Việt Nam đang chung sống giữa chúng ta".*

(Tin của Dương Anh Dũng & Nguyễn Hữu Huấn)

KÖLN - VĂN NGHỆ MỪNG XUÂN ngày 17.02.2024:

HNVTNCS Köln xin chân thành cảm ơn tất cả các quý vị đồng hương đã đến tham dự cũng như đã chung tay giúp đỡ BTC chúng tôi trong ngày hội Tết Giáp Thìn 17.02.2024 vừa qua. Sự hiện diện đông đảo của quý vị là một niềm khích lệ lớn lao cho chúng tôi trong việc bảo tồn phần nào những truyền thống dân tộc.

HỘI NGƯỜI QUẢNG NAM TẠI SAN JOSE

Mùa Xuân lại về trên Xứ Người, Quê hương thứ hai của hàng triệu người Việt tỵ nạn, lại bừng lên cái không khí rộn ràng với những cuộc tụ họp, hội ngộ từ gia đình, đến Cộng đồng, hội đoàn, hội chợ, đồng hương, mang đậm tình yêu thương, ngọt ngào với niềm nhớ không nguôi về những ngày tháng cũ, với những tập quán, phong tục người Á Đông, gói gọn dĩ vãng trong nỗi khắc khoải: Người Ra Đi Mang Theo Cả Quê Hương...

Chiều Tối Chủ Nhật hôm qua 19 tháng 2 năm 2024 khoảng 500 đồng hương Quảng Đà và thân hữu, đã hội ngộ với không khí Mùa Xuân tại nhà hàng Dynasty, trong Khu Grand Century Mall, trên đường Story Rd, thành phố San Jose Thung Lũng Hoa Vàng.

Ngoài trời mưa nhẹ, trong phòng hội tiếng trống múa lân, tiếng đàn tiếng hát như làm ấm áp thêm tình thương nỗi nhớ về một Xứ Quảng thật xa, với những cái tên làm mềm lòng người xa xứ, Hòn Chiêng, Núi Chúa, Tiên Phước, Trà My, Hội An Đà Nẵng cùng nắng gió Ngũ Hành Sơn… Xin được chia xẻ cùng Quý Vị, Các Bạn xa gần chút hình ảnh hội ngộ đêm qua, cùng chia chút vui buồn và một Niềm hy vọng tươi sáng hơn trong Năm Mới Giáp Thìn 2024.

(Tin từ Mạc Phương Đình)

Nhiều Tổ Chức, Hội Đoàn Người Tỵ Nạn CS tại các Tiểu bang đã tổ chức mừng Xuân Giáp Thìn theo truyền thống cổ truyền của người Việt: **Hội Người Việt Tỵ Nạn CS tại Mönchengladbach** Tổ chức Hội xuân Giáp Thìn vào ngày 24.2.2024; **Hội Người Việt Tỵ Nạn CS tại Bremen** vào ngày 17.02; **Hội Người Việt Tỵ Nạn CS Frankfurt, Wiesbaden, Hội Văn Hoá Phụ Nữ VNTD;**

Hội Bảo Tồn Văn Hóa Việt tại Đức ngày 2-3-2024 tổ chức nhạc hội mừng xuân Hội Ngộ - Giáp Thìn tại Bürgerhaus Süd Körnerplatz 12, 45661 Recklinghausen.

Chương trình hội Xuân: Đón tiếp quan khách, Chính trị gia Đức của đảng CDU & SPD của Tiểu Bang Nordrhein-Westfalen, Lãnh Đạo Lập Pháp - Hành Pháp - Tư Pháp và Ông Thị Trưởng thành phố và khách mời danh dự. Khai mạc Chương Trình Văn Nghệ Xuân Giáp Thìn 2024 qua nhiều tiết mục hấp dẫn mang đậm nét hình ảnh quê hương. Làm sống lại hào khí Mê Linh, Anh Linh Thần Võ Tộc Việt hơn 1985 năm trước của Hai Bà Trưng. Những bản tình ca sẽ đưa chúng ta về lại quê hương yêu dấu, xuyên suốt từ Ải Nam Quan, miền thượng du Bắc Việt, qua cố đô Huế, đến tận Cà Mau, tỉnh An Xuyên.

(Tin tóm lược do Đinh Văn Thiệu gởi.)

LỄ TƯỞNG NIỆM HAI BÀ TRƯNG

Chủ nhật ngày 10.03.2024 từ 14:00 giờ đến 19:30 giờ, tại Hội trường Stadtteilzentrum Klarenthal Geschwister-Scholl-Str. 10A – 65197 Wiesbaden. Tiệc Tân Niên 2024 trong tinh thần bảo tồn, phát huy truyền thống dân tộc, cũng như để bày tỏ lòng tôn kính, nhớ ơn các bậc tiền nhân, Hội Văn Hóa Phụ Nữ Việt Nam Tự Do tại Đức trân trọng tổ chức lễ Tưởng Niệm Hai Bà với một chương trình văn nghệ do toàn thể hội viên và thân hữu thực hiện dưới chủ đề: NHỮNG NỮ ANH HÙNG TRONG DÒNG LỊCH SỬ VIỆT NAM.

(Tin Hội Phụ Nữ VNTD của Mỹ Nga)

Thơ Nguyễn An Bình

CHÂN DUNG MẸ

Người họa sĩ vẽ chân dung mẹ lên giấy
với tấm lòng thơm thảo nét cọ run run
Thời gian kết thành nếp nhăn lời sám hối
Những bão giông xao xác gọt mãi không mòn.

Tôi vẽ chân dung mẹ bằng những giấc mơ
Bằng ngọn gió thổi qua cánh đồng khô hạn
Bằng nỗi cô đơn giấu trong cánh cò lận đận
Bay giữa ráng chiều mù mịt cả gió mưa.

Bỏ lại sau lưng lời hát nhịp võng đưa
Hằn dấu chân chim cài lên sau khóe mắt
Có bao nỗi lo toan muộn phiền tất bật
Nặng đôi vai gầy oằn gánh nỗi yêu thương.

Cũng chừng đó thôi đời mẹ đã khói sương
Em có cùng tôi thắp sáng lên ngọn lửa
Đi khắp thế gian, đi gõ từng cánh cửa
Tìm lấy tiếng cười tan thành sóng đại dương.

Mơ một ngày về nghe vọng nỗi yêu thương
Bao ký ức long lanh vơi đi lòng con trẻ
Đóa hồng trắng xin dâng thơm chân dung mẹ
Con ngỡ lại mình ngủ dưới cánh nôi xưa.

NGUYỄN AN BÌNH

TIN THẾ GIỚI

Quảng Trực phụ trách

Liên Minh Châu Âu thông báo mở hành lang viện trợ hàng hải tới Gaza

Bà Ursula von der Leyen, người đứng đầu Ủy Ban Châu Âu, vào hôm 8/3/24, cho biết một hành lang viện trợ hàng hải có thể bắt đầu hoạt động giữa Cyprus và Gaza vào cuối tuần này. Reuters cho hay đây là một phần trong các nỗ lực của phương Tây để xoa dịu cuộc khủng hoảng nhân đạo ở vùng đất Palestine bị chiến tranh tàn phá. Bà đã đưa ra bình luận này một ngày sau khi TT Joe Biden công bố kế hoạch cho quân đội Hoa Kỳ xây dựng một "bến tàu tạm thời" trên bờ biển Địa Trung Hải của Gaza, khi LHQ khuyến cáo về nạn đói đối với 2,3 triệu người trên lãnh thổ này. Các cuộc đàm phán về khả năng đình chiến trong cuộc chiến của Do Thái với Hamas, hiện đã bước sang tháng thứ năm, vẫn bế tắc ở Cairo, trong khi văn phòng nhân quyền của LHQ kêu gọi Do Thái không mở rộng cuộc tấn công quân sự vào thị trấn biên giới Rafah, nói rằng điều này sẽ gây ra thêm "thiệt hại lớn về nhân mạng". Chủ tịch Ủy Ban EU nêu rõ đợt thí điểm viện trợ lương thực do một nhóm từ thiện thu thập và được Tiểu vương quốc Arab Thống nhất hỗ trợ có thể sẽ rời Cyprus sớm nhất là vào hôm thứ Sáu, 8 tháng 3.

Thụy Điển chính thức gia nhập NATO

Thụy Điển vừa gia nhập NATO tại Washington vào hôm 7/3/2024, hai năm sau khi việc Nga xâm lăng Ukraine buộc họ phải suy nghĩ lại chính sách an ninh quốc gia và kết luận rằng việc ủng hộ liên minh này là phương án bảo đảm an toàn tốt nhất. Reuters cho hay ông Ulf Kristersson, Thủ tướng Thụy Điển, đã bàn giao tài liệu cuối cùng cho chính phủ Hoa Kỳ vào 7/3/2024, bước cuối cùng để bảo đảm sự ủng hộ của tất cả các thành viên và gia nhập liên minh quân sự. Ông Antony Blinken, Ngoại trưởng Hoa Kỳ, cho biết "mọi thứ đã thay đổi" sau khi Nga xâm lăng toàn diện Ukraine, đồng thời trích dẫn các cuộc thăm dò cho thấy sự thay đổi lớn trong dư luận Thụy Điển về việc gia nhập NATO. Đối với NATO, việc kết nạp Thụy Điển và Phần Lan – hai quốc gia có chung đường biên giới dài 1.340 km với Nga – là sự bổ sung quan trọng nhất trong nhiều thập niên. Đây cũng là một tổn thất lớn cho Vladimir Putin, TT Nga, người đang tìm cách ngăn chặn liên minh này phát triển hơn nữa.

Việc đàm phán đình chiến ở Gaza bế tắc khi khủng hoảng nhân đạo ngày càng trầm trọng

Hamas đã giữ vững các điều khoản của họ cho thỏa thuận đình chiến và trao đổi con tin với Do Thái vào 6/3/2024, sau khi Hoa Kỳ tuyên bố các cuộc đàm phán đình chiến ở Cairo đang "phụ thuộc vào" nhóm chiến binh Palestine này. Reuters cho hay các nhà đàm phán từ Hamas, Qatar và Ai Cập – nhưng không có Do Thái – đang ở Cairo để cố gắng đạt được lệnh đình chiến kéo dài 40 ngày trong cuộc chiến giữa Do Thái và nhóm Hồi giáo ở Gaza kịp thời cho tháng ăn chay Ramadan của Hồi giáo, bắt đầu vào đầu tuần tới. Khi thúc giục Hamas chấp nhận các điều khoản trên bàn đàm phán, TT Hoa Kỳ vào hôm 5/3, cho biết Do Thái đang hợp tác và "một lời đề nghị hợp lý" đã được đưa ra về việc đình chiến để đổi lấy việc trả tự do cho con tin Israel. Hamas đã cam kết tiếp tục tham gia các cuộc đàm phán ở Cairo, nhưng giới chức Hamas cho biết lệnh đình chiến phải được áp dụng trước khi trả tự do cho con tin, Do Thái phải rút khỏi Gaza và tất cả người dân Gaza phải được trở về nhà. Một nguồn tin trước đó nói Do Thái đã tránh tham gia các cuộc đàm phán ở Cairo vì Hamas từ chối cung cấp danh sách các con tin vẫn còn sống. Hamas nói việc lập danh sách này là bất khả thi nếu không có lệnh đình chiến vì các con tin đang hiện diện rải rác trên khắp vùng chiến.

Úc và ASEAN kêu gọi kiềm chế ở Biển Đông và ngừng bắn ở Gaza

Úc và các quốc gia Đông Nam Á đã kết thúc hội nghị thượng đỉnh ba ngày hôm thứ Tư kêu gọi kiềm chế ở Biển Đông đang tranh chấp và lệnh ngừng bắn lâu dài ở Dải Gaza. Úc đã tổ chức hội nghị thượng đỉnh với Hiệp hội các quốc gia Đông Nam Á (ASEAN) tại Melbourne để kỷ niệm 50 năm quan hệ với khối này, ngay cả khi 10 thành viên vẫn còn những khác biệt về kế hoạch mở rộng hiện diện ngoại giao và quân sự trong khu vực của Trung Cộng. Tuyên bố chung của Úc và ASEAN kêu gọi thiết lập trật tự "dựa trên luật lệ" ở Ấn Độ Dương – Thái Bình Dương trong bối cảnh Bắc Kinh đang tìm cách tăng cường hiện diện ở Biển Đông. Tuyên bố chung cũng nhắc lại mối quan ngại về tình hình nhân đạo "thảm khốc" ở Gaza, cũng như kêu gọi thả các con tin bị giữ trong cuộc xung đột Israel-

Hamas. ASEAN bao gồm các quốc gia có đa số người Hồi giáo, Malaysia, Indonesia và Brunei, trong khi Úc là nước ủng hộ mạnh mẽ Israel, mặc dù trước đó Úc đã kêu gọi ngừng bắn và chỉ trích mức độ thương vong.

Tòa án Hình sự Quốc tế ICC ban hành lệnh bắt giữ hai chỉ huy hàng đầu của Nga

Tòa án Hình sự Quốc tế (ICC) vào hôm 5/3/24, tuyên bố họ vừa ban hành lệnh bắt giữ các chỉ huy hàng đầu của Nga là Sergei Kobylash và Viktor Sokolov vì các tội ác chiến tranh ở Ukraine. Reuters đưa tin ICC, có trụ sở tại The Hague, cho biết họ có cơ sở hợp lý để tin rằng cả hai người này phải chịu trách nhiệm về "các cuộc tấn công bằng hỏa tiễn do các lực lượng dưới sự chỉ huy của họ thực hiện nhằm vào cơ sở hạ tầng điện của Ukraine từ ít nhất là ngày 10/10/2022 cho đến ít nhất là ngày 9/3/2023". Ông Karim Khan, Công tố viên ICC, nêu rõ "tất cả các cuộc chiến đều có luật. Những luật đó ràng buộc tất cả và không có ngoại lệ", đồng thời nói thêm rằng ông sẽ tiếp tục yêu cầu Nga hợp tác. Nga cho đến nay vẫn từ chối tương tác với ICC. Đây là lệnh truy nã thứ hai về việc bắt giữ giới chức Nga liên quan đến cuộc chiến ở Ukraine. Vào tháng 3 năm ngoái, ICC đã ban hành lệnh bắt giữ TT Vladimir Putin và bà Maria Lvova-Belova, Ủy viên Quyền trẻ em vì tội ác chiến tranh liên quan đến việc bắt cóc trẻ em Ukraine. Mạc Tư Khoa đang phủ nhận các tội ác chiến tranh ở Ukraine và bác bỏ lệnh bắt giữ tội phạm chiến tranh trước đây của ICC như một phần trong chiến dịch thiên vị của phương Tây để làm mất uy tín của Nga. Giới chức Nga khẳng định những lệnh như vậy có rất ít tác động thực tế vì Mạc Tư Khoa không phải là thành viên của tòa án và các cường quốc khác như Hoa Kỳ và Trung Cộng cũng vậy.

Putin khuyến cáo Phương Tây về nguy cơ chiến tranh nguyên tử

TT Vladimir Putin vào hôm 29/2/2024, vừa thông báo với các nước phương Tây rằng họ có thể kích động một cuộc chiến tranh nguyên tử nếu gửi quân đến chiến đấu ở Ukraine, đồng thời khuyến cáo rằng Mạc Tư Khoa có vũ khí để tấn công các mục tiêu ở phương Tây. Cuộc chiến ở Ukraine đã gây ra cuộc khủng hoảng trầm trọng nhất trong quan hệ của Mạc Tư Khoa với phương Tây kể từ cuộc khủng hoảng hỏa tiễn Cuba năm 1962. Theo Reuters, ông Putin trước đây đã bàn về sự nguy hiểm của một cuộc đối đầu trực tiếp giữa NATO và Nga, nhưng lời khuyến cáo nguyên tử vào hôm 29/2/2024 là một trong những khuyến cáo rõ ràng nhất của ông. Khi phát biểu trước các nhà lập pháp và các thành viên khác trong giới tinh hoa của đất nước, ông Putin, 71 tuổi, đã một lần nữa cáo buộc phương Tây cố gắng làm suy yếu nước Nga, và ông cho rằng các nhà lãnh đạo phương Tây không hiểu sự can thiệp của họ có thể nguy hiểm đến mức nào trong công việc nội bộ của Nga. Ông đã mở đầu lời khuyến cáo nguyên tử bằng cách đề cập cụ thể đến ý tưởng do ông Emmanuel Macron, TT Pháp, đưa ra vào hôm 26/2/2024 về việc các thành viên NATO châu Âu gửi binh sĩ tới Ukraine. Đề nghị này đã nhanh chóng bị Hoa Kỳ, Đức, Anh Quốc và các nước khác bác bỏ.

Quân đội Hoa Kỳ cắt giảm hàng nghìn việc làm để tập trung vào Nga và Trung cộng

Theo một tài liệu mới của Bộ Quốc Phòng, Quân đội Hoa Kỳ đang cắt giảm 24.000 vị trí khi Ngũ Giác Đài tiếp tục chuyển ưu tiên sang chống lại sức mạnh quân sự của Trung Cộng và Nga sau hai thập niên tập trung vào cuộc chiến chống khủng bố. Quân số của quân đội đã tăng lên gần 600.000 người trong các cuộc chiến ở A Phú Hãn và Iraq, nhưng hồi kết của những cuộc xung đột đó đã góp phần làm con số này suy giảm đều đặn khi binh sĩ quay trở lại đồn trú. Việc cắt giảm nhân sự, được hãng tin AP đưa tin trước đó, cũng ngầm thừa nhận những khó khăn trong tuyển dụng đã gây khó khăn cho Quân đội trong những năm gần đây. Quân Đội, Hải Quân và Không Quân không đạt được mục tiêu tuyển dụng vào năm 2023. Giới chức quân đội đã đến các trường Đại học ở các khu vực thành thị để cố gắng tuyển dụng từ các cộng đồng ít được đại diện. Tài liệu mới cho biết việc cắt giảm sẽ "cho phép Quân đội thu hẹp khoảng cách giữa cơ cấu lực lượng, được thiết kế để chứa 494.000 binh sĩ, và số lượng binh sĩ tại ngũ hiện tại, được pháp luật quy định là 445.000".

Các nhà lãnh đạo Châu Âu ở Kiev cam kết ủng hộ Ukraine

Bà Ursula von der Leyen, Chủ Tịch Ủy Ban Châu Âu, tuyên bố rằng Châu Âu sẽ ủng hộ Ukraine cho đến khi nước này "cuối cùng được tự do" khi bà và ba nhà lãnh đạo phương Tây khác đến Kiev để cho thấy tình đoàn kết nhân dịp kỷ niệm hai năm ngày Nga tiến hành cuộc xâm lăng toàn diện. Reuters cho hay chuyến thăm của bà Von der Leyen và các Thủ tướng Italy, Canada và

Bỉ – bà Giorgia Meloni, ông Justin Trudeau và ông Alexander de Croo – đã cho thấy sự ủng hộ khi tình trạng thiếu nguồn cung cấp quân sự đang gây tổn hại cho Ukraine trên chiến trường và Mạc tư Khoa đạt được thắng lợi về mặt lãnh thổ. Các nhà lãnh đạo đã đến thăm phi trường Hostomel, nơi diễn ra trận chiến ác liệt vào đầu cuộc xâm lăng khi Nga cố gắng điều lính dù đến để chiếm thủ đô Kiev cách đó vài cây số. Ông Volodymyr Zelenskiy, TT Ukraine, đã trao cho các nhà lãnh đạo phương Tây cái ôm nồng ấm và phát biểu trên truyền hình trước cảnh nền là chiếc máy bay bị bắn hạ. Bên ngoài Kiev, cuộc chiến vẫn tiếp diễn và không hề có dấu hiệu suy giảm. Thống đốc khu vực xác nhận máy bay không người lái của Nga đã tấn công cảng Odessa trong đêm thứ hai, tấn công một tòa nhà dân cư, làm một người thiệt mạng. Ở Dnipro, một máy bay không người lái của Nga đã tấn công một tòa nhà chung cư và hoạt động giải cứu đã phát hiện ra hai người thiệt mạng.

Tổ chức Bác Sĩ Không Biên Giới chỉ trích Hoa Kỳ về cuộc chiến Gaza

Người đứng đầu Médecins Sans Frontières (Bác sĩ không biên giới) vào hôm 22/2/2024 vừa thông báo với Hội đồng Bảo an LHQ rằng các đội y tế ở Dải Gaza đã nghĩ ra một từ viết tắt mới: WCNSF – đứa trẻ bị thương, không còn gia đình sống sót. Reuters cho hay ông Christopher Lockyear, Tổng thư ký quốc tế MSF, nói với Hội đồng gồm 15 thành viên rằng "những đứa trẻ sống sót sau cuộc chiến này sẽ không chỉ phải chịu những vết thương hữu hình vì chấn thương mà còn cả những vết thương vô hình". Ông Lockyear đã chỉ trích Hoa Kỳ, nói rằng ông rất kinh hoàng vì Hoa Kỳ đã nhiều lần sử dụng quyền phủ quyết để ngăn chặn Hội đồng yêu cầu lệnh đình chiến nhân đạo ngay lập tức trong cuộc chiến giữa Do Thái và các chiến binh Hamas ở Gaza. Hoa Kỳ đã phủ quyết ba nghị quyết của Hội đồng Bảo an LHQ kể từ khi cuộc giao tranh hiện nay bắt đầu vào ngày 7 tháng 10/2023, gần đây nhất là ngăn chặn yêu cầu đình chiến nhân đạo ngay lập tức vào hôm 20/2/2024. Thay vào đó, họ đã thúc đẩy Hội đồng kêu gọi đình chiến tạm thời để trả tự do cho các con tin bị Hamas giam giữ. Hoa Kỳ lo ngại rằng dự thảo nghị quyết mà họ phủ quyết vào hôm 20/2/2024, có thể hủy hoại các cuộc đàm phán giữa Hoa Kỳ, Ai Cập, Do Thái và Qatar. Bốn nước này đang tìm cách làm trung gian cho thỏa thuận đình chiến trong sáu tuần và việc trả tự do cho con tin. ∎

TIN VIỆT NAM

Quảng Trực phụ trách

VN nhập cảng gạo lứt từ Ấn Độ để tái xuất cảng

Các nguồn tin thương mại và chính phủ cho biết Việt Nam vừa nhập cảng gạo lứt từ Ấn Độ, lần đầu tiên sau nhiều thập niên, để chế biến và xuất cảng loại gạo trắng tinh chế, khi Hà Nội cố gắng tận dụng nhu cầu toàn cầu mạnh mẽ cho mặt hàng chủ lực này. Các nguồn tin nói Việt Nam, nước xuất cảng gạo lớn thứ ba thế giới, đã nhập cảng ít nhất 200.000 tấn gạo lứt từ Ấn Độ trong khoảng thời gian từ tháng 12/2023 đến tháng 2/2024. Reuters cho hay Việt Nam đang nhận được nhiều đơn hàng xuất cảng gạo sau khi Ấn Độ, nước xuất cảng lớn nhất thế giới, áp đặt lệnh cấm xuất cảng gạo trắng vào năm 2023. Các chuyến hàng xuất cảng gạo từ Việt Nam đã tăng lên mức kỷ lục 8,3 triệu tấn vào năm 2023. Một nhà xuất cảng ở thành phố Kolkata miền đông Ấn Độ cho biết lượng xuất cảng tăng mạnh đã làm suy giảm lượng tồn kho tại Việt Nam, nhưng nước này vẫn quyết tâm đáp ứng nhu cầu toàn cầu đang gia tăng. Ông nói vì Việt Nam không bán thóc để xay nên một số thương gia đã nhập cảng gạo lứt từ Ấn Độ và kiếm được lợi nhuận tốt bằng việc chế biến và xuất cảng gạo. Không lâu sau đó, các thương gia khác cũng đưa ra hành động tương tự. Các nguồn tin nói trong khi gạo lứt trấu của Ấn Độ được chào giá khoảng 500 Mỹ kim/tấn theo cơ sở free-on-board (FOB) tại bờ đông, các đại lý Việt Nam đã bán loại gạo đã đánh bóng với giá hơn 600 Mỹ kim/tấn.

Nhà cầm quyền cs ở Thành Hồ muốn vay Ngân hàng Thế giới 350 triệu Mỹ kim để làm dự án chống ngập thứ 2

Ban cai quản dự án đầu tư xây dựng hạ tầng đô thị tại Thành Hồ vừa gửi tờ trình lên nhà cầm quyền thành phố, đề nghị làm dự án chống ngập cho khu Đông Thành Hồ là thành phố Thủ Đức, với tổng số vốn 430 triệu Mỹ kim, tương đương hơn 9.900 tỷ đồng. Để có tiền thực hiện dự án, Ban cai quản dự án đầu tư xây dựng hạ tầng đô thị đề nghị vay Ngân hàng Thế giới 350 triệu Mỹ kim để đầu tư các hạng mục thuộc hợp phần một và hai, số tiền còn lại thì sử dụng vốn đối ứng trong nước. Nếu dự án được thông qua, thì kế hoạch triển khai sẽ nằm trong thời gian từ năm 2026 đến 2030. Dự án có thể mang lại lợi ích trực tiếp cho khoảng 360.000 người ở khu Gò Dưa cùng 1,5 triệu người trên địa bàn. Trước đó, vào tháng 1/2024 vừa qua, nhà cầm quyền thành phố cũng đã đề nghị Thủ tướng cs và các cơ quan liên quan dùng nguồn vốn vay từ Ngân hàng Thế giới để triển khai trong thời gian tới. Nếu dự án trên được thi hành thì nó sẽ là dự án chống ngập 10.000 tỷ thứ 2 ở Thành Hồ. Trong khi dự án chống ngập 10.000 tỷ thứ nhất được khởi công từ năm 2015, dự trù là năm 2022 sẽ hoàn thành. Tuy nhiên, đến nay đã gần 9 năm trôi qua mà dự án vẫn còn dang dở. Còn những người dân sống bên cạnh dự án thì khốn khổ vì dự án đã làm cho tình trạng ngập thêm nặng nề.

Blogger Nguyễn Chí Tuyến bị bắt & nhà báo Nguyễn Vũ Bình bị triệu tập

Nguồn tin trong nước cho biết Cơ quan An ninh điều tra công an Hà Nội đang khám nhà của anh Nguyễn Chí Tuyến, và anh Tuyến bị bắt với cáo buộc vi phạm điều 117- bộ luật hình sự "Tuyên truyền thông tin, tài liệu, vật phẩm nhằm chống Nhà nước CHXHCN Việt Nam". Anh Nguyễn Chí Tuyến, sinh năm 1974, còn được biết đến với cái tên Anh Chí, là một trong những thành viên sáng lập của nhóm No-U Hà Nội (phản đối đường lưỡi bò của Bắc Kinh ở Biển Đông). Nguyễn Chí Tuyến -một nhà hoạt động nhân quyền khiêm nhường, nhiệt thành, quả cảm và là một cây bút sâu sắc nhưng không kém phần hài hước. Nhiều năm trước, anh Tuyến lập chương trình Youtube mang tên "Anh Chí Râu Đen", bình luận về các vấn đề xã hội, chính trị nổi cộm của Việt Nam, thu hút gần 100.000 người ghi tên theo dõi. Anh đã tạm dừng kênh này khoảng hai năm trước và lập chương trình Youtube AC Media tập trung đưa tin, bình luận về cuộc xâm lược của Nga ở Ukraine. Trong một diễn biến khác, nhà báo, cựu tù nhân lương tâm Nguyễn Vũ Bình bị bắt lên cơ quan công an làm việc. Theo thông tin từ chị của ông Bình, công an đã khám nhà và dẫn em bà đi luôn. Bà không nhớ rõ ông Bình bị cáo buộc theo điều luật nào, nhưng thấy họ cầm 2 tờ giấy và đọc xong thì đưa ông Bình đi. Công an đã thu giữ của ông Bình một máy vi tính, một máy in, hai điện thoại, và 5 cuốn sách bìa màu vàng. Khi nghe ông Bình nói "lần này họ bắt em luôn rồi", thì bà vừa run, vừa gói thêm một ít quần áo, và đồ dùng cá nhân đưa cho em mình. Được biết, ông Bình tốt nghiệp khoa Kinh tế Chính trị, trường Đại học Tổng hợp Hà Nội. Sau khi ra trường, ông có gần 10 năm làm việc tại Tạp chí Cộng Sản dưới thời gian Nguyễn Phú Trọng làm Tổng biên tập của tạp chí. Vào ngày 2 tháng 9 năm 2000, ông Bình làm đơn xin thành lập đảng Tự do-Dân chủ, đồng thời làm đơn nghỉ việc tại Tạp chí Cs. Hai năm sau thì ông Bình bị bắt, và bị kết án 7 năm tù giam, nhưng chỉ ngồi tù 5 năm vì được đặc xá. Ông Bình đã hai lần được Tổ chức Quan sát Nhân quyền trao giải Hellman-Hammett vào năm 2002 và 2007. Ông cũng là Hội viên danh dự của tổ chức Văn bút Quốc tế.

Giao cho công ty trồng rừng nhưng họ lại quay sang phá gần 2.000 ha rừng

Từ năm 2009 và 2010, Ủy ban tỉnh Đắk Nông đã giao hơn 1.500 ha. đất có rừng và hàng trăm ha. đất không có rừng cho các công ty giữ rừng, và trồng rừng, nhưng đến 1/3/2024 khi kiểm tra thì nhiều diện tích rừng đã bị phá, có công ty không trồng được cây nào, còn lấn chiếm thêm đất rừng. Điển hình là công ty trách nhiệm hữu hạn Khai thác khoáng sản Đắk Nông ở huyện Đắk R'lấp được giao cho bảo vệ hơn 204 ha. rừng, và trồng hơn 300 ha rừng. Nhưng đến năm 2023, Đoàn kiểm tra đã kết luận, công ty này không trồng được một cây nào, ngược lại còn làm mất hơn 80 ha. rừng, để 145 ha. đất bị lấn chiếm trái phép, và nợ hơn 4 tỷ đồng tiền thuế. Hoặc một công ty khác vào năm 2010, được Ủy ban tỉnh Đắk Nông giao cho cai quản 653,2 ha. rừng tự nhiên, và 244,9 ha. đất không có rừng. Nhưng đến năm 2017, Thanh tra Sở Tài nguyên và môi trường tỉnh kiểm tra thì phát hiện hơn một nửa diện tích rừng đã bị "biến mất", và 373,2 ha. rừng, đất lâm nghiệp bị lấn chiếm. Đây chỉ là 2 trong 15 dự án giữ rừng và trồng rừng của tỉnh Đắk Nông. Và kết quả của các dự án là, có hơn 1,912 rừng đã biến mất, tổng diện tích rừng và đất rừng bị lấn chiếm là khoảng 3,500 ha. Trước sự việc trên, Ủy ban tỉnh Đắk Nông đã ra văn bản yêu cầu các công ty bồi thường thiệt hại. Nhưng hầu hết các công ty không chấp hành.

Cột mốc biên giới bị cuốn trôi 3 năm nhưng vẫn chưa được sửa chữa

Bộ chỉ huy Bộ đội biên phòng tỉnh Quảng Trị đã gửi văn bản lên tỉnh này để đề nghị Chính phủ cs sớm thực hiện sửa chữa 2 mốc quốc giới, và thống nhất với Lào để xây dựng lại một mốc quốc giới ở vị trí mới. Theo Biên phòng Quảng Trị, đợt mưa lũ cuối tháng 10/2020, nhiều cột mốc giữa biên giới tỉnh Quảng Trị và tỉnh Savannakhet làm bị sạt lở, sụt lún. Thậm chí, cột mốc số 585 nằm cạnh sông Sê Băng Hiêng bị nước lũ làm đổ nghiêng, dịch chuyển khỏi vị trí ban đầu khoảng 1,1 mét. Cột mốc số 606, nằm ở bờ sông biên giới Ê Pôn đã bị sạt so với trước 16 mét, và còn cách chân sân mốc khoảng 4 mét. Cột mốc số 607, bờ sông biên giới Sê Pôn sạt vào khoảng 38 mét, và cách chân mốc khoảng 10 mét. Những năm tiếp theo, tình trạng sạt lở bờ sông vẫn tiếp diễn, ảnh hưởng đến hiện trạng của đường biên giới trên sông giữa hai nước Việt Nam và Lào, khi các cột mốc bị thay đổi vị trí. Chỉ huy trưởng Biên phòng Quảng Trị cho biết, dự án sửa chữa sân mốc, và kè chống sạt lở cột mốc biên giới đã được các cơ quan có thẩm quyền của hai nước thống nhất, nhưng mãi không thấy triển khai. Theo ông Phương, nếu không xây dựng kịp thời thì nguy cơ sập cột mốc rất cao. Đây là việc làm rất cần thiết để bảo đảm sự bền vững, lâu dài của cột mốc và giữ nguyên trạng, ổn định hệ thống đường biên giới hai nước. ∎

Thơ Tùy Anh
ĐI NHẶT HẠNH LÀNH
Thơ dâng Mẹ trong cõi hư vô

Con đi nhặt chút hạnh lành
Gom thêm công đức nghiêm hành tu thân.

Xa rồi một cõi phong vân
Một đời phiêu bạt, bao lần đổi thay
Ngậm ngùi giọt lệ vơi đầy
Xót xa vận nước đắng cay phận người
Ba Mươi Tháng Tư không nguôi
Bao nhiêu tủi nhục biết đời nào quên?

Con đi tìm khắp mọi miền
Gom thêm ân tứ hóa duyên vào đời.

Dù đời bầm giập nổi trôi
Cũng mang ân phước cho người an vui.
Triều dâng biển cũng lặng thôi
Đạo - Đời tương tác thành đôi tương phùng
Cho dù vạn pháp vô chung
Cũng từ vô thỉ vô cùng uyên nguyên.

Con đi tìm chút nhân duyên
Cho tròn một niệm trên miền Sắc – Không.
Ươm cây thân ái bao dung
Nghìn năm khởi sắc trổ bông Ưu Đàm
Gốc Vô Ưu nảy từ tâm
Kinh Hoa Nghiêm thoảng hương trầm độ sanh.

Con đi nhặt chút hạnh lành
Cho thân-tâm-ý sớm thành viên dung…

Tùy Anh

Thơ Tôn Nữ Mỹ Hạnh
CHÙA LÁ SEN*

Đi vào mùa nước nổi
Về thăm chùa Lá Sen
Giữa không gian thanh tịnh
Tiếng chuông chùa chiều ngân.

Trên hố bom ngày nào
Hồ sen xanh bát ngát
Lá như nón quai thao
Cô gái làng Quan họ.

Điểm xuyết từng đóa hoa
Trắng hồng rồi tím thẫm
Thấm ngọt hạt phù sa
Tinh khôi cùng sương sớm.

Những cụ rùa trăm tuổi
Quy y nghe kệ kinh
Hạc về từ hướng núi
Cùng là vật thông linh.

Ngắm nhìn loài sen lạ
Bốn mùa không đổi thay
An nhiên niềm tục lụy
Xin giữ lòng thẳng ngay.

Tôn Nữ Mỹ Hạnh

*Chùa Lá Sen: Tên gọi của Chùa Phước Kiển thuộc xã Hòa Tân huyện Châu Thành tỉnh Đồng Tháp

THÀNH KÍNH PHÂN ƯU

Vô cùng thương tiếc

Phật Tử NGUY THỊ CHÍN (THỬ)
Pháp danh: Diệu Phẩm
Sinh ngày: 24.07.1966 tại Long An Việt Nam
Mất ngày: 01.11.2023 lúc 4 giờ sáng,
nhằm ngày 18.09 năm Quý Mão
tại Hannover, Đức quốc.
Hưởng dương 57 tuổi
Tang lễ cử hành ngày 11.11.2023
tại Hannover

Chúng tôi chân thành chia buồn cùng gia đình tang quyến, xin cầu nguyện Hương linh NGUY THỊ CHÍN (THỬ) vãng sanh miền Cực Lạc.

- Phạm Muội
- Phạm Huệ Châu
- Phạm Huê
- Phạm Ngọc Diệp
- Chị em Phạm Tuyết Mụi, Tuyết Hoa
- Gđ. Lý Lệ Liên
- Gđ. Lý Lệ Nga
- Gđ. Mợ Năm (Trần Xó)
- Gđ. Tôn Thọ Đường
- Gđ. Nhân Đức Đường
- Gđ. Chua (Khiêm)

Thành thật chia buồn

hộp thư Viên Giác

Trong thời gian qua VIÊN GIÁC đã nhận được những thư từ, tin tức, tài liệu, bài vở, kinh sách, báo chí của các Tổ Chức, Hội Đoàn, Tôn Giáo và các Văn Thi Hữu khắp các nơi gửi đến.

* THƯ TÍN

- **Đức**: HT Thích Như Điển, Thị Tâm Ngô Văn Phát, Từ Hùng Trần Phong Lưu, Đại Nguyên, Hoa Lan, Nguyễn Minh Hoàng, Nguyễn Song Anh, Tịnh Ý, Nguyên Hạnh, Thi Thi Hồng Ngọc, Đỗ Trường, Nguyễn Hữu Huấn.

- **Pháp**: Hoang Phong, Chúc Thanh.
- **Thụy Sĩ**: Trần Thị Nhật Hưng, Song Thư, Vũ Ngọc Ruẩn.
- **Ý**: Huỳnh Ngọc Nga, Trương Văn Dân.
- **Hoa Kỳ**: Diệu Minh Tuệ Nga, Lâm Minh Anh, Thu Hoài, Thylanthao, Nguyễn Thị Thanh Dương, Lê Hoàng, Đồng Thiện.
- **Canada**: Thái Công Tụng.
- **Úc Châu**: Quảng Trực Trần Viết Dung.
- **Việt Nam**: Tịnh Bình, Nguyễn An Bình.

* THƯ & SÁCH BÁO

- **Đức**: Tibet & Buddhismus Nr. 129. D+C – E+Z 01/2024. Buddhismus aktuell 1/2024.
- **Pháp**: Bản Tin Khánh Anh số 139.
- **Thụy Sĩ**: Mục Vụ số 419 & 420.
- **Úc Châu**: Pháp Bảo số 109.

Thơ Nguyễn Minh Hoàng
GIÓ LOẠN

Chiều nay gió loạn ta trở lại
Em có bên bờ đứng ngóng trông
Em có còn như năm tháng cũ
Hay nghìn thu đã bước sang sông

Hay nghìn thu đã bước sang sông
Gió bụi mưa hồng thay mắt trong
Mây giăng giăng phủ ngang đầu núi
Biển động trong lòng em biết không

Ta trở về đây trong khói lửa
Bước nhẹ trên đường buổi tiễn đưa
Hoa lá lặng im không nói nữa
Cỏ cây hoang dại tự bao giờ

Lối nhỏ nhà em nay khuất lấp
Chiếc cầu xưa cũ đã rêu phong
Chiếc cầu hò hẹn xưa còn đó
Bên bờ ta đứng ngỡ ngàng trông

Sóng biếc sông xanh sao vắng bóng
Em cười, em nói ở bên anh
Từng dòng lệ chảy tan mặt nước
Ta hét vang trời dậy núi sông
Em ở nơi nào, em có biết
Gió đâu vắng lặng chẳng tin về

Nguyễn Minh Hoàng

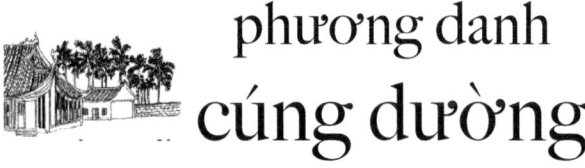
phương danh cúng dường

(Tính đến ngày 29.02.2024)

Trong thời gian gần đây, Chùa Viên Giác có nhận được tiền của quý Đạo Hữu gửi bằng cách chuyển qua Ngân Hàng hay bằng Bưu Phiếu, nhưng không ghi rõ mục đích. Thí dụ như Cúng Dường, Tu Bổ Chùa, Ấn Tống Kinh, Pháp Bảo v.v...

Ngoài ra có Đạo Hữu nhờ người khác đứng tên chuyển tiền nhưng không rõ chuyển tiền giùm cho ai để Cúng Dường hoặc thanh toán vấn đề gì. Do đó khi nhận được tiền, Chùa không thể nào ghi vào sổ sách được. Để tránh những trở ngại nêu trên, kính xin quý Đạo Hữu khi chuyển tiền hoặc gửi tiền về Chùa nhớ ghi rõ *Họ & Tên, địa chỉ đầy đủ và mục đích* để Chùa tiện ghi vào sổ sách. Ngoài ra khi quý vị xem Phương Danh Cúng Dường xin đọc phần trên cùng là tính đến ngày?... tháng?.... để biết rằng tiền đã chuyển đi ngày nào và tại sao chưa có tên trong danh sách.

Chùa có số Konto mới và Tu Viện Viên Đức cũng đã có số Konto (xin xem phía sau). Kính xin quý vị thông cảm cho. Thành thật cám ơn quý Đạo Hữu.

Danh sách PDCD chúng tôi xin phép chỉ ghi một lần chữ **ĐH** (Đạo Hữu) ở bên trên.

TAM BẢO

ĐH. Ai Linh Zuidema 50€. An Hạnh Tú Đinh Thị Việt Anh 50€. Au Qun Yi 50€. Bhante Sukhacittto 2150€. Blumenthal 60€. Bùi Hải Băng 20€. Bùi Quỳnh Trang 20€. Bùi Thanh Hòa 50€. Bùi Thị Hoa 50€. Bùi Thị Hương 50€. Bùi Thị Mỹ Linh 20€. Bùi Thị Thanh Xuân 10€. Bùi Thị Thư 10€. Bùi Thị Thu Hồng 20€. Bùi Thị Thu Trang & Erik Hille 50€. Bùi Văn Khai 50€. Bùi Văn Khái 50€. Cam Thị Tanzel 10€. Cao Hải Huyền 20€. Cao Thị Cúc 20€. Cao Thị Năm 20€. Chan Judy 30€. Chênh Sui Cú 50€. Chi Thanh Leuchtweis 200€. Chí Thành Nguyễn Ngọc Đức 50€. Chu Thị Thu Trang 20€. Chung Thái An 30€. Đàm Thị Hoàng Lan 10€. Đặng Minh Hương 10€. Đặng Thị Hồng 10€. Đặng Thị Thanh Phụng & Phan Văn Thanh 200€. Đặng Tiến Dũng 20€. Đặng Văn Lương 20€. Đào Kim Quyến 20€. Đào Quang Sự 10€. Đào Thị Hiền 40€. Đào Thị Huệ 80€. Đào Thị Huyền 20€. Đào Thị Thu Hồng 30€. Đào Thu Thoa 20€. Đào Thúy Trang 20€. Diệu Hòa Đặng Túy Khanh, Đặng Văn Liêm & Giác Phước Ngô Tuyết Trị 20€. Diệu Liên Phạm Diệu Hoa 50€. Diệu Loan Đinh Thị Phượng 70€. Diệu Ngọc 20€. Diệu Phương Huỳnh Thị Ngọc Châu 200€. Diệu Trí Huỳnh Thị Ngọc Hà 50€. Đinh Thị Hồng Liên 20€. Đinh Thị Mỹ Linh 10€. Đinh Thị Ngọc Minh 47,50€. Đỗ Đình Bình (Hạnh Định) 1.575€. Đỗ Hoài Nam 50€. Đỗ Khang Tony 55€. Đỗ Thị Nghĩa 50€. Đỗ Thị Thu Hằng 20€. Đoàn Thanh Tùng 20€. Doãn Thị Hoa 50€. Đoàn Thị Huệ 100€. Doãn Thị Thanh Bình 30€. Đồng An Lê Minh Hà 30€. Đồng An Trần Thị A 100€. Đồng Bạch Nguyễn Thị Liên 50€. Đồng Bảo Trần Tuấn Anh 20€. Đồng Bình Hải Yến & Đồng Đồng Yến Nhi 10€. Đồng Giới Nguyễn Lan Hương 20€. Đồng Huệ Kim Sinh 50€. Đồng Hùng Nguyễn Hữu Hùng 60€. Đồng Kim Nguyễn Thị Thu Hà 100€. Đồng Tánh Lee Luc Nhan Khanh 20€. Đồng Thành Dương Minh Chí 150€. Dr. Heidrun Schnieder (Lakshman Dharmanatne) 30€. Dr. Katja Tietjen (Lakshman Dharmaratne) 15€. Dr. Thoại-Đào-Trang 108€. Đức Khúc Trọng 500€ HHHL Nguyễn Mạnh Hùng. Dương Thị Thu Thủy 50€. Đồng Tâm & Thị Dũng 50€. Eddie Luong 100€. Fam. Trần Diễm Hà & Tiêu Thanh Long 20€. Fam. Do 20€. Fam. Đồng Đạt Lê Ngọc Thành 50€. Fam. Hữu Nguyễn 20€. Fam. Lê Văn Danh 50€ HHHL YT Lê Hoàng Dương. Fam. Lim 20€. Fam. Nguyễn 20€. Fam. Reins & Nguyễn 20€. Fam. Ta 10€. Fam. Vũ & Nguyễn 50€. Fam. Vũ Xuân Quý & Bùi Thị Kim Thân 10€. Friedrich Linh Thị Hồng 40€. Gđ. Bùi Sĩ Nghĩa & Vũ Hương Giang và các con 50€. Gđ. Đặng Lâm Quang & Ngọc Cẩn Trần Thị Lan 100€. Gđ. Diệu Hòa Trần Thị Hiền & Dennis Strohmann 120€. Gđ. Diệu Tâm Hỷ 100€. Gđ. Đồng Tâm 20€. Gđ. Hoàng Kim Tuấn 20€. Gđ. Hùng Sơn Văn 110€. Gđ. Huỳnh Bạch Yến 100€. Gđ. Lê Thị Dân & Phan Ngọc Lâm 50€ Hồi hướng cho cha mẹ. Gđ. Ngọc Cẩn Trần Thị Lan 150€. Gđ. Nguyễn Cúc Mai, Nguyễn Hữu Tính, Nguyễn Đình An & Nguyễn Hoài Nam và Kim 20€. Gđ. Nguyễn Thái Bạch Hồng, Nguyễn Thái Bạch Đào & Nguyễn Thái Bạch Mai 50€. Gđ. Phạm Đình Dự 100€. Gđ. Phùng Văn 150€. Gđ. Pt Diệu Âm 100€. Gđ. Pt Đồng Đức 50€. Gđ. Pt Nhuận Toàn Phan Quốc Tuấn 20€. Gđ. Pt Phạm Hữu Quang & Lâm Thị Hải Yến và Phạm Quang An 20€. Gđ. Sư Cô Hạnh Ân 200€. Gđ. Tâm Hiếu Huỳnh Nhã Nghi & John De La Cruz - Gđ. Minh Anh Huỳnh Chí Hào & Wiebke Wendelino và em gái Huỳnh Quân Nghi 100€ HHHL Ông Bà Ngoại. Gđ. Tâm Phượng 50€. Gđ. Thanh Hợp 20€. Gđ. Thiện Hà 100€. Gđ. Thiện Hạnh Trần Thị Xuân 200€. Gđ. Thiện Hảo 100€. Gđ. Thiện Học 100€. Gđ. Thiện Vinh & Thiện Quý 50€. Gđ. Trịnh Đức Thông 20€. Gđ. Vạn Phụng Đinh Thị Loan & Vạn Thiện Nguyễn Lâm Sơn Tùng và Vạn Thành Lâm Đức Đạt Max 50€. Gđ. Vũ Hồng Minh 71€. Gđ. Vũ Tuấn Anh & Trần Thị Thu Thủy 50€. Gđ. Đồng Trí Vũ Văn Thắng 500€. Gia Nghi Hồng 100€ HHHL Chu La Long. Hà Lia An Chi 50€. Hằng Thúy-Kraft 30€. Hans-Ludolf Parisius Gertraud Parisius Lakshman Dhar. 20€. Herrfurh Thị Kim Dung 20€. Herwardwig Lakshman Dharmaratne 100€. HHHL Đỗ Khắc Nghị Pd Chúc Tịnh 300€. HL Diệu Phẩm Ngụy Thị Chín (Thứ) 40€. HL Lê Vinh Thiện 20€. Hồ Mỹ Linh 20€. Hồ Quang Dũng 15€. Hoàng Minh Tuấn 100€. Hoàng Thị Thu Thảo 50€. Hoàng Tuấn Kiệt 2.000€. Hồng Ngọc Phương 100€. Hopfe Minh Dung 20€. Hứa Mỹ Hiền 60€. Huệ Thiện Kha Ngọc Nga 100€. Hugo Cardenas Krenz 250€. Huiping Ernsting Lo 10€. Hung Tu Dinh 10€. Ingela Riechers (Lakshman Dharmaratne) 30€. Johannes Zuidema 100€. Khemporn Theissen 20€. Kim Dung Pd Đồng Hạnh 10€. Krüger Kim Dung 5€. La Hoan 50€. Lã Thị Mai Loan 50€. Lại Thị Hạnh 200€. Lakshman Dharmaratne 300€. Lakshman Dharmratne (Rudiger & Gisela Queckenstetdt) 50€. Lâm Hải Lộc 50€. Lê Chí Dũng 50€ HHHL Tâm Lực Lê Chí Hùng. Lê Duy Hòa 50€. Lê Hồng Sơn 50€. Lê Quốc Hội 20€. Lê Thị Bích Châu 100€. Lê Thị Huyền 50€. Lê Thị Kim Hoa 20€. Lê Thị Ngọc 10€. Lê Thị Thơ 20€. Lê Thị Thu Dung 50€. Lê Thị Thúy Hằng 30€. Lê Thị Tuyết 20€. Lê Thị Vân 10€. Lê Thị Xuyến 100€. Lê Văn Hoan 20€. Lê Thị Tính 20€. Lê-Vũ Hoàng Nam 20€. Ling Quan Cheng 60€. Linh Luchter 10€. Lkshman Dharmaratne 100€. Lôi Thị Thu Cúc 50€ cầu an gia đình. Long & Hà 50€. Lương Thị Phước 50€. Lương Thị Thương 10€. Lý Jolina Phụng Vi 5€. Lý Thị Bạch Tuyết 30€. Mai Diệu Hồng 40€. Mai Huyền Sandra Pd Đồng Ngân 50€. Mai Thanh Hà 20€. Mai Thị Oanh 30€. Mai Văn Tuấn 50€. Melone 20€. N.H. Ho eo D.V.A. Ho-Ngo 50€. Natteen Zedo 20€. Nghiêm Phú Tiến 50€. Ngô Đức Quý & Nguyễn Thị Thúy Hải 200€. Ngô Lan Hương 10€. Ngô Quang Diễm Phi 30€. Ngô Văn Thuận & Nguyễn Thị Thanh Hồng 40€. Ngu Anh Vinh 50€. Nguyễn Anh Ngọc 30€. Nguyễn Anh Vũ & Anh Thư 20€. Nguyễn Chí Hà 20€. Nguyễn Đức Phú 50€. Nguyễn Đức Tâm 20€. Nguyễn Đức Tuấn 50€. Nguyễn Duy Huy 20€. Nguyễn Duy Thái 20€. Nguyễn Hải Biên 35€. Nguyễn Hoàng Hà 40€. Nguyễn Hồng Anh 20€. Nguyễn Hồng Ngân 30€. Nguyễn Hồng Ngọc 100€. Nguyễn Hồng Nhung 60€. Nguyễn Hồng Sơn 100€. Nguyễn Hồng Thái 20€. Nguyễn Hồng Thu 5€. Nguyễn Hữu Hùng 40€. Nguyễn Hữu Hùng & Mai Thị Huyền 90€. Nguyễn Hữu Minh 40€. Nguyễn Huyền Ngọc 50€. Nguyễn Kim 10€. Nguyễn Minh Đức 30€.

Nguyễn Minh Nga 10€. Nguyễn Minh Tường 50€. Nguyễn Ngọc Anh 50€. Nguyễn Ngọc Diệp 20€. Nguyễn Phước Hạ Uyên 40€. Nguyễn Phước Hải 20€. Nguyễn Phương Anh 30€. Nguyễn Quang Linh 10€. Nguyễn Quốc Hùng 50€. Nguyễn Quý Hạnh 30€. Nguyễn Thạch & Đỗ Thị Hồng 20€. Nguyễn Thanh Thúy 50€. Nguyễn Thế Cường & Trịnh Ánh Linh và Nguyễn Phú Quý 20€. Nguyễn Thị Bích Liên 30€. Nguyễn Thị Cẩm 20€. Nguyễn Thị Cẩm Anh 20€. Nguyễn Thị Hà 20€. Nguyễn Thị Hai 20€. Nguyễn Thị Hải Yến 20€. Nguyễn Thị Hạnh 30€. Nguyễn Thị Hinh 20€. Nguyễn Thị Hoa 20€. Nguyễn Thị Hoài 20€. Nguyễn Thị Hoàng Anh 20€. Nguyễn Thị Hồng Anh 250€. Nguyễn Thị Hồng Nga 20€. Nguyễn Thị Hường 30€. Nguyễn Thị Hương Thu 30€. Nguyễn Thị Khay 60€. Nguyễn Thị Kim Lan 50€. Nguyễn Thị Lan Hương 50€. Nguyễn Thị Liên 20€. Nguyễn Thị Liễu 20€. Nguyễn Thị Lương 50€. Nguyễn Thị Mai Lan 50€. Nguyễn Thị Minh Cảnh 10€. Nguyễn Thị Ngân 10€. Nguyễn Thị Ngọc Ánh & Nguyễn Tuấn Tùng 50€. Nguyễn Thị Ngọc Anh (Thiện Bảo & Thiện Tiên) 200€. Nguyễn Thị Thanh 10€. Nguyễn Thị Thanh Hương 50€. Nguyễn Thị Thập 20€. Nguyễn Thị Thu Thủy 100€. Nguyễn Thị Thu Trang 30€. Nguyễn Thị Thúy 40€. Nguyễn Thị Thủy 40€. Nguyễn Thị Thủy Chung 10€. Nguyễn Thị Thùy Trang 10€. Nguyễn Thị Toàn 10€. Nguyễn Thị Trai 20€. Nguyễn Thị Tuyết Nhung 25€. Nguyễn Thị Xuân Hạnh 50€. Nguyễn Thị Xuân Minh 15€. Nguyễn Thu Hiền & Philip Zheng 20€. Nguyễn Thu Hương 20€. Nguyễn Thu Trang 20€. Nguyễn Thúy Chiến 20€. Nguyễn Thúy Ngàn 20€. Nguyễn Tiến Phong 40€. Nguyễn Trần Hùng 20€. Nguyễn Tri Thiện 10€. Nguyễn Trọng Bình Pd Quang Thiện Thủy 20€. Nguyễn Trọng Hiền 300€. Nguyễn Trụ 50€. Nguyễn Trung Hiển 50€. Nguyễn Văn Dũng 10€. Nguyễn Văn Hoa 30€. Nguyễn Văn Hùng 10€. Nguyễn Văn Minh 100€. Nguyễn Văn Nhu 50€. Nguyễn Văn Quyết 50€. Nguyễn Việt Anh & Vũ Thị Thu Hoài 200€. Nguyễn Vũ Thanh Huyền 15€. Nguyễn Thị Thanh 30€. Nhữ Thị Nguyệt 50€. Nhuận An Đặng Thị Kim Loan 100€. Phạm Đức Hiếu 20€. Phạm Đức Thọ 10€. Phạm Đức Tùng 100€. Phạm Hồng Mai, Nguyễn Mạnh Hùng, Nguyễn Thu Hiền & Phạm Duy Hưng 30€. Phạm Kim Thúy & Huỳnh Minh Tâm 35€. Phạm Lan Hương 50€. Phạm Mạnh Hoàn 50€. Phạm Mạnh Hùng 50€. Phạm Minh Hoàng 20€. Phạm Thanh 10€. Phạm Thị Bích Ngọc 50€. Phạm Thị Hoa 55€. Phạm Thị Kim Hương 250€. Phạm Thị Phong 10€. Phạm Thị Quyên 20€. Phạm Thị Thu Hiền 40€. Phạm Thị Thu Trang 50€. Phạm Văn Hùng 50€. Phan Quan 50€. Phùng Ngọc Tuấn 20€. Phùng Thị Hiền 10€. Phùng Thị Vân Anh & Nguyễn Nhân Tâm 20€. Pt. Đồng Ngọc Cát Tường 10€. Quản Thị Nhuận 30€. Quang Thiện Thủy Nguyễn Trọng Bình 20€. Sandra Huyền Mai Pd Đồng Ngân 125€. Sarah Lê Bình Lương 20€. Sơn Nguyên 544,37€. Sumitra 10€. Susanne Duensing-Ladewig Lakshman Dharmaratne 100€. Sylvia Hooss (Lakshmann Dharmaratne) 30€. Thị Bích Lan Nguyễn-Erhart 50€. Thiện Đẳng Trần Trí Bình 30€. Thiện Đức 524€. Thiên Hiếu Komm-Larry Ngọc 50€. Thiện Nhơn Đặng Thị Chi 20€. Thiện Phú Lê Bích Lan 20€ HHHL Phạm Văn Cường. Thị Thu Hà Gille 30€. Tính Trúc & Tính Nghiêu 100€. Tô Quốc Tuấn 30€. Toan Nguyen 200€. Trần Thị Huệ 20€. Trần Hải Yến 20€. Trần Kinh Hưng 100€. Trần Ngọc Dũng 100€. Trần Nguyệt Bang 50€. Trần Như Ký 33€. Trần Quang Tuệ 20€. Trần Thanh Thủy 20€. Trần Thanh Tuyết & Thiện An Trần Thanh Quy 20€. Trần Thị Nga 20€. Trần Thị Nhuần 100€. Trần Thị Phương Thảo 10€. Trần Thị Quang 100€. Trần Thị Tài 25€. Trần Thị Thoa 20€. Trần Thị Thu Hằng 20€. Trần Thị Thúy Hà 30€. Trần Thị Việt Trinh 10€. Trần Thiện Thông 30€. Trần Thúy Hằng 50€. Trần Tú Anh 100€. Trần Văn Điệp 100€. Trần-Đỗ Thiên Trang 100€. Trần-Lý Ái Phương 50€. Trịnh Đức Thông 20€. Trịnh Hương Lan 40€. Trịnh Thị Ngân 20€. Trịnh Thu Hoàn 30€. Trịnh Văn Hi 40€. Trương Bảo Châu 10€. Trương Thị Lài 20€. Trương Thúy Hằng 10€. Từ Ngọc 120€. Ursula Sandmann Laksknan Dharmaratne 30€. Van William 20€. Võ Ngọc Hiền 20€. Võ Quang Châu 50€. Vũ Quỳnh Hoa 50€. Vũ Thanh Huyền 50€ HHHL Nguyễn Trọng Hiếu. Vũ Thị Hoa 20€. Vũ Thị Hoàng Yến Pd Hoa Xuân 50€. Vũ Thị Minh Thái 20€. Vũ Thị Thu Hương 50€. Vũ Thị Trang 50€. Vũ Thị Vui 60€. Vũ Trọng Nam 50€. Vũ Trọng Thử 20€. Vũ-Nguyễn Thị Ngọc Long 50€. Vương Văn Mạnh 100€. William Thai 100€. Yang Xi Tan 20€. Zeng Xiang Hui 10€. Hồng Du Oi (Aalen) 50€. Hoàng Lan & Thị Nụ (Alfeld) 20€. Fam. Lissner (Am Seelberg) 50€. Nguyễn Thị Hoan (Arnberg) 5€. Gđ. Phạm Phương Anh (Aschersleben) 40€. Nguyễn Xuân Tiến (Aurich) 20€. Fam. Lý (Bad Iburg) 20€. Nguyễn Thị Hà (Bad Navhien) 20€. Đỗ Thị Thúy Hà (Bad Oeynhausen) 50€. Gđ. Hoàng Hữu Long & Đỗ Thị Thúy Hà 100€. Gđ. Trần Quốc Khánh 50€. Hoàng Hữu Long 50€. Nguyễn Thị Hải Yến (Hànội/VN) (Bad Oldesloe) 10€. Nguyễn Thị Tình (Bad Pyrmont) 20€. Trịnh Minh Tân 20€. Fam. Kunde Marie Noelle (Bad Rehberg) 20€. Liêu Ngọc Trân (Bad Rothenfelde) 20€. Lê Thị Hồng (Bad Urach) 200€. Gđ. Lữ Phúc Trung (Barntrup) 50€. Ngô Thị Thức (Barsinghausen) 50€. Phan Thị Đức (Bebra) 10€. Moniche Jager (Benthe) 30€. Sommerfeld Leonika 40€. Marcel & Thị Mai Trang Schneiden (Bergen) 100€. Gđ. Pt Phan Quốc Thắng (Berlin) 70€. Gđ. Vũ Trọng Quy 20€. Lâm Thanh Minh 30€. Phạm Hiển Minh 20€. Lưu Hữu Hùng (Betzdorf) 20€. Nguyễn Thị Sinh 50€. Becker Phương Lan (Bielefeld) 20€. Diệu Hòa Mai Thị Dậu 30€. Gđ. Pt Huệ Lương Wittkowsky 20€. Lương Thị Hường 50€. Trương Thị Thúy 20€. Nguyễn Thị Xuân (Bohmte) 50€. Vũ Lan Phương (Bonn) 25€. Đoàn Thúy Hằng (Braunschweig) 20€. Nguyễn Thị Mai Hoa 20€. Nguyễn Thị Minh Trang 20€. Thị Hiền 50€. Trần Thị Hương 10€. Văn Hậu 20€. Chu Thị Lan (Bremen) 20€. Đỗ Diệp Mừng 50€. Đỗ Minh Đức 50€. Đoàn Thị Xuân 20€. Đồng Liên Nguyễn Thị Huệ 50€. Đồng Vân 20€. Gđ. Họ Trần 100€. Nghi & Thơm và Tùng Bảo 20€. Nguyễn Quang Quyết & Phạm Thị Duyên và Nguyễn Việt Anh 20€. Nguyễn Thị Thu Huyền 50€. Thiện Sa, Thiện Phụng & Phùng Linh 200€. Vinh, Phê & Việt Anh 20€. Fam. Ung Đức Tín (Bremerhaven) 200€. Jason Trọng Hiếu (Bremervörde) 20€. Nguyễn Thị Mai (Bremen) 20€. Nguyễn Thị Minh (Burg) 150€. Nguyễn Phương Loan (Burgdorf) 20€. Nguyễn Hiển (Canada) 21€. Bình Minh (Celle) 20€. Bùi Thị Thúy Hồng 50€. Đào Thị Huyền 20€. Lương Thị Thương 10€. Nguyễn Hồng Sơn 20€. Nguyễn Thị Hồng Diệp 20€. Vũ Thị Vân 50€. Vũ Minh Nghĩa (Chemnitz) 30€. Gđ. Doãn Khánh Toàn (Cloppenburg) 30€. Đinh Thị Bích Duyên (Delmenhorst) 20€. Gđ. Nguyễn Minh Hải & Nguyễn Thị Phượng 100€. Ngô Văn Trung 20€. Đinh Hồng Hạnh (Derselen) 20€. Trần Bảo An (Dessau-Roßlau) 20€. Chi Dung Le (Diepholz) 20€. Nguyễn Thu Hồng (Donaueschingen) 30€. Nguyễn Thị Thúy Nga (Dortmund) 50€. Đặng Thị Nga (Dreieich) 50€. Stefan Gross 80€. Trịnh Xuân Chiến & Đỗ Nguyệt Hằng (Dresden) 100€. Phạm Văn Việt & Trần Thị Mậu (Duderstadt) 30€. Nguyễn Thành Trung & Đào Diệu Linh (Düsseldorf) 30€. Đào Thị Hồng Nguyên (Edewecht) 50€. Trần Bích Hồng & Nguyễn Tuấn Anh 10€ (Einbeck) 10€ HHHL Cha Nguyễn Ngọc Giáp, Cha Trần Văn Thành, Mẹ Trần Thị Quý và Anh Trần Quốc Khánh. Nguyễn Hồng Nhung (Elmshorn) 10€. Nguyễn Chí Cương (Elsfleth) 40€. Hoàng Văn Nguyệt (Emden) 50€. Ngô Thị Hải & Trần Võ Tuấn 50€. Nguyễn Kiên Trung & Nguyễn Thị Xim 30€. Trần Võ Tuấn & Ngô Thị Hải 100€. Trần Thị Ánh Hồng (Erbach/ Odenwald) 50€. Phạm Chí Huy (Erftstadt Liblar) 50€. Tiện On Ken (Esens) 20€. Đỗ Việt Hùng (Essen) 70€. Nguyễn Thanh Tâm & Đinh Thị Quỳnh Liên 50€. Nguyễn Thị Hoa 70€ HH cho Nguyễn Gia Trường Pd Như Thịnh sn 1941. Nguyễn Thị Yến Phương 50€. Trịnh Văn Thịnh & Nguyễn Thị Tám 20€. Quách Thị Ngọc Huệ (Ffm/Sossenheim) 50€. Phạm Việt Anh (Flensburg) 50€. Lê Ngọc Yến Sơn (France) 47,50€. Mme Bạch Huệ Le Dinh 50€. Mme Genevieve Le Dinh 50€. Nhân Phượng Dương Thu Tâm 20€. Phạm Thị Mỹ 10€. Trương Khánh Quang 83€. Gđ. Thủy Tiên, Đỗ Maria, Đồng Phước, Thiện Đức & Đồng Hạnh (Frankfurt) 100€. Ngô Thị Thắng 140€. Van Huynh & Yannick Koch 20€. Dan-Zhen Zhou (Frankfurt/M) 40€. Lê Chi Gruber 1.100€. Trần Thị Cam (Freiberg/ Sachsen) 30€. Hoppe Minh Dung (Freiberg) 20€. Nguyễn Đức Thu Thủy (Friedrichsdorf) 50€. Fam. Trương (Trương Thu Thảo) (Friesoythe) 150€. Gđ. Cao Thùy Dung & Nguyễn Tiến Công (Fulda) 20€. Gđ. Đoàn Văn Đức

& Đặng Thị Chung 50€. Nguyễn Minh Tuấn (Garbsen) 30€. Nguyễn Phương Trà My 10€. Ngô Thị Thúy (Gehrden) 20€. Phạm Thị Bích Châu (Gersdorf) 40€. Trần Tú Ngọc (Gifhorn) 20€. Bùi Nguyệt Oanh (Göttingen) 10€. Dương Trung Tính 50€. Fam. Lange 30€. Hoàng Văn Thái 90€. Phạm Kim Cương 5€. Trần Ngọc Trí 100€. Nguyễn Thùy Dương Laura & Nguyễn Hải An Ernin (Großbreitenbach) 20€. Pt. Nguyễn Văn Hữu & Nguyễn Thúy Ngọc 20€. Phùng Thị Bích Thủy (Gütersloh) 20€. Lê Thị Thơ (Hà Nội/Việt Nam) 20€. Nguyễn Thị Phương Thảo (Haberstadt) 10€. Đào Văn Lý (Hải Phòng/Việt Nam) 50€. Pt. Nguyễn Thúy Nga (Hải Phòng/Việt Nam) 10€. Pt. Phùng Thị Khuê 10€. Đinh Văn Cẩm & Hoàng Thanh Toàn (Hải Dương/Việt Nam) 50€. Nguyễn Cao Cường (Halberstadt) 100€. Đào Chí Cường (Hamburg) 30€. Gđ. Trung - Thoa 50€. Hòa 20€. Huỳnh Khương Ninh 30€. Huỳnh Thoảng 20€. Lữ Thục Trinh 20€. Nguyễn Huu Hig Binh Skiba 5€. Nguyễn Thanh Hiền & Nguyễn Thành Chung 100€. Nguyễn Thị Thùy Dung 30€. Phùng Thị Thanh Bình 100€. Quach Le Nga & Le Quyen-Ziegann 210€. Staron, Jennifer Ngọc Phượng 120€. Sư Cô TN Thông Chân 150€. Trần Thị Mơ & Trần Văn Thuần 50€. Trương Văn Kiều 50€. Bùi Thị Phương (Hameln) 20€. Đàm Thanh Tú & Nguyễn Đức Hùng 50€. Gđ. Bĩnh Huyền 20€. Gđ. Dương Hương 50€. Gđ. Thành Phượng 30€. Vũ Thị Thanh Trâm 20€. Bùi Thị Thái (Hannover) 20€. Chu Quốc Hùng 10€. Đào Thu Hương 30€. Diệu Hải Nguyễn Thị Thủy & Nguyễn Hữu Quyết 30€. Đinh Thanh Thủy 100€. Đinh Thị Mỹ Linh 20€. Đỗ Thị Thanh Tâm 30€. Đồng Hạnh Bùi Thị Thu Dung 40€. Đồng Khoa Lưu Lệ Linh 30€. Đồng Lực 200€. Đồng Ngọc Phạm Trinh 50€. Đồng Tịnh Trịnh Thanh Vân 40€. Dung Freter 10€. Dương Ngọc Minh 20€. Fam. Đoan 50€. Fam. Trần & Nguyễn 20€. Gđ. Châu Thị Cúc 30€. Gđ. Nguyễn Ngọc Khánh 20€. Gđ. Pt Thiện Dũng 100€. Gđ. Pt Thiện Dũng Nguyễn Quang Mạnh 100€. Hà Công Lâm 20€. Hồ Thị Hai 20€. Hoa Anh Tú Lê Thu Hương 50€. Hoàng Thị Tân 1.000€. Jolie Kỳ 20€. Lakshman Dharmaratne Helga von Wilucki 50€. Lê Minh Trang & Nguyễn Hồng Pháp 20€. Lê Phúc Anh Nguyên 15€. Lê Thị Lan 20€. Lương Tô Tử 50€. Minh Pd Đồng Nguyệt 20€. Nguyễn Công Minh 30€. Nguyễn Hoàng Thu Phương 10€. Nguyễn Hữu Hoàng 40€. Nguyễn Minh Hoàng 20€. Nguyễn Ngọc Khanh 10€. Nguyễn Thanh Hương 20€. Nguyễn Thị Lệ Thủy 20€. Nguyễn Thị Thanh Tú 50€. Nguyễn Thị Thao 50€. Nguyễn Thị Thảo 20€. Phạm Công Diễm & Trần Hải Vân 200€. Phạm Thị Thu 30€. Phan Thị Bích Uyên 10€. Trần Khánh Linh 20€. Trần Nguyệt Băng & Quách Ái Trung 50€. Trần Tuấn Vinh & Nguyễn Thị Vân Anh 50€. Trần-Nguyễn Minh Hậu 20€. Trần-Nguyễn Thanh Hiền 20€. Võ Thị Ngọc Phúc 10€. Vũ Nhật Hà 20€. Cao Hữu Danh (Haren) 50€ HHHL Tăng Cảnh Mạnh. Cao Hữu ĐỨc (Haren/Ems) 30€. Nguyễn Phúc Hùng, Hoàng Thị Thanh Hằng, Nguyễn Thùy Linh & Nguyễn Hùng Cường (Harpstedt) 20€. Vũ Văn Tiến & Hoàng Thị Yến (Heeslingen) 100€. Huỳnh Tú Dung (Helmstedt) 50€. Lê Đình Thuần 40€. Nguyễn Thụy Thanh Hằng 20€. Lâm Văn Hoàng (Hemmingen) 35€ HHHL Cha Lâm Văn Tốt & Mẹ Trần Thị Phụng. Trần Thị Hải (Herne) 20€. Fam. Jiangfeng Yuan (Herzberg am Harz) 50€. Nguyễn Thị Thơm (Hessen) 10€. Gđ. Thu & Oanh (Hessisch Oldendorf) 20€. Antony Trần (Hilden) 50€. Ngô Thị Ngọc Anh (Hildesheim) 5€. Nguyễn Thị Chi 20€. Nguyễn Thị Kim Nhung 20€. Phan Thị Lan 10€. Trần Thị Lý 10€. Nguyễn Thị Hương (Hof) 10€. Phạm Đình Hải (Hohenstein-Ernstthal) 30€. Trần Thị Bích Nga 60€. Nguyên Hạnh Đoàn Thị Len (Holland) 100€. Nguyễn Tấn Sĩ Thủy 50€. Ẩn danh (Ibbenbüren) 100€. Hà Phước Mai (Isselburg) 90€ HHHL: Ông Trần Cao Tuấn, Bà Trần Thị Lư, Ông Hà Văn Tư, Bà Triệu Thị Sanh, Anh Trần Cao Châu và Em Bùi Thị Tuyết Nga. Đồng Giới Trần Thị Thiên Hương (Italia) 100€. Bùi Thị Thiệt (Jaderberg) 50€. Gđ. Claudon (Japan) 100€. Phạm Hồng Thủy & Đinh Thị Quỳnh Loan (Kamp Lintfort) 50€. Kiefer Reinhold Pd Đồng Tùng, Diệu Tiết Huỳnh Thị Phương Chi & Diệu Dược Kiefer Melanie Phương Thảo (Karlsruhe) 50€. Lương Văn Xinh 45€. Nguyễn Sáu 10€. Thiện Mỹ Lưu Hạnh Dung 100€. Đào Quang Sự (Kassel) 20€. Nguyễn Quốc Việt 20€. Vũ Đức Chung 20€. Trần Thị Mỹ Dung (Kleve) 20€. Bùi Tuệ Anh (Köln) 100€.

Trần Thị Thu Loan (Krefeld) 50€. Cao Thị Thanh Liên (Kulmbach) 40€. Đồng Huệ Phan Thị Kim Lan (Laatzen) 100€. Phan Thị Phương 20€. Thiện Huê 50€. Trương Mỹ Phương 50€. Fam Quan Hue Lương & Stahl Quan (Lachendorf) 100€. Nguyễn Công Khai (Landstuhl) 50€. Trần Thị Ngọc Thùy & Nguyễn Văn Trương (Langenhagen) 120€. Trần Hanh (Leer) 20€. Đoàn Bích Ngọc (Lehrte) 20€. Gđ. Phạm Văn Sơn (Hải) & Đồng Hoa Nguyễn Thị Thu Hương 60€. Hiền Cẩm 50€. Nguyễn Thu Hằng (Leifeldeln-Echtechingen) 40€. Bùi Thị Thùy Dương (Leipzig) 20€. Đỗ Thị Minh Hằng 10€. Nguyễn Thu Hương 20€. Phan Thị Ngoan 50€. Vũ Kim Chi 50€. Vũ Thị Vân 30€. Phạm Thị Thanh Hiền (Löhne) 50€. Đỗ Thị Lương (Lübeck) 10€. Hùng & Linh Quách 30€. Phạm Việt Cường 20€. Tạ Thị Hằng 50€. Trịnh Quốc Đạt 10€. Nguyễn Danh Tịnh (Lüdenscheid) 150€. Hoàng Thị Sen (Ludwigshafen) 20€. Gđ. Nguyễn Minh Dũng (Lüneburg) 50€. Nguyễn Minh Hùng 20€. Nguyễn Thị Thu Hằng 10€. Đồng Ý Võ Thị Thủy (Magdeburg) 50€. Ngô-Trần Thị Bích Thủy (Malsch) 30€. Gđ. Nguyễn Anh Minh (Mannheim) 20€. Gđ. Nguyễn Tiến Thành & Vũ Hoàng Lê (Marktredwitz) 20€. Thị Thanh Stiller (Marl) 20€. Nguyễn Tường Vi (Mengen) 20€. Đào Thị Lan Dung (Minden) 10€. Fam. Phan 45€. Lê Hoàng Oanh 40€. Lê Quang Dũng 20€. Nguyễn Thị Cúc 20€. Phạm Quang Minh & Lê Thị Minh Nguyệt 50€. Gđ. Hoàng Trọng Hải (Mönchengladbach) 20€. Hứa Phú Kiều 50€. Gđ. Nguyễn Tuấn Anh (Montabaur) 20€. Trần Hải Hòa (Müllheim) 40€. Cúc Kleinen (Münster) 140€. ĐH. Công Ngọc & Thiện Hảo 50€. Pt. Phạm Thị Mười (Nam Định/Việt Nam) 10€. Mã Thị Kim Hồng (Nettetal) 100€. Hồ Thị Phải (Neuss) 30€. Thông Giác Trần Tú Anh 100€. Nguyễn Ngọc Lan (Neuwied) 25€. Vũ Anh 50€. Đồng Khánh Lee Lục Nhân Khanh (Nienburg) 40€. Quách Thúy Nga 500€. Giáp Thị Nguyệt Lan (Norden/Leer) 20€. Dương Anh Tuấn (Norderney) 40€. Nguyễn Hiếu Nghĩa 50€. Gđ. Phạm Tuấn Anh (Nordhausen) 50€. Bùi Quang Tuấn (Nordwalde Steinfurt) 50€. Trần Thị Kim Cúc (Norden) 30€. Nguyễn Thị Thu Huyền (Northeim) 5€. Phạm Ngọc Anh & Lê Bạch Yến 20€. Nguyễn Danh Thắng (Nürnberg) 25€. Tuấn-Vân (Nguyễn Thị Vân) 50€. Gđ. Lư Vương (Oberhausen) 20€. Sầm Chí Vinh & Nguyễn-Sầm Diễm Trang 50€. Trần Quới Ninh 100€. Nguyễn Ngọc Trung (Obersulm) 20€. Hanna Nguyễn & Lorenz Grabowski (Oberursel/ Taunus) 20€. Đặng Thị Mỹ Hạnh (Oldenburg) 30€. Đặng Thị Vân Hà 30€. Đào Thị Huế 20€. Đào Thị Ngoan 20€. Nguyễn Thu Trang 20€. Phùng Thị Kim Dung 20€. Đồng Nghiêm Nguyễn Thị Thu Trang (Osnabrück) 50€. Fam. Huỳnh 100€. Gđ. Phạm & Lê 100€. Phạm Văn Lương 50€. Arda Thao (Paderborn) 50€. Gđ. Đặng Gia Thanh 50€. Huỳnh Tố Nữ 20€. Lương Hà Nữ, Lương Miêu & Lương Bá Nhơn 20€. Mạnh Hoàng Tuyết Phương 50€. Nguyễn Thị Tuyết Nga 200€. Đào Thị Huệ (Papenburg) 30€. Đào Thị Kim Quyến 10€. Gđ. Lê Hồ Nam 30€. Eric Budiman (Peine) 20€. Trần Thị Mỹ Dung 20€. Kha-Zou Ngọc Hoa (Petersberg) 40€. Fam. Li (Pforzheim) 70€. Nguyễn Nhiên (Pfuhl) 20€. Nguyễn Văn Thạch (Plochingen) 60€. Nils Kampherstein (Potsdam) 20€. Gđ. Phạm Thị Nhung (Quedlinburg) 50€. Đặng Thị Ban Mai (Rastede) 20€. Phạm Thị Ngoan (Remen) 50€. Gđ. Duyên Ngọc Hàng Ngọc Hoa (Rheine) 50€. Nguyễn Phương Thảo (Richlinger) 20€. Dương Kim Oanh (Ronnenberg) 20€. Phạm Vân Anh (Rostock) 300€. Bùi Thúy Hằng (Sailzgitter) 20€. Thái Thị Hương (Salzgitter) 10€. Võ Thị Nhung 10€. Lai Kiên Cường & Hồ Thị Kim Thoa và Lai Mai Anh (Salzwedel) 30€. Nguyễn Thị Hồng Thanh 50€. Bích Ngọc Rüttiger (Sandberg Langenleiten) 18€. Trần Thị Huyền (Sangerhausen) 30€. Trần Thị Xuyến 30€. Ngô Nhật Thành (Schleiz) 40€. Tô Khải Đức (Schweinfurt) 30€. Hồ Bích Hân (Schweiz) 40€. Lê Thị Thanh Huyền 50€. Đàm Thị Bích Châu (Schwetzingen) 10€. Trần Hùng Cường (Seelze) 20€. Gđ. Ngô Trung Hiếu (Soltau) 30€. Huyền Trương 30€. Wedell Thúy Uyển (Spaichingen) 50€. Phạm Hoan (Spremberg) 200€. Phi Ta (Stadthagen) 100€. Nguyễn Thị Thái Lan (Staßfurt) 30€. Nguyễn Văn Cúc (Steinbach) 50€. Nguyễn Minh Nguyệt (Steinhude) 20€. Nguyễn Thị Ngọc Thảo (Straubenhardt) 25€.

Trần Thúy Hằng (Stuhr) 50€. Hoàng Văn Vững (Suhl) 50€. Lê Thị Tính 50€. Lương Man Long (Syke) 20€. Trần Kim Vui (Taufkirchen) 50€. Lê Đặng Ngọc Thanh (Tostedt) 50€. Nguyễn Diệu Nhiên (Uelzen) 20€. Gđ. Nguyễn Văn Trụ (Unkel) 30€. SC TN Hạnh Trì (USA) 2.179,30€. Sơn & Hiền Phạm 280€. Cháu Hạnh, Hiền (Vechta) 50€. Chu Thị Bích Thủy 20€. Đỗ Thúy Nga 20€. Lê Thị Phương Lan 10€. Nguyễn Đức Tiến & Nguyễn Thị Vân Anh 50€. Vũ Thị Thảo 20€. Vũ Văn Hòa (Việt Nam) 33€. Bùi Trần (Villingen Schwenningen) 30€. Trương Văn Ký (VS. Villingen) 50€. Nguyễn Khánh Anh (Waiblingen) 30€. Lê Văn Nhì (Wallerstein) 30€. Bùi Thị Hồng (Walsrode) 50€. Đỗ Thị Hương 20€. Đỗ Thanh Tiến (Westerder) 50€. Bành Tâm Sơn (Wiesbaden) 10€. Vogtlander, Bích Trâm & Gerhard 20€. Gđ. Bùi Minh Hải (Wildeshausen) 20€. Diệu Tâm (Wilhelmshaven) 50€. Đỗ Bích Thủy 50€. Gđ. Pt Đồng Định 20€. Gđ. Thắm Thường 20€. Hoàng Thị Tài 50€. Nguyễn Phương Thảo 50€. Trương Thị Ngọc Lan & Hoàng Quang Vinh 100€. Nguyễn Thị Phượng & Chu Văn Quyết (Wissen) 100€. Nguyễn Thu Thủy (Wittlich) 10€. Gđ. Nguyễn Văn Hành & Lê Thị Hiền (Wittmund) 30€. Đặng Duy Hiền (Wolfsburg) 300€. Đỗ Huy Quý 20€. Enrico Michael, Thị Lâm Phan Michael & Bùi Phan Lâm 20€. Gđ. Nguyễn Thị Thanh 50€. Gđ. Pt Võ & Ngô 20€. Hoàng Thị Kim Xuân 50€. Hoàng Việt Chinh, Hoàng Phương Thảo, Trần Hoài Thu & Lê Trịnh Minh Anh 70€. Hoàng Thị Hải Yến 20€. Phan Đình Đạo 20€. Thiện Đẳng Nguyễn Thị Bình & Hồng An Nguyễn Duy Đức 10€. Vũ Thị Sáu 20€. Đặng Thị Hương (Worfelden) 50€. Nguyễn Thị Thu Hà (Zeulenroda/Triebes) 20€. Đào Tú Uyên & Lê Văn Thạch (Zwickau) 50€. Quý Đạo Hữu & Phật Tử ẩn danh 1.100€. Quý Đạo Hữu & Phật tử cúng dường thực phẩm: Gđ. Chung & Hiền (Hamburg) 5 bao gạo. Sutjipto Eddy 50 kilo gạo.

* Chùa Bảo Đức (Oberhausen) 1.500€. Thiện Đức & Thiện Hương (Düsseldorf) 300€. Diệu Hiền 150€. Tu Viện Viên Lạc (Varel) 400€. Đồng Giới 50€. Đồng Pháp & Thiện Dinh 100€. Ngọc Tâm & Ngọc Cẩm 50€. Dương Thị Thu Thủy (Wilhelmshaven) 20€. Các cháu con anh Thành (Oldenburg) 50€. Thiện Nghĩa Lê Đức Hiếu (Braunschweig) 110€. Quang Hiếu (France) 100€. Chùa Viên Minh (Schweiz) 1.000€. Diệu Nhiên, Huệ Nhã, Thiện Công, Diệu Ngọc, Hong, T. Hòa & T. Châu 171€. Huệ Nhã 100€. Diệu Thanh Trịnh Bích Nhung 50€. Diệu Sinh Vũ Thị Ngọc Hoạt 104€. Trúc Hằng Niệm 100€. Minh Trường & Quảng Tú 52€. Thiện Lượng Nguyễn Quang Lưu (Hannover) 52€. TT. Thích Hạnh Bảo (Italia) 1000€. Chùa Viên Ý 500€. Thiện Thệ & Quảng Định (Stuttgart) 100€. Diệu Thành Lai Kim Anh (Italia) 100€. Thiện Giới Trần Thị Thiên Hương 200€. Nhuận Ân Đặng Thị Kim Loan (Bremen) 100€. Thiện Niệm & Thiện Vũ (USA) 926€. Sư Cô Thích Nữ Thông Chân (Hamburg) 100€. Thiện Hảo Nguyễn Thị Viễn Phương (Lippstadt) 150€. Tâm Thứ & Thiện Định (Berlin) 100€. Sư Cô Thích Nữ Hạnh Trì (USA) 926€. Thượng Tọa Thích Hạnh Tấn (TV Vô Lượng Thọ) 180€. Sư Cô Thích Nữ Hạnh Thông (TV Vô Lượng Thọ) 100€. Tiền Đạt & Diệu Tâm, Nhuận Phúc & Diệu Tuệ (Hannover) 50€. Thiện Lai (Mönchengladbach) 100€. Thiện Quang 500€. Đặng Lâm Quang & Ngọc Cẩn Trần Thị Lan, Mỹ Hiền Đặng Hải Lâm và Huệ Phước Đặng Trần Nhật Minh 150€. Sư Cô Thích Nữ Hạnh Bình và Thiện Đức (Hannover/ Frankfurt) 500€. Ngọc Tuyến Trần Thị Ngọc Thúy (Pawel) 50€. Gđ. Đh Thị Lộc (Berlin) 50€. Pháp Hội Thù Ân III GĐPTVN trên thế giới (Việt Nam) 185€. Diệu Thiện Lý Hương (Bad Iburg) 100€. Diệu Ngọc Thu Nguyễn (Hannover) 50€. Duyên Ngọc (Rheine) 50€. Đồng Tâm Huỳnh Chung Hiệp 100€. Chùa Linh Thứu (Berlin) 2.000€. Cô Tuệ Thiện 100€. Marc Tan Minh (Nienburg) 50€. Sư Cô Giác Mãn (Sweden) 200€. Thị Phước & Thị Hạnh (USA) 278€. Nhân Phượng Dương Thị Tâm (France) 50€. Diệu Cẩn (Hannover) 30€. Chùa Liễu Quán (Danmark) 500€. Thượng Tọa Thích Pháp Trú 200€. Sư Cô Thích Nữ Diệu Phước 100€. Nguyễn Tịnh Thủy 93€. Nguyễn Lê Tín 40€. Phật Tử Chùa Liễu Quán 402€. Lệ Đức Nguyễn Hữu Phước 50€. Gia Linh 134€. Diệu Liên & Johannes 250€. Diệu Như 67€. Chùa Quan Thế Âm 536€. Thiện Trí & Thiện Giáo 67€. Chùa Quang Minh 700€. Tú & Hải 268€. Quý Phật Tử VN tại Hamburg 100€. Thanh & Thắng 50€. Ẩn danh 250€. Đồng Long 30€. Sư Cô Xá Không (München) 200€. Bùi Thúy Hà (Freiberg) 50€. Đồng Châu & Đồng Trí (Karlsruhe) 100€. Tịnh Trí 100€. Minh Phát & Diệu Phú (Friedrichshaven) 50€. Đồng Liên 100€. Sư Cô Thích Nữ Tịnh Nghiệp (Frankfurt) 100€. Sư Cô Thích Nữ Chân Đàn 100€. Gđ. Đh Thiện Kính (Weingarten) 1.000€ HHHL Đh. Võ Thị Nga Pd Quảng Diệu. Tâm Tịnh Phố (Ulm) 200€. Tâm Thủy 200€. Giác Ngộ & Diệu Liên (Schweiz) 50€. Ẩn danh 100€. Minh Bekker (Münster) 100€.

* Báo Viên Giác

Chung Thái An 20€. Dr. Nguyễn Chí Trung 20€. Hứa Mỹ Hiền 40€. Huỳnh Ngọc Hà 30€. Huỳnh Văn Dân 20€. Kai Ludwig & Bạch Thùy Dung Ludwig 20€. La Hoan 20€. Lê Mỹ Nhân 50€. My Oanh Châu Lương 50€. Ngô Thị Thanh Hoa & Phan Lê Mỹ 20€. Ngô Thùy Chương 60€. Ngô Văn Thuận & Nguyễn Thị Thanh Hồng 50€. Nguyễn Thị Bich Quyên 40€. Nguyễn Văn Hiển 25€. Nguyễn Văn Hùng 30€. Nguyễn Văn Hùng 10€. Nguyễn Văn Lý 50€. Nguyễn Văn My 25€. Oliver & Như Hecker 50€. Phan Ngọc Đức 20€. Phan Văn 50€. Quách Thị Anh Hoa 20€. Tô Quốc Tuấn 30€. Trang Liên Thủy Nguyễn 50€. Trịnh Quốc Tiến 15€. Võ Trần Thị Tuyết Mai 120€. Vũ-Nguyễn Thị Ngọc Long 50€. Nguyễn Thị Bạch Tuyết (Australia) 119€. Phạm Muội (Bad Iburg) 30€. Nguyễn Thị Tình (Bad Pyrmont) 20€. Lê Minh Cang (Bad-Laer) 30€. Lê Kha Vinh (Belgiques) 40€. Huỳnh Thanh Yên (Berlin) 30€. Lâm Thanh Minh 20€. Le Tam 30€. Ngô Ngọc Hiếu 20€. Phan Đức Trí 20€. Becker Phương Lan (Bielefeld) 20€. Dương Văn Hào 30€. Lương Thị Hường 30€. Nguyễn Thị Thanh Vân (Bindlach) 30€. Vương Khắc Vũ (Borkum) 50€. Huỳnh Thị Chấn (Braunschweig) 30€. Lương Bá Truyền (Bremen) 100€. Fam. Ung Đức Tín (Bremerhaven) 100€. Nguyễn Thị Bạch Huệ (Brigachtal) 50€. Hoàng Quốc Hữu (Darmstadt) 25€. Hoàng Thị Ngọc Bích (Dillingen) 25€. Nguyễn Thu Hồng (Donaueschingen) 20€. Phạm Thị Thảo (Dormagen) 50€. Lê Bình (Dorsten) 25€. Nguyễn Hoàng Nhã (Dortmund) 40€. Đỗ Thị Phương (Duisburg) 20€. Đỗ Văn Đài 20€. Đỗ Văn Nghiêm 20€. Lê Minh Hoàng 20€. Tạ Thị Thảo 20€. Helene Antony-Do (Düsseldorf) 50€. Cao Văn Hòa (Eggenfelden) 40€. Lâm Tấn Khôi (Emmendingen) 20€. Mrs. Alice Le Dinh (England) 50€. Phạm Chí Huy (Erftstadt Liblar) 20€. Nguyễn Thị Huệ (Eschenburg-Eibelhausen) 25€. Trần Diệu Lý (Esens) 20€. Đỗ Thị Liên (Essen) 20€. Dương Văn Phương 20€. Nguyễn Thị Hoa 30€. Nguyễn Thị Hoa 30€. Nguyễn Thị Tám & Trịnh Văn Thịnh 50€. Nguyễn Văn Đức 20€. Quách Thị Ngọc Huệ (Ffm/Sossenheim) 50€. Trần Thị Bạch Huệ (Filderstadt) 30€. Đặng Thị Liên (France) 50€. Lê Chăng 30€. Mme Nguyễn Minh Ngà 50€. Nhân Phượng Dương Thu Tâm 30€. Nhựt Hòa Võ Văn Thắng 50€. Phạm Thị Mỹ 40€. Trần Thị Kiều Vân 35€. Trần Thị Toàn 50€. Lê Thị Ngọc Thủy (Frankfurt) 50€. Ngô Thị Thắng 50€. Nguyễn Thị Thu Cúc 50€. Lê Chi Gruber (Frankfurt/M) 100€. Bành Hên (Friedrichshafen) 30€. Nguyễn Xuân Nghiêm (Göttingen) 25€. Trương Hoàng Thủy Tiên 40€. Phạm Thị Thuận (Grenzach-Wyhlen) 25€. Lý Giang Châu (Griesheim) 35€. Lâm Thuận Hi (Hagen) 20€. Đỗ Trọng Thanh (Hamburg) 50€. Hồ Vinh 50€. Lữ Thục Trinh 50€. Nguyễn Hữu Huấn 20€. Staron, Jennifer Ngọc Phượng 25€. Giang Thị Ngọc (Hameln) 20€. Đỗ Hồng Cẩn (Hannover) 20€. Gđ. Pt Thiện Dũng Nguyễn Quang Mạnh 50€. Hồ Chuyên 50€. Cao Hữu Đức (Haren/Ems) 20€. Ngô Văn Ba (Heimenkirch) 20€. Huỳnh Tú Dung (Helmstedt) 60€. Trần Thị Hải (Herne) 20€. Antony Trần (Hilden) 50€. Đinh Hùng Minh (Hildesheim) 20€. Phạm Văn Dũng & Đỗ Thị Cúc 30€. Nguyễn Văn Còn & Lê Thị Vân (Ibbenbüren) 100€. Hà Phước Mai (Isselburg) 30€. Bảo Chí (Italia) 80€. Diệu Thành Lai Kim Anh 50€. Đồng Giới Trần Thị Thiên Hương 50€. Phạm Minh Đức 30€. Phạm Thị Ngọc Thúy 30€. Đỗ Thị Lê Châu (Jülich) 25€. Trần Thị Thanh Thúy (Karlsbach) 50€. Tuệ Mạnh & Nguyễn Phước (Hải) (Kempten) 50€. Nguyễn Bá Mỹ (Kleinostheim) 20€. Trần Thị Mỹ Dung (Kleve) 20€. Diệu Châu Nguyễn Thị Hoàng Liên (Köln) 20€. Trần Văn Khoa 20€. Trương & Phạm 40€. Diệu Khai Phạm Thị Quyền

(Krefeld) 30€. Phạm Xuân Thiếp 40€. Quách Thị Mùi 20€. Cao Thị Thanh Liên (Kulmbach) 20€. Đồng Huệ Phan Thị Kim Lan (Laatzen) 100€. Ngô Văn Phát 60€. Hồ Tuấn Kiệt (Langen/Hessen) 50€. Thiện Hà Đặng Thị Hằng Teickner (Langenhagen) 40€. Trần Ngọc Sơn (Lemgo) 20€. Trần Thị Nguyên (Limburgerhof) 25€. Bùi Thị Thủy (Mainz) 50€. Ngô-Trần Thị Bích Thủy (Malsch) 50€. Mimi Trang (Michelstadt) 50€. Trần Thị Thu (Minden) 20€. Nguyễn Ngọc Hao (Moers) 20€. Diệu Phi Nguyễn Phương Danh & Phạm Ngọc Sơn (Mönchengladbach) 20€. Thái Nguyệt Cầu (Moschheim) 30€. Trần Hải Hòa (Müllheim) 30€. Nguyễn Anh Trâm (Münster) 20€. Mã Thị Kim Hồng (Nettetal) 30€. Dương Văn Nhường (Neuss) 50€. Đỗ Thị Lan (Neustadt) 20€. Lê Thừa Nghiệp (Nürnberg) 20€. Nguyễn Danh Thắng 25€. Vũ Thị Tường Nhân 20€. Sầm Chí Vinh & Nguyễn-Sầm Diễm Trang (Oberhausen) 50€. Trần Quới Ninh 20€. Trịnh Thị Hoài Thu 25€. Gina Bạch (Oberkirchen) 20€. Nguyễn Văn Tư & Vũ Thị Nhung (Oldenburg) 25€. Trần Bích Nhung (Ostermundigen) 50€. Lê Thị Tuyết (Österreich) 50€. Đặng Giang Toàn (Ostfildern) 30€. Nguyễn Thị Tuyết Nga (Paderborn) 20€. Nguyễn Nhiên (Pfuhl) 20€. Nguyễn Văn Thạch (Plochingen) 20€. Trần Hữu Tố (Recklinghausen) 30€. Hoàng Văn Thanh (Regensburg) 20€. Vũ Thị Tuyết Mai (Rodgau) 30€. Lý Lăng Mai (Saarbrücken) 30€ (Phân Ưu). Bích Ngọc Rüttiger (Sandberg Langenleiten) 20€. Vưu Thị Mai (Schweden) 50€. Tô Khải Đức (Schweinfurt) 20€. Diệu Sinh Vũ Thị Hoạt (Schweiz) 53€. Huỳnh Sang 200€. Trần Thị Cúc 53€. Đàm Thị Bích Châu (Schwetzingen) 30€. Herm, Thị Lan Chi (St. Leon-Rot) 20€. Diệu Liên Vương Kim Huệ (St.Gallen/Schweiz) 60€. Nguyễn Thị Thái Lan (Staßfurt) 20€. Vũ Thị Phương Dung (Stuttgart) 30€. Sư Cô Giác Trang (Sweden) 50€. Lương Man Long (Syke) 30€. Bửu Đạt Nguyễn Thanh Tâm (Trier) 120€ (Cáo Phó & Cảm Tạ). Nguyễn Minh Tuấn 20€. Trương Đắc 20€. Vo Joséphine (Troyes/France) 50€. Nguyễn Văn Trụ (Unkel) 20€. Lê Kim Oanh (USA) 50€. Sơn & Hiền Phạm 187€. Nguyễn Khánh Anh (Waiblingen) 30€. Lê Văn Nhì (Wallerstein) 30€. Lương Hà (Weissbach) 30€. Võ Thị My (Wiesbaden) 50€. Vogtlander, Bích Trâm & Gerhard 30€. Hoàng Thị Hối (Wilhelmshaven) 25€. Trần Thị Thu Thủy 30€. Minh Đức Huỳnh Văn Thương (Winnenden) 20€. - Nguyễn Đức Hoàn (France) 100€. Thị Phước & Thị Hạnh (USA) 185€. Nhân Phượng Dương Thị Tâm (France) 30€.

* **ẤN TỐNG**

Đồng Giới Trần Thị Thiên Hương (Italia) 200€. Phi Sai Ngươn (Sweden) 10€. Thị Mai Trang Schneider 20€.

-*Kinh Ngũ Bách Danh*: Đồng Bình 10€.

-*Kinh Dược Sư*: Gđ. Nguyễn Bạch Yến 100€.

-*Kinh Địa Tạng*: Kiefer Reinhold Pd Đồng Tùng, Diệu Tiết Huỳnh Thị Phương Chi & Diệu Dược Kiefer Melanie Phương Thảo (Karlsruhe) 15€.

-*Kỷ Yếu của Ôn Tuệ Sỹ:* Nguyễn Thị Thân (Düsseldorf) 15€.

-*Sách Huyền Trân Công Chúa:* Nguyễn Thị Thanh Hương 20€.

* **TƯỢNG PHẬT**

-*Tượng Quan Âm:*

Đàm Thị Bích Châu (Schwetzingen) 20€. Stefan Gross 100€. Diệu Hòa Mai Thị Dậu (Bielefeld) 30€. Lâm Kim Khánh (Mönchengladbach) 120€. Gđ. Lư Vương (Oberhausen) 10€.

-*Phật A Di Đà:* Đinh Anh Tuấn 20€. Lý Trung Hà 30€. Lý Văn Thắng 30€.

-*Thiên Thủ Thiên Nhãn:* Thiện Hà Đặng Thị Hằng Teickner (Langenhagen) 60€.

***TẾT & Rằm Tháng Giêng**

A Muvan 30€. A Thị Thu Thủy 30€. Alan Wong, Truc Wong, Kenneth Wong & Sara-Anna Wong 50€. Alexandes Eremin & Hạnh Nhi Sam-Eremin 50€. An Dũng & Huệ Kiết 160€. Anna Vu 20€. Au Chau 20€. Au Tony 20€. Bà Thái Lập 100€. Bích Mai 20€. Bùi Anh Đức 10€. Bùi Đức Dũng 30€. Bùi Duy Nguyên 50€. Bùi Phương Thảo 20€. Bùi Thị Hằng 10€. Bùi Thị Hậu 50€. Bùi Thị Thúy Hồng 50€. Bùi Thị Trang 20€. Bùi Thị Trung 20€. Bùi Thị Tuyết Mai 30€. Bùi Vi Dân 50€. Cao Thị Hương 50€. Cao Thị Vân 10€. Châu Ngọc Tâm 10€. Christian Kaiser, Hồng Thu Kaiser & Leon Kaiser 20€. Chu Thị Kim Anh 10€. Chung Thái An 50€. Craven Thị Thọ 20€. Đàm Thanh Thiên 20€. Đàm Thị Hồng Oanh 20€. Đặng Đình Nam 40€. Đặng Kim Thu 30€. Đặng Thị Hà 20€. Đặng Thị Hồng Phúc 20€. Đặng Thị Liên 50€. Đào Khánh Linh 20€. Đào Mai Hương 10€. Đào Thị Hiền 50€. Đào Thị Hồng Nhung 20€. Diệu Đức 20€. Diệu Ngọc Ngô Mỹ Châu 20€. Đinh Lê Nhi 20€. Đinh Quỳnh Oanh 5€. Đinh Thị Phương Thảo 10€. Đinh Thị Vân 20€. Đinh Thu Hằng 10€. Đinh Văn Hiển 10€. Dirk Buhren 20€. Đỗ Hải Linh 10€. Đỗ Hồng Cẩn 20€. Đỗ Kiều Anh 10€. Đỗ Minh Đức 30€. Đỗ Mỹ Anh 20€. Đỗ Ngọc Kim Linh 10€. Đỗ Thanh Hằng 20€. Đỗ Thanh Hùng 168€. Đỗ Thị Đang Chinh 50€. Đỗ Thị Kim Liên 30€. Đỗ Thị Kim Nga 10€. Đỗ Thị Lệ Minh 10€. Đỗ Thị Lệ Trinh 10€. Đỗ Thị Mai Hoa 30€. Đỗ Thị Nghi Duyên 40€. Đỗ Thị Nhung 20€. Đỗ Trà My 20€. Đỗ Văn Dương 10€. Đoàn Ngọc Yến 100€. Đoàn Quý Trung 20€. Đoàn Thị Tuyết 20€. Đỗ-Hoàng Anh Tuấn 50€. Đồng Bảo Trần Tuấn Anh & Diệu Loan Đinh Thị Phụng 50€. Đồng Bình Bùi Thị Thái 50€. Đồng Huệ 10€. Đồng Hương Vương Tuyết Vân 50€. Đồng Ngân Nguyễn Thanh Thủy 35€. Đồng Quí Võ Thị Kim Quyên 40€. Đồng Vân 50€. Đỗ Thị Thu Hoài 100€. Đức Cau 20€. Dương Kim Oanh 30€. Dương Phụng Hảo 36€. Dương Quốc Tăng 20€. Dương Thị Bích Ngọc 50€. Dương Thị Hạnh 20€. Dương Thị Hương Giang 20€. Dương Văn Vỹ 20€. Dương Việt Đức 50€. Elly Sallahn 10€. Eric Budimau 20€. Fam. Anemüller 20€. Fam. Đặng 50€. Fam. David 30€. Fam. Do 40€. Fam. Dương Lê Châu, Quách Kevin & Quách Steven 10€. Fam. Feldmann Nguy 5€. Fam. Hồng Minh Tấn 10€. Fam. Huỳnh Hùng Võ 20€. Fam. Kou & Lo 10€. Fam. Kupka 20€. Fam. Nguyễn 20€. Fam. Nguyễn Hồ Quang 20€. Fam. Reins & Nguyen 30€. Fam. Yu & Dương 20€. Fo Tju Hann 10€. Frau Lưu Anh 100€. Frings Huyền 100€. Gaxherri Vivian, Julind 20€. Gđ. Ẩn danh 10€. Gđ. Bùi Thị Kim Oanh 50€. Gđ. Chử Thị Thành 30€. Gđ. Đặng Thanh Nhã 10€. Gđ. Dương 150€. Gđ. Hoàng Thị Kim Xuân 50€. Gđ. Lâm Vi Tân 10€. Gđ. Nguyễn Thị Thủy 20€. Gđ. Sư Cô Hạnh Ân 100€. Gđ. Trương Tuy Thành 10€. Gđ. Vũ Thị Khánh Ngọc & Kai Zheng 50€. Giang Thị Ngọc 20€. Hà Mạnh Cường 10€. Hà Thị Sơn 50€. Hà Văn Mạnh 20€. Hải Yến 15€. Hiền & Tamer Atasakun 50€. Hing Tai Lo, Alice Kit Wan Kou, Michelle Wing-Sze Kou 20€. Hồ Thị Men 10€. Hòa Nguyễn 20€. Hoàng Công Khánh 100€. Hoàng Hữu Long, Đỗ Thị Thúy Hà, Đỗ Quyền Lâm & Hoàng Hữu Phúc Khang Tony 100€. Hoàng Lê 30€. Hoàng Minh Sơn 50€. Hoàng Thị Bích Nền 5€. Hoàng Thị Hạnh 70€. Hoàng Thị Lam Phương 30€. Hoàng Thị Lụa 30€. Hoàng Thị Oanh 20€. Hoàng Thị Thân 20€. Hoàng Thị Thanh Thảo 20€. Hoàng Thị Thúy Nga 40€. Hoàng Thị Vinh 10€. Hoàng Thu Hà 20€. Hoàng Thu Thanh 20€. Hoàng Yến Reinholz 50€. Hồng - Du - Vi 50€. Huệ Định 50€. Huyền Neumann 50€. Huỳnh Julia 20€. Huỳnh Ngọc Hà 30€. Huỳnh Ôn & Sâu Hoa 100€. Huỳnh Phi Phi 170€. Huỳnh Quốc Cường & Lê Nữ 50€. Huỳnh Thị Mỹ Hạnh 50€. Huỳnh Thị Thanh 30€. Huỳnh Thị Thủy Tiên, Nguyễn Hoàng Hiếu & Nguyễn Hoàng An 15€. Huỳnh Thiếu Hùng 100€. Jürgen, Schreiner & Lê Quang Thịnh 20€. Kalada Sasolith 20€. Keny Thịnh 15€. Khúc Thị Minh Chúc 10€. Kiều Ngọc Quỳnh 30€. Kiều Thị Hằng & Phạm Kim Cương 10€. Kim Mai Trần & Bierman 10€. La Phetang 10€. Lâm Minh & Lâm Diễm Yến 30€. Lâm Thành Duy 10€. Lê Đình Quý 10€. Lê Duy Tuấn 20€. Lê Đình Quý 5€. Lê Hải Thủy 50€. Lê Hồng Nhung 50€. Lê Quang Minh 20€. Lê Thanh Thủy 20€. Lê Thế Vịnh 10€. Lê Thị Ánh 10€. Lê Thị Khánh Hòa 10€. Lê Thị Kim Oanh 30€. Lê Thị Loan 20€. Lê Thị Mộng Ngọc 30€. Lê Thị Ngọc 10€. Lê Thị Ngọc Tuyền 30€. Lê Thị Thanh Hà 10€. Lê Thị Thanh Huyền 10€. Lê Thị Thanh Nga 50€. Lê Thị Tuyết 40€. Lê Thu Phương 50€. Liêu Ngọc Trân 50€. Liêu Vĩnh Đạt 50€. Linh Nguyễn 20€. Lisa Nguyễn 10€. Low Kee Keong 100€. Lucas Nguyen 10€. Lương Khánh Linh & Lương Hai Băng Châu 60€. Lương Simon Schastian Kaseng 20€. Lương Thị Hồng Khanh

20€. Lương Thị Huế 20€. Lương Vinh Phục 20€. Lưu Kim Châu 50€. Lưu Thị Phương 10€. Lưu Thị Tuyết Hoa 20€. Lưu Văn Trung 30€. Lý Cẩm Trúc 100€. Lý Diệu Anh 50€. Lý-Huỳnh Ai Khanh 30€. Ma Thị Bích Thủy 30€. Mai Thanh Hương 20€. Mai Thị Nguyệt Rathenow 20€. Maurice Schlede 4€. Minh Thắng & Thị Tư 10€. Nadja Eremin & Christoph 10€. Ngô Lan Hương 10€. Ngô Linh Chi 50€. Ngô Mỹ Linh 10€. Ngô Nguyên Khôi 10€. Ngô Thị Chinh 20€. Ngô Thị Hoài Linh 10€. Ngô Thị Ngọc Oanh 20€. Ngô Thị Nhung 5€. Ngô Thiên Lai 30€. Ngô Thiếu Lai 70€. Ngô Văn Thạnh 5€. Ngọc Tuyến Trần Thị Ngọc Thúy & Pawel Mulinowski 40€. Nguyễn Anh Tuấn 20€. Nguyễn Anh Tùng 20€. Nguyễn Bảo Hương 20€. Nguyễn Bích Liên 30€. Nguyễn Chung Toàn 40€. Nguyễn Công Uyên 20€. Nguyễn Đình Vũ 20€. Nguyễn Đức Nguyên 20€. Nguyễn Đức Quang 20€. Nguyễn Duy Hưng 50€. Nguyễn Duy Tiến 30€. Nguyễn Gia Vinh 20€. Nguyễn Hải Anh 20€. Nguyễn Hạnh Nhung 20€. Nguyễn Hoài Phương 20€. Nguyễn Hoàng Minh 20€. Nguyễn Hồng Trường 50€. Nguyễn Hữu Minh 20€. Nguyễn Hữu Trí Quan 40€. Nguyễn Huy Thắng & Ngô Huệ Phương 20€. Nguyễn Kim Dung 50€. Nguyễn Kim Loan 30€. Nguyễn Kim Ngân 70€. Nguyễn Mai Anh 10€. Nguyễn Minh Châu 10€. Nguyễn Minh Hưng 20€. Nguyễn Ngọc Đức 20€. Nguyễn Ngọc Khanh 10€. Nguyễn Ngọc Lucky Thuận 20€. Nguyễn Ngọc Thông 50€. Nguyễn Ngọc Toàn 40€ HHHL Nguyễn Văn Phong & Trần Thị Thắm. Nguyễn Ngọc Tony Thanh 20€. Nguyễn Ngọc Tuấn 50€. Nguyễn Ngọc Vũ 20€. Nguyễn Phương Anh Sally 100€. Nguyễn Phương Mai 20€. Nguyễn Phương Nhung 20€. Nguyễn Phương Thảo 10€. Nguyễn Sơn Hải 50€. Nguyễn Thanh Hòa 20€. Nguyễn Thanh Quang 5€. Nguyễn Thanh Tịnh 20€. Nguyễn Thanh Vân 20€. Nguyễn Thế Cường & Trịnh Ánh Linh và Nguyễn Phú Quý 20€. Nguyễn Thị Ánh & Nguyễn Thị Phụng 30€. Nguyễn Thị Ban 10€. Nguyễn Thị Bảo Khuyên 40€. Nguyễn Thị Bích Lan 50€. Nguyễn Thị Cẩm Anh 20€. Nguyễn Thị Cẩm Bình 20€. Nguyễn Thị Dát 10€. Nguyễn Thị Gọn 10€. Nguyễn Thị Hạnh 70€. Nguyễn Thị Hiền 50€. Nguyễn Thị Hiếu 20€. Nguyễn Thị Hoa 20€. Nguyễn Thị Hợi 50€. Nguyễn Thị Hồng Nhung 20€. Nguyễn Thị Hương 20€. Nguyễn Thị Huyền Trang 20€. Nguyễn Thị Kim Ngạn 50€. Nguyễn Thị Lan Hiền 20€. Nguyễn Thị Lan Hương 10€. Nguyễn Thị Luân 10€. Nguyễn Thị Lý 20€. Nguyễn Thị Mai Hương 110€. Nguyễn Thị Minh Fugger 100€. Nguyễn Thị Mỹ Dung 20€. Nguyễn Thị Nga 10€. Nguyễn Thị Ngọc Sương 10€. Nguyễn Thị Nhẫn 40€. Nguyễn Thị Phương Anh 50€. Nguyễn Thị Phương Mai, Hồ Thị Bé & Lê Thị Hoàng Lan 15€. Nguyễn Thị Phương Thanh 20€. Nguyễn Thị Quỳnh 5€. Nguyễn Thị Tám 20€. Nguyễn Thị Thanh Hà 100€. Nguyễn Thị Thanh Hương 20€. Nguyễn Thị Thanh Thảo 40€. Nguyễn Thị Thảo 10€. Nguyễn Thị Thập 10€. Nguyễn Thị Thu 20€. Nguyễn Thị Thu Hằng 50€. Nguyễn Thị Thu Hùng 20€. Nguyễn Thị Thu Hương 50€. Nguyễn Thị Thủy 20€. Nguyễn Thị Thúy Oanh 10€. Nguyễn Thị Trâm 20€. Nguyễn Thị Trung 10€. Nguyễn Thị Tuyết 200€. Nguyễn Thị Tuyết Mai 20€. Nguyễn Thị Tuyết Nhung 20€. Nguyễn Thị Vân Quỳnh 50€. Nguyễn Thị Xuân 20€. Nguyễn Thị Xuân Minh 50€. Nguyễn Thị Yến 10€. Nguyễn Thu Hiền 20€. Nguyễn Thúy Lê 25€. Nguyễn Thúy Nga 20€. Nguyễn Trọng Nghĩa 100€. Nguyễn Trường Sơn 10€. Nguyễn Tuyết Băng 10€. Nguyễn Văn Lý 100€. Nguyễn Văn Ngọc 10€. Nguyễn Văn Tây 30€. Nguyễn Văn Ước 5€. Nguyễn Việt Chính, Thomas Mull & An Christin Mull 10€. Nguyễn Vũ Khách Tân 10€. Nguyễn Xuân Hạnh 20€. Nguyễn Xuân Long 50€. Nhữ Thị Nguyệt 20€. Oanh Trần 10€. Oraphan 20€. Phạm Anh Dũng 20€. Phạm Gia Hân 5€. Phạm Gia Hùng 5€. Phạm Gia Minh 5€. Phạm Hương Hồng 20€. Phạm Milie & Phạm Ngô 70€. Phạm Minh Trang 20€. Phạm Quang Hai 10€. Phạm Thanh Lê 20€. Phạm Thị Liên 20€. Phạm Thị Lý 20€. Phạm Thị Phương 20€. Phạm Thị Phượng 20€. Phạm Thị Thu Hiền 20€. Phạm Thị Thu Trang 20€. Phạm Thị Thúy 20€. Phạm Thu Hà 10€. Phạm Thu Thủy 40€. Phạm Tiến Hạnh 50€. Phạm Trà My 50€. Phạm Văn Hùng 20€. Phan Đăng Nha 20€. Phan Đỗ Hà An 6,10€. Phan Mạnh Quỳnh 15€. Phan Như Tôn 20€. Phan Phúc An 40€. Phan Thị Thanh Thủy 20€. Phan Thị Thoa 60€. Phan Văn Đại 50€. Phùng Chí An 50€. Phùng Thị Bích Thủy 10€. Phùng Thị Thanh Bình 50€. Phùng Thị Tuấn Oanh 10€. Phùng Thị Vân Anh 20€. Quan Thị Nhuận 20€. Quế Lang 20€. Sai Thị Bích Hợp 50€. Stefen Luc 20€. Sunisa 10€. Susanne Gerlach 15€. Sven Rudloff, Thi Tim Rudloff-Vu & Lennard Vu 15€. Tăng Nguyệt Nga 10€. Thái Bình 20€. Than Thị Nhẫn 30€. Thắng Vĩnh 20€. Thanh Otto 20€. Thanh Vũ & Thuy Nguy Lam 20€. Thi Kim Hoa Giglberger 50€. Thi Misan 20€. Thiện Chi & Thiện Hậu 50€. Tho Tai Vang, Mei Xing Liang, Jasan Vang & Charieen Vang 10€. Thúy Henne 40€. Thùy Linh Nguyễn 10€. Thy Linh Nguyễn & Ilju Clemens Nelzer 50€. Trần Bích Thuận 20€. Trần Chí Thành 60€. Trần Đức Khoa 10€. Trần Đức Minh & Hanna Boss 10€. Trần Đức Thắng 70€. Trần Duyệt Khanh 50€. Trần Duyệt Nhu 10€. Trần Duyệt Sanh 20€. Trần Kim Ngà 50€. Trần Phú Thông 10€. Trần Thái Xương 50€. Trần Thị Bích Thủy 20€. Trần Thị Hoài Thanh 20€. Trần Thị Hoài Thương 20€. Trần Thị Huệ Trinh 20€. Trần Thị Kim Cúc 30€. Trần Thị Lan Anh 100€. Trần Thị Lan Phương 20€. Trần Thị Lệ Thủy 20€. Trần Thị Liên Hương 50€. Trần Thị Nga 10€. Trần Thị Phương 20€. Trần Thị Thanh 60€. Trần Thị Thanh Tâm 20€. Trần Thị Thu Lang 20€. Trần Thị Thu Trang 50€. Trần Thị Thúy Mai 50€. Trần Thị Trúc Mai 20€. Trần Tuấn Anh 50€. Trần Văn Kiên 20€. Trần Văn Lam 50€. Trần Văn Nam 20€. Trần Văn Ngọc 20€. Trang Kim Anh & Kim Loan Blumenthal 100€. Trần-Phan Thu Hà 20€. Triệu Được Nam và gia đình 20€. Triệu Thanh 20€. Trịnh Thị Kim Thương 5€. Trịnh Văn Tuấn 30€. Trương Châu Sơn 100€. Trương Quang Tuấn 20€. Trương Thị Thảo 20€. Trương Thị Thu Trang 20€. Trương Tuấn Nghĩa 100€. Túy Vân & Ngọc Thơ 40€. Uwe & Phươg 20€. Van Do 100€. Vera & Lam Son 10€. Võ Kiều Oanh 100€. Vũ Diệu Linh 5€. Vũ Hải Yến 5€. Vũ Mạnh Trụ 20€. Vũ Minh Thoa 10€. Vũ Ngọc Sơn & Vũ Thị Hiền 50€. Vũ Như Hằng 50€. Vũ Thanh Hằng, Trần Minh Châu, Trần Xuân Bách & Trần Mỹ Huyền 20€. Vũ Thị Cai 20€. Vũ Thị Hoa 10€. Vũ Thị Huê 20€. Vũ Thị Kim Phương 30€. Vũ Thị Minh Nguyệt 10€. Vũ Thị Phương Anh 40€. Vũ Thị Thanh 5€. Vũ Thị Thanh Hải 30€. Vũ Thùy Linh 20€. Vũ Thùy Linh 20€. Vũ Văn Đàn 70€. Vương Ky Văn & Vương Khiết Vy 30€. Vương Thị Thảo Nguyên 20€. Vương Tiến Bình 30€. Wen Kuan Yang, Klaus Brinkop, Marina Ya-Wen Yang & Yasemin Jie Yi Yang 20€. William Thai 100€. Xuân Richter 30€. Zhan, Wei Ming 50€. Chanh Hằng (Aalen) 50€. Đỗ Công Hùng 50€. Fam. Nguyễn (Ahrensburg) 20€. Hà Anh Đức (Aschersleben) 100€. Hoàng Thị Việt Hoa (Aschesleben) 10€. Ẩn danh (Aurich) 50€. Quyên Nhật Nguyễn Văn Tân 100€. Fam. Herbst & Co (Austria) 50€. Nguyễn Văn Ngừng (Bad Hönningen) 20€. Phạm An Thanh (Bad Iburg) 20€. Phạm Muội 20€. Nguyễn Thị Vân Anh (Bad Osiburg) 40€. Vương Tuấn Phong (Bad Pyrmont) 10€. Nguyễn Thị Duyên (Bad Salzuflen) 50€. Nguyễn Thị Hằng 50€. Lê Thị Niên (Bad Zwischenah) 50€. Bolmann, Thị Thúy Mai (Barsinghausen) 5€. Đàm Thị Hồng Oanh (Baunatal) 20€. Nguyễn Đức Mạnh 10€. Nguyễn Thị Thanh (Zadow) (Bergen) 5€. Nguyễn Văn Tường (Bergheim) 20€. Bùi Thanh Hoa (Berlin) 10€. Huỳnh Quang Đặng 20€. Lâm Thanh Minh 20€. Lê Thanh Sơn 10€. Nguyễn Phương Linh 50€. Quan Long Thanh 100€. Vũ Trọng Huy 20€. Phạm Thị Tuyết Mai (Bernburg) 40€. Becker Phương Lan (Bielefeld) 20€. Đinh Thiên Nhiên 10€. Lương Thị Hường 30€. Mai Fifung 20€. Nguyễn Thị Kim Tuyến 20€. Phương Loan Becker 20€. Nguyễn Văn Đức (Bremen) 50€. Chu Hải Thanh (Bochum) 50€. Trần Thị Hoa 10€. Nguyễn Thị Huyền Trang (Bohnte) 100€. Vương Khắc Vũ (Borkum) 50€. Lưu Quang Dũng (Braunschweig) 10€. Đặng Thị Liên (Braunschweig) 20€. Đặng Yến Nhi & Đặng Văn Dinh 20€. Đào Ngọc Sơn 100€. Đào Quỳnh Hoa 20€. Đào Thị Thanh Vân 10€. Elisabeth Do & Sebastian Fricke 20€. Fam. Do 20€. Hải & Hồng 20€. Hương 50€. Jenny Đỗ 5€. Lý Thị Kim Ánh 10€. M. Lan 20€. Ngô Quang Cảnh 20€. Nguyễn Thị Kim Anh 10€. Nguyễn Thị Tâm 20€. Trịnh Thị Sáu 20€. Vũ Thị Hiến 20€. Anna Nguyễn (Bremen) 20€. Bùi Quỳnh Trang 20€. Bùi Thị Thanh Tuyến (Eat Happy) 50€. Bùi Thị Yến 20€. Đỗ Diệp Mừng 100€. Ngô Thị Nho 10€. Nguyễn Thanh Hằng 50€. Nguyễn

Thị Cẩm Hương 20€. Nguyễn Thị Hồng Nhung 50€. Dương Quỳnh Hoa (Bremerhaven) 20€. Nguyễn Xuân Quang 20€. Cáp Trọng Dũng (Bremervörde) 20€. Hoàng Thị Nhung (Brückeburg) 10€. Thiện Lạc (Buchholz) 50€. Đặng Văn Liễu (Bückeburg) 20€. Đoàn Thị Cúc & Trần Thị Huệ 40€. Gđ. Thịnh Trà 30€. Trần Thị Kim Phúc (Burgdorf) 60€. Fam. Dương & Hứa (Celle) 65€. Fam. Lâm Sáng 50€. Gđ. Tào 10€. Hong Loi & Thuy Choi 100€. Huyền Quang Vũ Minh Huyền 20€. Lê Thị Lan Hương 20€. Lưu Thị Tuyết Hoa 20€. Lưu Thị Tuyết Mai 20€. Nguyễn Ngọc Bích 20€. Nguyễn Thị Liên 40€. Nguyễn Thị Minh Hạnh 100€. Phạm Thị Vũ Phiếm 15€. Trần Bội Châu, Lian Kon Fook, Lian Herry & Lian Steven 20€. Trần Văn Hoàn 30€. Vũ Thị Hảo 20€. Vũ Thị Vân 20€. Vũ Thị Vân 20€. Gđ. Doãn Khánh Toàn (Cloppenburg) 10€. Lê Thị Tiến (Coesfeld) 50€. Trần Thanh Huệ 50€. Trần Vĩnh Cam 70€. Fam. Lê Văn Danh (Darmstadt) 20€. Nguyễn Đức Thành 80€. Nguyễn Minh Hải (Delmenhorst) 20€. Gđ. Trương Minh Dũng & Đoàn Thị Thúy Nga (Detmild) 50€. Nguyễn Thị Thuận (Dissen) 120€. Trịnh Hòa An (Donaueschingen) 30€. Trần Thị Hiền Lương (Dortmund) 30€. Đỗ Thị Tuyết Lan (Dresden) 20€. Trần Thị Bích Hiền (Duderstadt) 20€. Lê Minh Hoàng (Duisburg) 60€. Helene Antony-Do (Düsseldorf) 100€. Nguyễn Thị Thân 100€. Nguyễn Văn Hiệp & Nguyễn Thị Viên (Eilsleben) 30€. Nguyễn Anh Thu (Emden) 30€. Trần Văn Vinh (Erbach) 20€. Phạm Chí Huy (Erftstadt Liblar) 35€. Lý Thu Hoa (Erfurt) 30€. Lê Thúy Diêp (Erkerroder) 20€. Nguyễn Thị Hương (Eschwege) 10€. Trần Diệu Lý (Esens) 10€. Đỗ Việt Hùng (Essen) 10€. Nguyễn Thị Hoa 70€ HH cho Nguyễn Gia Trường Pd Như Thịnh. Đỗ Thị Đạt (Esterwegen) 20€. Löffler Cao Bích May 20€. Phạm Văn Đức (Feucht) 20€. Lê Thị Hoa (Filderstadt) 20€. Lê Thị Hoa 20€. Nhựt Hòa Võ Văn Thắng (France) 100€. Đinh Văn Thành (Frankfurt) 50€. Đỗ Tuyết Lan (Freiberg) 30€. Nguyễn Thị Đức Thái (Freising) 20€. Trần Vĩnh Phước 50€. Phạm Thị Tiết Hồng (Fridrichshafen) 20€. Kha Hiên Thanh (Fulde) 20€. Hoàng Thị Thủy (Fürth) 20€. Alina Brase (Garbsen) 10€. Fam. Nguyễn Minh Tuấn 50€. Nguyễn Phương Thảo 10€. Nguyễn Thị Hạnh (Sandra) 50€. Phạm Thị Tuất 10€. Kiều Công Thái (Gärtringen) 30€. Hồ Văn Minh & Huỳnh Hồ (Gau Algesheim) 20€. Vũ Trọng Thông (Gehlerberg) 20€. Hứa Thị Phúc (Gerolstein) 40€. Trần & Dương (GM.Hütte) 20€. Hải Yến (Goslar) 20€. Lê Ngọc Thắng 30€. Lê Việt Hải (Göttingen) 20€. Mai Quang Tuyến 30€. Nguyễn Thị Hội 20€. Nguyễn Thị Lan Hiền 20€. Trịnh Minh 10€ cầu an Trần Thị Tuyết Mai sinh ngày10.02.1957. Lâm Đồng Khánh (Gütersloh) 30€. Đào Thị Thảo (Hà Nội/Việt Nam) 20€. Thủy Diệu Trần Thị Bích Liên 50€. Bùi Thị Ngọc Thúy (Hà Nội/Việt Nam) 20€. Nguyễn Minh Tuấn (Halberstadt) 20€. Bùi Phương Thảo & Văn Kiên Trường (Hamburg) 50€. Fam. Oldog 50€. Fam. Tang David & Linda Le 50€. Gđ. Tri, Anny & Alissa 50€. Jenny Lam 10€. Nguyễn Thị Vĩnh 50€. Phật Tử Tổ Đình Bảo Quang 5€. Quách Anh Trí 20€. Sui-Long Lâm 10€. Vũ Anh Tiến 50€. Fam. Vu & Nguyễn (Hameln) 20€. Gđ. Nam Ngọc 20€. Hà Đức 20€. Lê Thị Huệ 30€. Nguyễn Thùy Phương 40€. Nguyễn Thủy Tiên 100€. Thái Thị Thu 100€. Vũ Hồng Thanh 20€. Vũ Thị Hồng 50€. Vũ Thị Thư & Mạc Văn Trường 70€. Vũ Thị Thu Nga 10€. Nguyễn Đình Nga (Hamm) 10€. Gđ. Nguyễn Văn Trí & Thị Kim Anh (Hannover) 30€. Ann-Katrin Mai (Hannover) 30€. Bùi Thị Mỹ Hạnh 40€. Bùi Thị Thái 30€. Đỗ Thị Thanh Tâm 20€. Gđ. Dương Xuân Trường 50€. Gđ. Linh Ngọc 20€. Gđ. Như Thân 30€. Gđ. Nhung & Quỳnh 20€. Gđ. Phạm 20€. Gđ. Phùng Thế Phương 50€. Hồng Hương 20€. Hunger Thanh Trang, Hunger David, Rouweu, Christian 20€. Jolie Ký 20€. Kanokwan Sopon 10€. Lan Weber 30€. Lê Thị Kim Sa 20€ HHHL Thân mẫu Lê Thị Liễu. Lê-Pâhler Thị Ngọc Diệp 30€. Lương Thị Hải Yến 10€. Lưu Thị Huyền Anh 10€. Minh Thảo Hà Phước 100€. Nguyễn Hoàng Thu Phương 20€. Nguyễn Hồng Kim 30€. Nguyễn Thị Bảy 10€. Nguyễn Thị Phương Son 10€. Nguyễn Thị Thanh 20€. Nguyễn Thị Thanh Hà 20€. Nguyễn Thu Trang 10€. Nguyễn Thục Nhi 10€. Nguyễn Thúy Hồng 20€. Nguyễn Tuyết Minh & Tạ Việt Tiến 50€. Phạm Đức Thọ 20€. Phạm Thị Bích Ngọc 10€. Phạm Văn Hiến 20€. Phan Lê Trung Quốc, Bá Thị Kim Loan & Phan Michelle Bảo Hân 30€. Preuß Lam 35€. Thiện Kiến Hồ Phi Kevin 20€. Tô Quang Vinh 20€. Trần Duệ Triết 10€. Trần Thị Hoa 50€. Trịnh Phương Hạnh 15€. Trương Văn Khoa 100€. Vũ Cao Minh Hiếu 5€. Vũ Thị Mai 20€. Vũ Thị Thu Huyền 30€. Vũ Thu Hường 20€. Vương Thị Tân 20€. Triệu Cẩm Nguyên (Haßloch) 40€. Ẩn danh (Helmstedt) 50€. Chí Kiên Dương & Huê Quan Van und Sophie Dương 25€. Diệu Lộc Huỳnh Thị Bé 30€. Gđ. Quách Tuấn 50€. Lưu Thu Hương 40€. Văn Trí Tài Karl 20€. Võ Lan Hương & Nguyễn Viết Thống 20€. Châu Ngọc Điệp (Hemmingen) 20€. Gđ. Nguyễn Quang Chánh & Nguyễn Thanh Thúy (Henstedt Ulzburg) 50€. Trần Thị Hải (Herne) 10€. Trần Thị Ánh Tuyết, Lê Thành Ngọc, Tina Lê & Toni Lê (Herten) 50€. Diệu Liên Lê Bích Hà (Hildesheim) 20€. Đinh Huy Minh 50€. Gđ. Thiện Hà Nguyễn Văn Tuấn 100€. Gđ. Thiện Trí Phạm Văn Dũng 50€. Hồng Minh Kiệt 50€. Lý & Cảnh 10€. Nguyễn Hương Thủy 10€. Nguyễn Thị Bích 20€. Nguyễn Thị Chi 50€. Nguyễn Thị Kim Nhung 20€. Tào Thanh Lý 40€. Thắm 30€. Trần Thị Lý 50€. Thiện Học Trần Kim Phương (Hilgerstshausen Tandern) 50€. Ngô Thị Dương (Hofgeismar) 50€. Lê Thị Lan Anh & Nguyễn Tiến Thành (Hollenstedt) 30€. Phan Thị Kim Ngân (Holminden) 50€. Dương Thị Mộng Mai (Horb am Neckar) 20€. Trần Minh Tuấn (Hude) 100€. Gđ. Pt Trần Văn Hiện & Nguyễn Thị Kim Anh và Trần Jasmin Thùy An (Ibbenbüren) 50€. Phan Thị Lan Anh & Phạm-Nguyễn Bảo Hoàng và Phạm An (Ingolstadt) 20€. Trần Thị Tuyết (Isernhagen) 20€. Diệu Ngọc & Quảng Tâm (Karlsbach) 50€. Thiện Thọ Trần Thị Xê (Karlsruhe) 50€. Fam Trần Võ (Kassel) 50€. Fam. Võ Anh Dũng 50€. Gđ. Tạ Tân & Nguyễn Thị Hải Yến 50€. Bùi Tuệ Anh (Köln) 100€. Trần Văn Khoa 20€. Trương & Phạm 30€. Diệu Khai Phạm Thị Quyển (Krefeld) 20€. Fam. Ma 30€. Phạm Xuân Thiếp 60€. Quách Thị Mùi 31€. Thuy Wick (Kroslitz) 10€. Phạm Thị Thanh Thủy (Kurort u. Seebad) 50€. Đh. Tăng Quốc Lương (Laatzen) 50€. Đồng Huệ Phan Thị Kim Lan 50€. Nguyễn Thị Kim Chi 50€ HHHL Nguyễn Văn Phong & Trần Thị Thắm. Tăng Quốc Cơ 50€. Thiện Huệ 33€. Bärbel Sachmeda, Kar Heinz Karber & Felix Sachmeda (Lachendorf) 10€. Fam Quan Hue Lương & Stahl Quan 50€. Phạm Thị Cúc (Landshut) 20€. Trần Bảo Ngọc Daniela 20€. Trương Đại Hứa (Langenfeld) 20€. Lucy Cường Vân (Langenhagen) 10€. Nguyễn Duy Anh 10€. Fam. Lan, Lasse, Lars, Podieczny & Phụng-Triệu (Langwedel) 50€. Cao Đức Kiện (Lastrup) 20€. Phạm Thị Nội (Lathen) 20€. Lâm Ý Xuân (Leer) 50€. Nguyễn Thị Sen 20€. Nguyễn Thị Thủy 20€. Fam. Đoàn & Mai (Lehrte) 10€. Fam. Nguyễn Thịnh 20€. Gđ. Phạm Văn Sơn (Hải) 30€. Nam Hằng 60€. Nguyễn Đình Thăng 20€. Nguyễn Phương Thảo 20€. Nguyễn Thị Loan 20€. Nguyễn Thị Tâm 50€. Trần Thị Thanh Hương 50€. Nguyễn Thị Mậu (Lehrte Ahlten) 20€. Phạm Quỳnh Nga (Lemgo) 50€. Trần Ngọc Sơn 20€. Fam. Kaspar-Nguyễn & Kim Chi (Lindenberg im Allgau) 35€. Giang Ánh Ngọc Châu (Lingen) 50€. Vũ Anh (Lippstadt) 10€. Vũ Thị Hà 50€. Lý Quốc Thái (Lüdenscheid) 300€. Triệu Thị Thục (Ludensheid) 20€. Nguyễn Minh Dũng (Lüneburg) 20€. Nguyễn Minh Hùng 20€. Vũ Thị Kiên 30€. An Phước Ngô Xuân Duyên (Magdeburg) 50€. Huỳnh Thị Tuyết 30€. Lèo Văn Chưa 50€. Nguyễn Thị Phương Anh 20€. Dino & Tanja (Meppen) 50€ HHHL Diệu Thọ Ô Thị Tốt. Ô Thị Hai 50€. Thu Thủy & Ngọc Nghĩa 25€. Nguyễn Ngọc Dan (Minden) 20€. Phạm Thị Sen 50€. Quách Huệ Linh 20€. Trần Thị Thu 50€. Bích Ngọc (Mönchengladbach) 40€. Diệu Phi Nguyễn Phương Danh & Phạm Ngọc Sơn 20€. Thái Nguyệt Cầu (Moschheim) 30€. Jane Chang-Ly & Familie (Mülheim an der Ruhr) 30€. Trần & Mats (München) 20€. Nguyễn Quyên (Münster) 50€. Nguyễn Anh Trâm (Münster) 20€. Cao Thị Mơ (Neu-Anspach) 20€. Gđ. Khanh & Chính (Neuss) 30€ HHHL Diệu Thọ Ô Thị Tốt. Bùi Ngọc Thọ (Nghệ An/Việt Nam) 20€. Gđ. Lục Tô Hà (Nienburg) 20€. Lee Lục Nhân Khanh 20€. Vũ Trọng Thứ 50€. Đào Minh Thắng (Norden) 30€. Nguyễn Văn Súy 20€. Thiện Từ Danh Thị Cẩm Dung 20€. Đồng Hạnh Trần Thị Hảo (Norderney) 10€. Đồng Hạnh Trần Thị Hậu 10€. Đàm Thị Trà Giang (Northeim) 20€. Nguyễn Thị Thu Huyền 100€. Phạm Ngọc Anh, Lê Bạch Yến, Phạm Đức Huy &

Phạm Thu Trang 20€. Nguyễn Hồng Vân (Nürnberg) 10€. Vũ Thị Tường Nhân 20€. Gđ. Lư Vương (Oberhausen) 20€. Diệu Đức Hòa (Offenbach am Main) 20€. Bùi Thị Kim Chi (Oldenburg) 20€. Đặng Thị Mỹ Hạnh 20€. Đặng Thị Vân Hà 10€. Đồng Ngọc Phùng Thị Kim Dung 40€. Hoàng Văn Tài 20€. Nguyễn Mai Chi 20€. Nguyễn Thị Bích Liên 100€. Nguyễn Thu Trang 10€. Trang Be 20€. Võ Công Tâm 20€. Nguyễn Ngọc Châu (Osnabrück) 40€ HHHL Đồng Sanh Nguyễn Văn Tiếng & Đồng Sanh La Thị Buổi. Nguyễn Thị Kim Liên 100€. Nguyễn Văn Trạm 30€. Đặng Đăng (Osterode) 10€. Trần Minh Châu (Österreich) 50€. Đặng Văn Châm (Ostfildern) 10€. Ngô Thị Mỹ & Phạm Văn Cảnh (Papenburg) 30€. Hoàng Thị Hiền (Peine) 20€. Kien Koummarasy (Pforzheim) 100€. Trần Thị Ba 20€. Nguyễn Klapper, Linda (Recklinghausen) 30€. Nguyễn Văn Toàn 20€. Nguyễn Thị Lương (Rodgau) 20€. Dương Kim Oanh (Ronnenberg) 20€. Trần Lệ Sương 20€. Trần Xuân Mai (Rotenburg) 5€. Nguyễn Trần Tuấn (Rülen) 10€. Gđ. Nhuận Tín Nguyễn Thanh Tuyết (Sachsen-Anhalt) 50€. Nguyễn Thị Vân Anh 30€. Gripienski Hoàng Thanh Hiền (Salzgitter) 20€. Hoàng Thúy Lisa, Hoàng Tina Thúy-An, Mã Thị Thúy & Hoàng Kim Tuấn 20€. Nguyễn Thị Lý & Lê Văn Anh 50€. Thái Thị Hương 10€. Thị Thu Huyền Wedemeyen 20€. Dương Vinh (Schramberg-Sulgen) 30€. Đàm Thị Bích Châu (Schwetzingen) 10€. Diệu Hương (Seelze) 20€. Xin Xin Jasmin Sun 20€. Fam. Nguyễn (Sehnde) 10€. Nghiêm Thị Thu Bình (Sömmerda) 30€. Nguyễn Thị Hiền 50€. Hanh Phạm (Spremberg) 200€. Đồng Nhã Hoàng Thị Hoa (Springe) 20€. Thiện Phước Nguyễn Phú Đức 50€. Phạm Thị Nhung (Stadthagen) 50€. Phan Hồng Sơn 20€. Phan Thị Thu Hà 50€. Trần Thị Bích Liên 20€. Nguyễn Văn Khởi (Stadtilm) 10€. Nguyễn Thị Thái Lan (Staßfurt) 30€. Fam. Nguyễn Công Thành (Stuhr-Brinkum) 20€. Trương Thị Bình (Stuhr-Brinkum) 20€. Nguyễn Đức Lượng (Stuttgart) 50€. Bùi Thị Thu Hiền (Suhl) 50€. Hoàng Văn Chiến 500€. Trần Công Trực 50€. Dương Ngọc Ty (Syke) 20€. Huỳnh Anh Kiệt (Tettnang) 15€. Nguyễn Thị Hòa (Thái Bình/Việt Nam) 10€. Hoàng Nguyệt Nhung (Tostedt) 10€. Lê Tiến Dũng (Trier) 30€. Hoàng Văn Hai & Nguyễn Thị Loan (Uchte) 10€. Trần Ngọc Hồng (Uelzen) 50€. Bùi Thị Thu Hà (Ukraina) 20€. Các con Tú, Phương và cháu Thảo, Tùng 20€ HH cho Bố Ngạc Văn Du. Đặng Thị Hải Vân (Ulm) 50€. Phạm Thị Hòa (Uslar) 20€. Anthony Lý (Vechta) 20€. Au Nhung 20€. Fam. Alan Lý Au 20€. Fam. Jonnay Lý 20€. Gđ. Nguyễn David 30€. Lý Anton 50€. Lý Tùng Phu 20€. Nguyễn Đình Lập 50€. Hoàng Thị Hồng Ngân (Viersen) 20€. Vũ Kim Hạnh (Walsrode) 30€. Lê Công Viên (Wernigerode) 100€. Phan Thị Lan 20€. Nguyễn Việt Hoàng (Wernigerode) 5€. Nguyễn Thị Phượng (Wilhelmshaven) 20€. Phạm Hồng Sáu (Willich) 50€ HHHL Diệu Thọ Ô Thị Tốt. Nguyễn Mỹ Ý (Winsen) 10€. Nguyễn-Hồ Ngọc Thạch & Đỗ Thị Hồng (Wistringen) 50€. Lê Thị Hiền (Wittmund) 20€. Trần Thị Thanh Thúy (Wohniestedt) 30€. Bích Liên Kadagies (Wolfsburg) 20€. Đặng Thị Lý 20€. Đỗ Nhật Linh 20€. Đỗ Thị Thùy Dung, Lê Đức Tùng & Lê Nam Phong 50€. Đỗ Thụy Uyên 20€. Fam. Lan Phương Delarber 30€. Hoàng Phương Thảo 10€. Hoàng Thị Kim Thu 40€. Hoàng Việt Chinh, Bùi Tuấn Minh & Bùi Anh Tuấn 50€. Nguyễn Thị Phương Lan 20€. Trần Thị Anh Vân 10€. Trần Thị Hoài 20€. Nguyễn Tích Bích Hằng (Worms) 50€. Fam. Nguyễn Văn Thanh & Liên (Wunstorf) 50€. Hồ Văn Long 20€. Nguyễn Phương Trinh 20€. Trần Thị Ngọc Trâm 50€. Trần Thị Nhài (Würselen) 50€. Trịnh Thị Nga (Würzburg) 20€. Phạm Thị Riền & Vũ Đức Khánh (Zingst) 100€. Quý Đạo Hữu & Phật Tử ẩn danh 205€.

* **Phật Đản:** Trần Văn Khoa (Köln) 10€. Bích Ngọc (Mönchengladbach) 20€.
* **Vu Lan:** Trần Văn Khoa (Köln) 10€. Bích Ngọc (Mönchengladbach) 20€.
* **Sửa Chùa**

Nguyễn Phi Hùng (Bad Iburg) 50€. Đàm Thị Bích Châu (Schwetzingen) 20€.

* **Đèn Dược Sư**

Ẩn danh 50€. Diệu Phương Huỳnh Thị Ngọc Châu 30€. Đồng Dược Trần Minh Thu Thảo, Đồng Thảo Trần Minh Hiếu & Đồng Hậu Trần Minh Thu Tiền 40€. Hoàng Bích Nga 30€. Huỳnh Thị Hà Hưng 10€. Lê Mỹ Nhân 20€. Lê Thị Ngọc Tuyền 20€. Lý Jolina Phụng Vi 9€. Lý Joydon Thanh Phi 6€. Lý Trung Hà 49€. N.H.Ho eo D.V.A.. Ho-Ngo 20€. Nguyễn Anh Sơn 20€. Phạm Gia Hân 5€. Phạm Gia Hùng 5€. Phạm Gia Minh 5€. Phạm Kim Thúy & Huỳnh Minh Tâm 15€. Phạm Minh Hoàng 10€. Pt. Đồng Ngọc Cát Tường 10€. Quách Văn Thiên & Quách Thị Hoa Anh 30€. Tạ Thị Hương Pd Ngọc Tâm 10€. Thiện Bảo Nguyễn Thị Ngọc Hân 10€. Trần Thị Xuân Thủy 50€. Nguyễn Phi Hùng (Bad Iburg) 50€. Nguyễn Thị Tình (Bad Pyrmont) 10€. Chung Phương (Berlin) 100€. Becker Phương Lan (Bielefeld) 20€. Huệ Thành Lương Thị Kim Khánh 50€. Lê Văn Dung (Bonn) 50€. Đồng Vân (Bremen) 10€. Trầm Thiện Phụng 20€. Nguyễn Thu Hồng (Donaueschingen) 30€. Đào Thị Hồng Nguyên (Edewecht) 50€. Phạm Chí Huy (Erftstadt Liblar) 5€. Trịnh Văn Thịnh & Nguyễn Thị Tám (Essen) 20€. Nhựt Hòa Võ Văn Thắng (France) 10€. Ngô Thị Thắng (Frankfurt) 10€. Bannuscher Armin Thua Giang, Pho Thi (Hamburg) 10€. Lữ Thục Trinh 20€. Nguyễn Huu Hig Binh Skiba 10€. Staron, Jennifer Ngọc Phượng 40€. Đồng Hạnh Bùi Thị Thu Dung (Hannover) 10€. Đồng Tịnh Trịnh Thanh Vân 10€. Gđ. Pt Thiện Dũng 210€. Nguyễn Hoàng Thu Phương 10€. Thiện Phú Lê Bích Lan 20€. La Thị Ngọc Dung (Ibbenbüren) 50€. Đồng Giới Trần Thị Thiên Hương (Italia) 50€. Kiefer Reinhold Pd Đồng Tùng, Diệu Tiết Huỳnh Thị Phương Chi & Diệu Dược Kiefer Melanie Phương Thảo (Karlsruhe) 15€. Nguyễn Bá Mỹ (Kleinostheim) 30€. Trần Thị Mỹ Dung (Kleve) 10€. Diệu Châu Nguyễn Thị Hoàng Liên (Köln) 10€. Quách Thị Mùi (Krefeld) 49€. Đồng Huệ Phan Thị Kim Lan (Laatzen) 50€. Nguyễn Laurentius 17€. Fam Quan Hue Lương & Stahl Quan (Lachendorf) 50€. Lôi Ngọc Thanh & Mỹ Duyên (Meppen) 20€. Hứa Phú Kiều (Mönchengladbach) 100€. Trần Hải Hòa (Müllheim) 30€. ĐH. Công Ngọc & Thiện Hảo (Münster) 50€. Mã Thị Kim Hồng (Nettetal) 36€. Hồ Thị Phái (Neuss) 5€. Đồng Khánh Lee Lục Nhân Khanh (Nienburg) 20€. Tuấn Vân (Nguyễn Thị Vân) (Nürnberg) 50€. Nguyễn Thu Trang (Oldenburg) 10€. Trần Thị Minh Hiền (Osnabrück) 30€. Mã Tú Phấn (Pforzheim) 10€. Phạm Lạc & Thúy Hằng 20€. Bùi Thúy Hằng (Sailzgitter) 10€. Bích Ngọc Rüttiger (Sandberg Langenleiten) 2€. Đàm Thị Bích Châu (Schwetzingen) 10€. Nguyễn Thị Thái Lan (Staßfurt) 20€. Nguyễn Văn Cúc (Steinbach) 20€. Trương Đắc (Trier) 20€. Hoàng Thị Hồi (Wilhelmshaven) 25€.

* **An cư Kiết Đông:** Diệu Khánh (MG) 30€.
* **An Cư Kiết Hạ:** Lê Chí Dũng 1.511.01€.
* **Trai Tăng**

Ẩn danh 50€. Đồng Giác Lê Văn Hai, Diệu Huệ Nguyễn Thị Lài, Nguyễn Văn Bộ + Trương Thị Cửu & Nguyễn Thái Hòa 15€. Nguyễn Hồng Thu 5€. Quý Phật Tử 3 Vùng Fürt, Erlangen & Nürnberg 770€ HHHL Đỗ Thanh Long. Tính Trúc & Tính Nghiêu 100€. Trần Mạnh Thắng & Trần Thị Thu Liên (Hildesheim) 1100€. Becker Phương Lan (Bielefeld) 20€. Diệu Hòa Mai Thị Dậu 20€. Đồng Vân (Bremen) 10€. Helene Antony-Do (Düsseldorf) 50€. Nguyễn Hoàng Thu Phương (Hannover) 10€. Thiện Phú Lê Bích Lan 30€. Trương Thành Tính 30€. Đồng Huệ Phan Thị Kim Lan (Laatzen) 100€. Thiện Hà Đặng Thị Hằng Teickner (Langenhagen) 20€. Đàm

Thị Bích Châu (Schwetzingen) 20€. Huỳnh Thị Ngọc Châu (Winnenden) 200€.

* Học Viện Phật Giáo Viên Giác

Vương Lệ Xuân - Cát Tường 10€. Đặng Thị Kim Loan Pd Nhuận An 300€. Đồng Hà Phạm Hoàng Hải & Đồng Mỹ Phạm Hoàng Bảo My 20€. Đồng Liên Tạ Thị Ngọc Hoa 1.500€. Hoàng Thị Phúc 1.000€. Hoàng Yến Mỹ Nguyen 50€. Huỳnh Văn Đảnh 20€. Kontothanassis Dimitrios 1.500€. Lê Văn Huỳnh 1.500€. Mme Phạm Thị Ngọc Diệp 1.500€. Mr&Mme Simon Quyen-Van-Phu 1.500€. Nguyễn Hồng Anh Thư 600€. Nguyễn Hồng Yến & Trần Văn Nhiệm 50€. Nguyễn Lan Hương 100€. Nguyen Loc 50€. Nguyễn Thị Tuyết 10€. Nguyên Thảo Lê Thị Như Ý 200€. Phí Thị Vân (Hương Cau) 300€ HHHL Phù Vân. Phúc Anh & Vạn Trí 50€. Scheibler Ulf 9.000€. Thái Quang Minh & Thái-Tô Thị Huyền 3.000€. Thị Mai Trang Schneider 250€. Thiện Đức 1.500€. Thượng Tọa Thích Hạnh Bảo (Chùa Liên Tâm) 1.500€. Thượng Tọa Thích Thiện Thuận (Viện Chuyên Tu) 1.500€. Trần Bích Thuận 15€. Christian Hübner (Bad Bodenteich) 20€. Thích Nữ Huệ Thiện (Berlin) 1.000€. Đồng Nhã & Đồng Hiếu (Bremen) 20€. Nguyễn Thị Mai 20€. Nguyễn Thị Phượng 20€. Nhuận An Đặng Thị Kim Loan 300€. Trần Nguyện Băng & Quách Ái Trung 50€. Trần Thị Bích Nga 20€. Bùi Thị Thúy Hồng (Celle) 50€. Fam. Vu 100€. Diệu Khiết (Danmark) 200€. Nguyễn Minh Hải (Delmenhorst) 50€. Gđ. Huỳnh Trân (Einbeck) 50€. Gđ. Nguyễn Đức Quang 50€. Nguyễn Anh Thu (Emden) 20€. Lý Thị Hoa (Erfurt) 30€. Giới Hương (Eschak) 1.000€. Lê Thị Hồng Sâm (Frankfurt) 20€. Sư Cô Thích Nữ Chân Đàn 1.500€. Sư Cô Thích Nữ Tịnh Nghiệp 1.500€. Thiện Huy, Thiện Hậu, Thiện Đức, Thiện Xuân & Thiện Mỹ 1.500€. Trần Thị Yến Vy 1.500€. Hoppe Minh Dung (Freiberg) 10€. Anh Vy (Hamburg) 10€. Đào Thị Cường 20€. Diệu Hà Nguyễn Ái Christine 500€. Gđ. Vũ Anh Tiến & Vương Đăng Đức (Lychee GmbH) 1.000€. Tạ Thanh Bình & Tạ Quốc Bảo 100€. Trương H. An 20€. Đinh Thị Hạnh (Hameln) 50€. Tô Văn Hưng 100€. Vũ Hồng Thanh 20€. Chi Thu Pd Diệu Ngọc (Hannover) 500€. Đặng Thị Tuyết 20€. Diệu Chơn Đồng Hạnh 100€. Đồng Tuệ 100€. Gđ. Thiện Dũng 100€. Mạc Hồng Giang 60€. Pt. Đồng Kim Nguy Minh Thúy 200€. Thị Bé Loan 25€. Thiện Hảo Đào Thị Thanh Dung 500€. Bùi Vi Dân Mekong Goß Einzelhandel (Hof) 500€. Gđ. Bảo Chí (Italia) 1.500€. Nguyễn Hữu Triết & Trần Thị Thiên Hương 100€. Phật Tử chùa Viên Ý 1.500€. Tôn Nữ Thanh Tùng 500€. Turri - Bao Pha Le 1.500€. Kiefer Reinhold Pd Đồng Tùng, Diệu Tiết Huỳnh Thị Phương Chi & Diệu Dược Kiefer Melanie Phương Thảo (Karlsruhe) 100€. Tân Tạ Nguyễn Thị Hải Yến (Kassel) 50€. Tuệ Mạnh & Nguyễn Phước (Hải) (Kempten) 50€. Đỗ Thị Mai Hoa (Königshütter) 30€. Đồng Huệ Phan Thị Kim Lan (Laatzen) 500€. Thùy & Trương (Langenhagen) 140€. Nguyễn Thu Hương (Leipzig) 30€. Phạm Thị Kim Hường (Lohne) 3.000€. Diệu Phi Nguyễn Phương Danh & Phạm Ngọc Sơn (Mönchengladbach) 100€. Nguyễn Hạnh Hoàng Thị Doãn (München) 100€. Trần Sơn & Nguyễn Thị Tuấn Uyên (Norderney) 50€. Gđ. Pt Nguyệt Hà (Nürnberg) 200€. Lê Thừa Nghiệp 20€. Thượng Tọa Thích Hạnh Hòa 1.500€. Ẩn danh (Oberhausen) 15€. Đào Thị Hoan (Oldenburg) 20€. Đào Thị Huế 30€. Kewin Lürwer, Mino Lürwer & Hoàng Yến Linh (Osnabrück) 50€. Đào Thị Huệ (Papenburg) 50€. Đào Thị Kim Yến 20€. Trần Thị Nhật Hưng (Schweiz) 200€. Nghiêm Thị Thu Bình (Sömmerda) 20€. Xuân Richter 50€. Lê Thị Liệu (Sondershausen) 20€. Đinh Thu Hương (Stuhr) 20€. Nguyễn Thủy Châu Thanh Hà (Sweden) 500€. Phi Sai Nguon 10€. Sư Cô Giác Trang 500€. Diệu Chơn Đỗ Kim Chi (USA) 50€. Nguyễn Tấn Thọ (Việt Nam) 50€. Bành Tâm Sơn (Wiesbaden) 20€. Phan Đình Đạo (Wolfsburg) 20€. Võ Thị Sáu 20€. Tsui Mun (Wunstorf) 50€. Quý Đạo Hữu & Phật Tử ẩn danh 170€.

* TỪ THIỆN & XÃ HỘI

-Cô nhi, Cùi, Mù & Dưỡng lão: Lê Mỹ Nhân 30€. Lê Thị Hoe 60€. Nguyễn Thị Kim Lan 50€. Ralf Reinsch (Bad Pyrmont) 20€. Đào Thị Hồng Nguyên (Edewecht) 50€. Quách Thị Ngọc Huệ (Ffm/Sossenheim) 66€. Đồng Giới Trần Thị Thiên Hương (Italia) 100€. Phi Quang (Karlsruhe) 30€. Thiện Mỹ Lưu Hạnh Dung 50€. Trương Mỹ Chân 50€. Thiện Hà Đặng Thị Hằng Teickner (Langenhagen) 20€. Gđ. Lư Vương (Oberhausen) 30€. Nguyễn Thị Thái Lan (Staßfurt) 20€.

-Giúp người nghèo: Đồng Giới Trần Thị Thiên Hương (Italia) 100€.

-Nồi cháo tình thương: Phạm-Nguyễn Thị Thu Thủy (Belgique) 150€. Đồng Giới Trần Thị Thiên Hương (Italia) 50€. Thiện Hà Đặng Thị Hằng Teickner (Langenhagen) 10€. Phi Sai Nguon (Sweden) 10€. Trương Đắc (Trier) 10€. Trương Văn Ký (VS. Villingen) 50€.

-Xe lăn: Đồng Giới Trần Thị Thiên Hương (Italia) 50€. Thiện Hà Đặng Thị Hằng Teickner (Langenhagen) 10€. Nguyễn Nhiên (Pfuhl) 30€.

-Mổ mắt tìm lại ánh sáng: Trịnh Văn Thịnh & Nguyễn Thị Tám (Essen) 20€. Huỳnh Tú Dung (Helmstedt) 20€. Đồng Giới Trần Thị Thiên Hương (Italia) 50€. Phi Nam (Karlsruhe) 30€. Thiện Hà Đặng Thị Hằng Teickner (Langenhagen) 10€. Nguyễn Nhiên (Pfuhl) 30€. Trương Văn Ký (VS. Villingen) 50€.

-Phóng sanh: Huỳnh Thanh Yên (Berlin) 30€. Đồng Giới Trần Thị Thiên Hương (Italia) 50€. Trương Văn Ký (VS. Villingen) 50€.

* Học bổng Tăng Ni

- Ấn Độ: Ẩn danh (Karlsruhe) 100€.

-Việt Nam: Đồng Giới Trần Thị Thiên Hương (Italia) 100€. Bành Tâm Sơn (Wiesbaden) 20€.

* Ký Tự

Đoàn Văn Hùng 10€. Fam. Phạm Thành Chung 50€ HHHL Trần Trọng Vinh. HHHL Đỗ An Pd Đồng Sanh 50€. HL Bùi Văn Lân Pd Đồng Sanh 100€. HL Từ Ngọc 80€. Hồ Quang Dũng 15€. Lê Thị Kim Thanh 20€. Mạc Hồng Giang & Nguyễn Thị Thanh Tân 20€ HHHL Mẹ Trịnh Thị Côi. Ngô Thị Chinh 20€. Nguyễn Thị Vân Anh 50€ HHHL Nguyễn Thị Thùy Linh. Trần Hùng Linh 20€. Becker Phương Lan (Bielefeld) 20€. Đồng Chi (Bremen) 20€. Đồng Vân 10€. Phạm Thị Thảo (Dormagen) 50€ HHHL Thiện Nam Hoàng Nguyên Hải. Trần Diệu Lý (Esens) 10€. Lữ Thục Trinh (Hamburg) 10€. Nguyễn Đình Nga (Hamm) 10€. Trần Văn Khoa (Köln) 20€. Đồng Huệ Phan Thị Kim Lan (Laatzen) 100€. Bích Ngọc (Mönchengladbach) 50€. Nguyễn Thu Trang (Oldenburg) 10€. Bùi Thúy Hằng (Sailzgitter) 20€. Nguyễn Thị Vân Anh (Vechta) 50€ HH cho các vong linh thai nhi.

* ĐỊNH KỲ (Tháng 01 & 02 / 2024)

Chöling 600€. Christian Leupold 60€. Đặng Quốc Minh 20€. Diệu Khai, Diệu Ngọc & Quảng Tâm 100€. Diệu Phi Nguyễn Phương Danh & Phạm Ngọc Sơn (Mönchengladbach) 120€. Đỗ Thái Bằng 60€. Đỗ Thị Hồng Hạnh 10€. Thanh Vũ Phước 20€ HHHL Võ Thị Hai Pd Đồng Phước. Đồng Giới Nguyễn Thị Thu 10€. Đồng Hoa & Thiện Mỹ 10€. Gđ. Nguyễn Huê -

Diệu Mãn 100€. Hà Đoàn Thục Như 1.000€. Hà Ngọc Kim 50€ HHHL Diệu Hạnh Đinh Thị Hợi. Hồ Thị Nguyệt 50€. Hoàng Thị Nhung 20€ HHHL Hoàng Văn Lịch. Hoàng Thị Phúc 20€. Hoàng Thị Tân 120€. Hồng Nghiệp Phan Quỳnh Trâm 10€. Hứa Thiện Cao 5€. Hue Wollenberg 20€. Kiều Công Lý 15€. Kim Loan Lâm Thị Maier 20€. Lâm Đức Toàn 10€. Lâm Thị San 20€. Lê Minh Sang 60€. Lê Ngọc Phương 50€. Lê Thị Ngọc Hân 100€. Lê Thị Tiến 50€. Lê Thùy Dương 20€. Lê Văn Đức 20€. Lý Kiến Cường 15€. Lý Lăng Mai 10€. Manuela Horn 20€. Ngô Thị Thắng 20,46€. Nguyễn Hoàng Vũ & Nguyễn Thị Thanh Phương 20€. Nguyễn Hữu Mừng Chi 20€. Nguyễn Liên Hương 40€. Nguyễn Ngọc Đương 10€. Nguyễn Quang Hưng 30€. Nguyễn Quốc Định 30€. Nguyễn Thị Diệu Hạnh 40€. Nguyễn Thị Hiền 20€. Nguyễn Thị Hồng Quyên 20€. Nguyễn Thị Kim Lê 20€. Nguyễn Thị Minh Sáu 40€. Nguyễn Thị Ngọc Lan 25€ HHHL Mẹ Nguyễn Thị Phụng Pd Đồng Phước. Nguyễn Thị Ngọc Thảo 50€. Nguyễn Thị Thắm 30€. Nguyễn Thị Thu 10€. Nguyễn Thị Thu Nguyệt 20€. Nguyễn Thiện Đức 90€. Phạm Thị Mai & Minh Trương 60€. Phạm Văn Dũng & Đỗ Thị Cúc 12€. Phan Đình Du 100€. Phan Thị Lan 25€. Phùng Văn Thanh 30€. Quách Lê Thị Kim Thu 50€. Rafael Adam Spyra 30€. Sabine & Phan Trương Trần Vũ 100€. Spyra Tu Binh 50€. Tạ Thị Ngọc Dung 60€. Thái Kim Sơn 80€. Thái Quang Minh 200€. Thị Bích Lan Nguyễn-Erhart 30€. Thị Thiện Phạm Công Hoàng 50€. Thiện Chơn Ngô Quang Vinh 40€. Thiện Độ Ngô Quang Đức 80€. Thiện Nam & Thiện Hồng 50€. Thiện Thọ 100€. Thiện Thủy Vũ Thị Xuyến 30€. Tôn Thúy 40€. Trần Mạnh Thắng 100€. Trần Ngọc Diễm 10€. Trần Tân Tiếng 22€. Trần Thị Kim Lê 10€. Trần Thị Ngọc Anh (Trần Lăng Hía) 20€. Trần Thị Thanh 30€. Trần Thị Thu Thủy 10,22€. Trần Văn Dân 15€. Trương Ngọc 100€. Uông Minh Trung 20€. Viên Tú Nguyễn Thị Anh 20€. Võ Thị My 20,46€. Võ Thị Mỹ 20€. Võ Văn Hùng 30€. Vũ Đình Đức 30€. Vũ Quang Tú 100€. Vũ Thị Phương Thảo 10€. Vũ Thị Tường Nhân 20,46€. Young Thị Thanh 30€.

*
* *

Khi chuyển tịnh tài cúng Chùa, xin quý vị vui lòng ghi vào mục (Verwendungszweck = mục đích cho việc gì) để văn phòng dễ làm việc. Quý vị ở xa ngoài nước Đức cũng có thể gửi tiền mặt hoặc Check trong thư, có thể gửi thường hoặc bảo đảm về chùa. Xin thành thật cám ơn quý vị.

Tất cả mọi sự Cúng Dường định kỳ hoặc những lễ lạc khác cho Chùa, quý vị đều có thể lấy Giấy Khai Thuế lại (bằng tiếng Đức) để cuối năm quý vị có thể khai khấu trừ thuế với Chính Phủ. Quý vị nào cần, xin liên lạc về Chùa qua Email: buero@viengiac.de bằng thư hoặc điện thoại, cho đến cuối tháng 4 mỗi năm; chúng tôi sẽ gửi giấy đến quý vị.

* Chuyển tịnh tài về Tổ đình Viên Giác, xin quý vị chuyển vào Konto như sau:
Congr.d.Verein Vietn.Buddh.Kirche Abteilung i.d
Sparkasse Hannover
Konto Nr. 910 403 066
BIC: SPKHDE2HXXX
IBAN: DE40 2505 0180 0910 4030 66

* Konto riêng cho
Học Viện Phật Giáo Viên Giác như sau:

Vien Giac Institut
Konto-Nr.: 910 570 655
BIC: (Swift-Code): SPKHDEHXXX
IBAN: DE 90 2505 0180 0910 5706 55
Sparkasse Hannover

* Tu Viện Viên Đức ở Ravensburg có số Konto như sau:
Kloster Vien Duc
BIC: SOLADES1RVB
IBAN: DE53 6505 0110 0111 3020 68
Kreissparkasse Ravensburg

PHIẾU ỦNG HỘ BÁO VIÊN GIÁC

Ngày....... tháng .... năm 20 ....
Số hiệu độc giả (SH) ....
Họ và tên : ....
Địa chỉ : ....
....
Tel./Email : ....
Số tiền : ....
Giấy chứng nhận khai thuế : Có ☐   Không ☐

Độc giả mới ☐   Độc giả cũ ☐

Nếu thay đổi địa chỉ nhận báo, xin ghi rõ địa chỉ cũ dưới đây :
....
....

**Congr.d.Verein Vietn.Buddh.Kirche Abteilung i.d
Sparkasse Hannover
Konto Nr. 910 403 066
BIC: SPKHDE2HXXX
IBAN: DE40 2505 0180 0910 4030 66**

Thông tin nhờ đăng của Hội VAF ở Đức Quốc:

Danh sách Ủng Hộ Tu Sửa Nghĩa Trang Quân Đội Biên Hòa (01.01 - 02.03.24).

Hồ Nguyệt Hà (Hamburg) 100€; Hoa Lan (Berlin) 100€; Trần Ngọc Tiến (Hamburg) 40€; Trần Thị Ngọc Hương (Henstedt-Ulzburg) 50€; Nguyễn Mạnh Thưởng (Hamburg) 20€; Lê Thị Tư (Koblenz) 100€; Phan Thị Ngọc Sương (Hamburg) 50€; Huỳnh Khương Ninh (Hamburg) 50€; Nguyễn Thị Hiền (Hamburg) 50€; Đinh Mạnh Chí (Hamburg) 50€; Võ Thị Ni (Hamburg) 100€; Trần Kỳ Tứ (Braunschweig) 50€; Nguyễn Thị Kim Liên (Hamburg) 50€; Trần Thị Sâm (San Jose. USA) 100 $US; Dì Tám Sương (Hamburg) 50€; Phan Lệ Linh (Hamburg) 50€; Đàm thị Bích Liên (Hamburg) 200€.

Xin thay mặt Liên Hội Trùng Tu Nghĩa Trang Quân Đội Biên Hòa, Đại diện VAF ở Đức Quốc chân thành cám ơn Qui Vị Mạnh Thường Quân.
Nguyễn Tích Phùng. phungnguyen34@gmail.com
(+49) 0157 8726 3989.

➢ **CÚNG DƯỜNG XÂY DỰNG
HỌC VIỆN PHẬT GIÁO VIÊN GIÁC**

Vien Giac Institut
Konto-Nr.: 910 570 655
BIC: (Swift-Code): SPKHDEHXXX
IBAN: DE 90 2505 0180 0910 5706 55
Sparkasse Hannover

➢ **CÚNG DƯỜNG TỔ ĐÌNH VIÊN GIÁC**
xin chuyển vào Konto mới như sau:

*Congr.d.Verein Vietn.Buddh.Kirche Abteilung
i.d Sparkasse Hannover*

Konto Nr. 910 403 066
BIC: SPKHDE2HXXX
IBAN: DE40 2505 0180 0910 4030 66

➢ **CÚNG DƯỜNG TU VIỆN VIÊN ĐỨC**
Ở RAVENSBURG

Kloster Vien Duc
BIC: SOLADES1RVB
IBAN: DE53 6505 0110 0111 3020 68
Kreissparkasse Ravensburg

www.ingramcontent.com/pod-product-compliance
Lightning Source LLC
LaVergne TN
LVHW070532070526
838199LV00075B/6767